LỐI VỀ CỦA NƯỚC

Tuyển tập truyện ngắn & kịch

LỐI VỀ CỦA NƯỚC

Trần C. Trí

NHÂN ẢNH

2023

Copyright © by **Tri C. Tran**, 2023

Nhân Ảnh Publisher
Trình bày bìa: **Uyên Nguyên Trần Triết**

Printed in the United States of America

Thương tặng **BN**

TRANG TRỌNG CẢM TẠ

Nhà phê bình văn học **Bùi Vĩnh Phúc**
Lời Giới Thiệu

Nhà văn **Trần Thị NgH**
Tựa

Nhà văn **Đặng Thơ Thơ**
Phỏng Vấn

Hoạ sĩ **Cẩm Tâm**
Tranh bìa trước – *Lối Về Của Nước*

Hoạ sĩ **Đặng Ngọc Sinh**
Tranh bìa sau – *Chân Dung Tác Giả*

MỤC LỤC

LỜI GIỚI THIỆU

Bùi Vĩnh Phúc

Lối về của nước là một tập truyện & kịch có những nét đặc biệt. Nó viết về Con Người, về Ngôn Ngữ, về Hiện-hữu-người, Thể-tính-người. Nó trình hiện trước mắt người đọc những tương-giao-người giăng mắc, chồng chéo, và đầy phức tạp. Tất cả chập chờn giữa mộng và thực. Mộng và thực gắn bó, trộn lẫn vào nhau. Con người nhìn vào hiện cảnh như nhìn vào một giấc mơ.

Truyện & kịch của Trần C. Trí mở ra cho ta thấy một cách sáng rõ ngôn ngữ là những quan hệ. Là giao tiếp. Là tâm hồn con người. Nó phả ra cái hơi thở, cái tình cảm của con người. Nó soi chiếu và phóng lên màn hình nội tâm chúng ta những phác đồ tâm lý người. Tôi lại nghĩ đến Heidegger với ý tưởng *Ngôn ngữ là nơi an cư của tính thể*. Con người cư ngụ trong chính ngôn ngữ của nó.

Những câu chuyện trong tập sách một phần phản ánh cuộc sống và thời đại; mặt khác, nó pha trộn tưởng tượng vào hiện thực cuộc sống. Cuốn sách cho thấy những ám ảnh nghệ thuật của tác giả với nhiều cảnh ma mị, phi thực, siêu thực. Nhưng những ám ảnh này lại được pha vào khá nhiều nét thơ mộng. Có một sự kết hợp giữa Logic, Hiện thực, Tưởng tượng, Thơ, và Cuộc đời trong các cảnh-tượng-của-đời sống, của tâm lý các nhân vật. Đó là một thứ lắp ráp hiện thực. Có một thứ hiện thực thơ pha lẫn chút huyền hoặc ma quái, như trong tranh của Giorgio de Chirico. Lại có thứ hiện thực-siêu thực lan toả, hoà nhập vào đời sống như trong tranh của René Magritte. Ngôn ngữ, câu văn có sự mạch lạc, logic, nhưng cái được diễn tả lại là những hiện thực không thuần tính logic, thậm chí phi-logic. Chúng giống như những hiện thực ảo. Có khi kinh dị. Ở một mức độ, có truyện gần với phim *The Birds* của Alfred Hitchcock (phỏng theo truyện ngắn cùng tên của Daphne du Maurier); ở một truyện khác, lại gần với *Portrait of Jenny (Chân dung nàng thơ)* của Robert Nathan. Nhiều truyện mang tính ảo giác, phi thực hay siêu thực, nhưng lại được pha với những luận giải mang màu sắc khoa học. Hay tính chuyên biệt của ngành tâm lý trị liệu. Một thứ *psychotherapy*. Có truyện lại như gần với khung cảnh và cái không khí huyền ảo, dù chỉ một vài nét, trong kiệt tác *Pedro Páramo* của Juan Rulfo.

Nhìn chung, tác giả đã đặt những nhân vật mình vào một thế giới rất mong manh. Một thế giới có thể biến đổi bất cứ lúc nào ngay trước mắt ta. Con người như sống trong một không gian đa-vũ-trụ, đa chiều kích. Chỉ cần (vô tình) đặt (sai) một bước chân, con người như lách qua một thế giới khác.

TRẦN C. TRÍ
HỘI CHỨNG PHÂN THÂN

Trần Thị NgH

Mười lăm truyện, trong đó có hai vở kịch, rải đều cho năm ngày, mỗi ngày đọc trung bình 10-15 trang. Từ từ, rất từ từ. Chậm dần đều. Không thể không rỉ rả, bởi chỉ có một nhân vật duy nhất phân thân như Tôn Ngộ Không, đa giới tính, đa nhân cách, đi tới đi lui, khứ hồi từ Đông sang Tây, lên rừng xuống biển rồi rề rà kể chuyện này chuyện nọ, lý sự đời việc nọ việc kia bằng cái giọng độc thoại y như đang giãi bày tâm tư với đầu gối.

Không có nhịp sống gấp trong một đô thị huyên náo xe cộ, không có nhạc trẻ rần rật hộp đêm, không có chính kiến bất đồng, chửi chó mắng mèo xóm nhỏ, tranh chấp tài sản gia đình, anh chị em nồi da xáo thịt, giành giật tình xa tình gần, éo le nghịch cảnh, khó khăn hội nhập trong hành trình dệt giấc mơ Mỹ. Cũng không khắc khoải siêu hình kiểu *Im Lặng Hố Thẳm* hay *Bay Đi Những Cơn Mưa Phùn*. Chỉ thi thoảng phơn phớt chút bùi ngùi muộn màng về một quê hương đã tan rã.

Thuần là nước. Nước lênh láng chảy miên man qua vườn tược, mùa màng, núi sông, biển hồ - và những cái chết, những hồn ma bóng quế lung linh bì bõm ngộp sặc trong dòng chảy của ký ức, của tâm tưởng. Nước tuôn từ trong người ra ngoài, róc rách ngược vào cơ thể, len lỏi qua những ngóc ngách của ý thức và vô thức.

Đếm chơi sơ sơ thấy có khoảng hơn tá người qua đời: cha/mẹ/người yêu (*Lũ Vườn Xuân*), dì Minh/thai nhi (*Vườn Xưa Ai Ghé*), bạn bè (*Ranh Giới*), vợ/chồng (*Hai Người Loay Hoay Xếp Dọn*), giáo sư văn chương (*Khi Đàn Bướm Về*), chuyên viên tâm lý (*Đối Xứng*). Không qua đời thì cũng đột nhiên tan biến vào hư vô như người đàn bà ở làng Peña Roja (*Qua Sông Mê*), bác sĩ phân tâm học (*Nhân Ảnh*), ông Morpheus (*Lối Về Của Nước*)...

Là giáo sư ngôn ngữ, nhưng tác giả đã đột ngột làm kẻ thủ ác, vô hiệu hóa tiếng nói bằng cách... *hack* ngữ pháp, triệt tiêu động từ, trạng từ, liên từ, giới từ khiến cả bọn hốt nhiên bặt âm.

Ngoài con Corona có khả năng làm mất khứu giác ở người nhiễm bệnh, tấn công hệ hô hấp, giăng mờ sương mù não... còn có *Poena*, một chủng mới. Nó cũng có sức tàn phá tương tự nhưng lại di chuyển từ phổi lên não thùy trái, nơi phát xuất của ngôn ngữ. Nhưng có hề gì. Thuở hồng hoang thủy tổ loài người đâu có nói tiếng Anh tiếng Pháp tiếng Swahili tiếng Tàu theo quy tắc văn phạm như trong phim. Người tiền sử cũng chỉ có vài từ ngữ tượng thanh; biểu cảm về sự sống hay cái chết, yêu ghét, thù hận hay tha thứ là do cái cách họ ậm ừ hay gầm gừ. Về phần Adam – nhân vật của *Vi Khuẩn Trong Vườn Địa Đàng*, vào những khoảnh khắc cuối cùng còn sót lại của một thế giới đầy đau thương, chàng chỉ cần thì thầm bên tai người nữ, mấp máy chủ từ và túc từ, nàng liền hân hoan bung nở để đón lấy trái cấm ngọt ngào của vườn địa đàng. Động từ tự nó một mình rực rỡ như những sợi sắc không.

Trần C. Trí cũng chơi màu trong những giấc mơ ban đêm. Khi thì *monochrome* rạch ròi trắng đen, lúc đông vui màu sắc nhưng thiếu tâm điểm, cuối cùng chàng ngắc ngứ trong những giấc mơ *sepia* nâu đỏ, ủ dột và thê lương.

Ám ảnh về sinh-tử mãnh liệt đến nỗi người đã chết vẫn cứ kề cận và trò chuyện, kẻ còn sống đếm ngược để chờ giờ lâm tử. Thậm chí cái số điện thoại đã quá vãng vẫn reo trong cuộc gọi đường dài (*Khoảng Cách*). Họ, hoặc nằm yên đâu đó dưới huyệt mộ trả lời interview theo vận hành của con cơ trên bảng cầu cơ (*Bờ Dốc*), hoặc hiện hình trong bức ảnh cũ choán vị trí của một vật thể (*Nhân Ảnh*), hoặc từ ngoài mưa bước vào, hoặc từ trong mưa bước ra, hoặc nằm trong áo quan, hoặc trốn sau tấm màn nhung màu xanh tím – ranh giới giữa hai cõi người, trong khi đó, trà đã uống cạn nhưng vẫn cứ đầy, đồi núi vừa thấy đó đã chìm khuất trong mênh mông nước... là những cú lia máy với hiệu ứng hình ảnh vừa hư ảo vừa nặng nề âm khí, mà một người đọc, nếu không nặng vía hẳn đã mộng mị ngậu xị sau gần một tuần nhẩn nha từ tốn gặm nhấm mười lăm câu chuyện - một thứ bản lai diện mục với những nhân vật buồn bã ngoái lại muốn treo cổ, cốt để nhìn thấy tuổi thơ và tuổi thanh xuân, nhìn hun hút biển, nhìn mỏi mắt quê hương ở phía bên kia bờ đại dương, nhìn chính mình đang đứng đối mặt đăm đăm ngó mình.

PHỎNG VẤN TÁC GIẢ

Lối Về Của Nước – Khi Ngôn Ngữ Chạm Thế Giới Siêu Hình

Đặng Thơ Thơ

ĐẶNG THƠ THƠ: Chào giáo sư, nhà văn, dịch giả Trần C. Trí. Chúc mừng anh cho ra đời tuyển tập Lối Về Của Nước. Anh viết đã lâu, khởi từ Làng Văn, sang Việt Báo, Da Màu, Ngôn Ngữ... dường như tuyển tập này chỉ gồm những truyện viết gần đây nhất?

TRẦN C. TRÍ: Mến chào nhà văn Đặng Thơ Thơ. Trước hết, xin cám ơn cô đã bỏ thời giờ hết sức quý báu của mình để thực hiện cuộc phỏng vấn này. Trả lời phỏng vấn đã khó, nhưng tôi biết rằng đặt câu hỏi còn khó hơn nhiều. Người phỏng vấn về một tác phẩm văn chương không những hiểu rõ hình thức và nội dung của tác phẩm, mà còn cho thấy cảm nghiệm sâu sắc của mình đối với những gì đã đọc.

Nếu không tính những "tác phẩm" thiếu nhi đã đăng trên vài tờ báo thời Miền Nam Tự Do, thì tôi bắt đầu viết ở hải ngoại từ cuối thập niên 80 (bắt đầu từ trại tỵ nạn ở Phi Luật Tân). Sau đó, vì đi học trở lại và kiếm sống ở xứ người, có một thời gian dài khoảng 30 năm hầu như tôi không viết gì cả. Tuyển tập này gồm những truyện viết gần đây nhất. Tôi chọn những truyện (và kịch) này vì tuy rằng chúng là những tác phẩm mới, trong đó là những mảng sống, kinh nghiệm, cảm xúc và kỹ thuật viết tích tụ từ bao nhiêu lâu nay. Mới mà không mới là như vậy đó.

ĐẶNG THƠ THƠ: Tuyển tập Lối Về Của Nước có bốn truyện về nước, bốn truyện về mơ, và đến sáu truyện về ma: "Hoa Hạc", "Qua Sông Mê", "Ranh Giới", "Nhân Ảnh", "Vườn Xưa Ai Ghé", "Lối Về Của Nước". Ngoài ra "Lũ Vườn Xuân" và "Khoảng Cách" cũng có những hình ảnh, dấu vết, âm thanh của những người đã chết, tạm nói chung là Ma. Rồi kịch "Bờ Dốc" có bối cảnh trong nghĩa địa, có chuyện cầu cơ với hồn ma Albert Camus. Tại sao nhiều ma thế? Mô thức trong các truyện ma của anh thường khởi đầu trong bối cảnh hiện thực, rồi bẻ hướng vào không khí siêu thực. Có vẻ như anh dùng ma để thoát khỏi ràng buộc của những quy ước trong đời sống, và cả trong chuyện viết–như một lối thoát?

TRẦN C. TRÍ: Cô thắc mắc: "Tại sao nhiều ma thế?" Xin được phép nhẹ nhàng hỏi lại cô: "Tại sao không nhỉ?" Tôi vẫn tin có một thế giới vô hình song song với thế giới hữu hình của chúng ta. Nhưng tôi đâu phải là người duy nhất. Đã có biết bao nhiêu câu chuyện về thế giới bên kia do nhiều người đã tận mắt chứng kiến rồi kể lại, và biết bao nhiêu tác phẩm nghệ thuật—văn, thơ, kịch, điện ảnh, hội hoạ, điêu khắc, âm nhạc... đã minh chứng cho niềm tin đó.

Cô nhận xét tinh tường lắm, đúng là tôi đã "nhờ" thế giới của loài ma để thoát ra khỏi những hữu hạn của thế giới loài người trong một số tác phẩm của mình. Có điều, tôi làm chuyện đó hoàn toàn trong vô thức, khi cô hỏi tôi mới giật mình nghiệm ra điều này. Nhờ thế giới bên kia, suy nghĩ, cảm xúc, lời nói và hành động của các nhân vật được bay bổng, được tràn đầy. Tôi nghĩ, thế giới con người của chúng ta sẽ không được trọn vẹn nếu thiếu đi sự hiện diện của thế giới tâm linh. Chính thế giới này là sự khẳng định với chúng ta rằng không có gì hoàn toàn mất đi, rằng sự sống và cái chết không phải là hai điều đối nghịch, mà đúng ra, cái này là sự nối tiếp của cái kia, trong một vòng quay bất tuyệt.

Đặng Thơ Thơ: Khi đặt câu hỏi trên, tôi nghĩ tác giả đã dùng thế giới bên kia để nhìn lại thế giới này, lật lại các bề mặt trái phải, đặt con người vào giao lộ giữa thế giới vật chất và vô hình, như dòng sông chảy giữa hai bờ mê và tỉnh. "Qua Sông Mê" là một cách khai phá khái niệm đó? Truyện có hình thức viết khá lạ, bắt đầu bằng lời dịch giả như cái bẫy khiến người đọc hoang mang, không rõ đây là truyện dịch hay là nguyên tác viết bằng tiếng Palenquero, một thứ ngôn ngữ đang bị mai một. Tại sao anh chọn hình thức *metafiction* (truyện viết về truyện) và thủ pháp truyện lồng trong truyện? Có phải để thể hiện những ngôn ngữ lồng vào nhau, chứa đựng nhau? Nhân vật chính là là giáo sư về ngôn ngữ học (một hoá thân của tác giả?) và ngôn ngữ là chủ đề chính trong "Qua Sông Mê". Giữa chừng, truyện chuyển hướng sang lãnh vực ma. Sự chuyển đổi này mang ý nghĩa gì? Ngôn ngữ và ma, hai lãnh vực, hai khái niệm này có liên quan với nhau như thế nào?

Trần C. Trí: Tôi nghĩ người viết nào cũng ấp ủ nhiều khái niệm và nhân sinh quan, thể hiện bàng bạc qua tất cả những sáng tác của mình. Truyện ngắn này, vô tình hay hữu ý, đã làm nổi bật lên suy nghĩ thường hằng của tôi về thế giới mà chúng ta đang sống, cũng như một thế giới khác, kề cận với thế giới này. Sự tồn tại tất nhiên, nhưng không hiển nhiên, của thế giới bên kia là một điều hợp với luận lý, khó có thể chối cãi. Con người phải từ một nơi nào đến, và phải đi về một nơi nào đó. Và hàng trăm năm nay, con người luôn trăn trở để cố gắng đề cập, miêu tả, suy diễn thế giới đó qua nhiều hình thức học thuật hay nghệ thuật.

Tôi vẫn thường tự ví von nhiệm vụ của một người cầm bút với công việc của một người đầu bếp, lúc nào cũng trăn trở với những món ăn của mình, làm sao cho chúng luôn mới lạ, gây được sự ngạc nhiên thích thú cho khẩu vị của thực khách. *Metafiction* là một cái cớ, một chọn lựa cho "Qua Sông Mê". Với chọn lựa đó, tôi hy vọng có thể cuốn hút người đọc sâu hơn vào câu chuyện đang kể. Tất cả những gì diễn ra—hay xảy ra—trong cuộc sống rõ ràng là không phải trên một mặt phẳng, mà hết sức đa diện, từ nhiều góc cạnh, trong một không gian đa chiều, quyện vào nhau và chi phối lẫn nhau theo quy luật nhân quả, vốn cũng vô cùng phức tạp. Không thể chỉ có một nguyên nhân cho bất cứ chuyện gì đã hay đang xảy ra, mà phải nhiều nguyên nhân, gián tiếp hay trực tiếp, cùng nhau đưa đến sự việc. Truyện lồng trong truyện là một cách để nói lên bản chất của cuộc sống không bao giờ phiến diện, không bao giờ đơn giản. Sự việc này không nối tiếp sự việc kia như những cái chấm trên một đường thẳng, mà chứa đựng nhau, chồng chất lên nhau, liên quan chằng chịt với nhau, đôi lúc thách thức khái niệm thời gian và không gian. Chẳng vậy mà trong phim ảnh, chúng ta vẫn thường thấy những phân cảnh có xen vào *flashback*, có sự tưởng tượng của nhân vật về những tình huống được đặt vào hiện tại hay tương lai.

Đề tài về ngôn ngữ, như cô đã thấy, các thứ tiếng quả tình cũng "lồng" vào nhau như tất cả những yếu tố khác cấu thành cuộc sống của con người. Là một người sống và làm việc với ngôn ngữ, tôi luôn có những thắc mắc—và thậm chí những ám ảnh—về ngôn ngữ loài người. Tại sao con người lại dùng những ngôn ngữ khác nhau để diễn tả những suy nghĩ, những tâm tình, những khát vọng giống nhau? Ngôn ngữ có còn nghĩa lý gì trong thế giới bên kia chăng? Có thể nào ngôn ngữ chính là chất xúc tác vật lý duy nhất giữa hai thế giới vô hình và hữu hình?

Thật ra, không có sự chuyển đổi cố tình nào giữa không gian ngôn ngữ và không gian ma quái trong truyện ngắn này như cô cảm nhận (dù rất hợp lý). Để tránh có một *spoiler*, tác giả chỉ mong người đọc nắm bắt được dụng ý của sự sắp xếp này để theo dõi trọn nội dung của câu chuyện.

ĐẶNG THƠ THƠ: Về câu hỏi anh đưa ra "Ngôn ngữ chính là chất xúc tác vật lý duy nhất giữa hai thế giới vô hình và hữu hình?" tôi nghĩ triết gia Hegel là người đầu tiên gắn các phạm trù kiến thức và tinh thần với ngôn ngữ. Con người dùng ngôn ngữ làm công cụ để tư duy. Ngôn ngữ chúng ta dùng lại tác động ngược đến cách tư duy của chúng ta, đến sáng tác, dịch thuật, và cách cảm nhận thế giới. Khi đọc "Qua Sông Mê" tôi nghĩ tác giả đã dụng tâm dùng hình thức liên tưởng/ẩn dụ để nói về những ngôn ngữ bị tiêu diệt của những sắc dân bị đồng hoá, những ngôn ngữ này đã tìm cách len lỏi và lưu lại dấu vết trong ngôn ngữ thuộc địa (Anh, Pháp, Tây Ban Nha...) như thế nào. Chúng ta có sinh ngữ–ngôn ngữ sống, tử ngữ–ngôn ngữ chết, và cũng có những ngôn ngữ ma luôn lẩn quất và ám ảnh? Trong mọi ngôn ngữ mạnh đang được sử dụng ngày nay, đều mang vô số bóng ma của những ngôn ngữ đã bị chôn cất từ nhiều đời trước. Và trong thế giới của những ngôn ngữ mạnh, những ai nói ngôn ngữ thiểu số đều ít nhiều là một dạng ma, khó hiểu, không thể hoà nhập, không chịu biến đi, không chịu chết (cụ thể là trong "Qua Sông Mê", nói rộng ra là những ngôn ngữ như Ainu ở Nhật, của người dân tộc ở Việt Nam, và những bộ lạc ở Úc, Mỹ, và nhiều nơi khác)?

Trần C. Trí: Tôi là một người sống và làm việc với ngôn ngữ (và không tưởng tượng nổi mình có thể làm việc gì khác nếu bị... thất nghiệp). Nói rộng hơn nữa, tôi đã khám phá ra đam mê về ngôn ngữ của mình từ khi bước vào bậc trung học, biến chúng thành giấc mơ của mình, để rồi từ đó về sau, sống với chúng, thở với chúng, làm việc với chúng, và tất nhiên cuối cùng sẽ chết đi với chúng. Ngôn ngữ sống trong tôi, toả vào đời sống quanh tôi, mạnh mẽ và tràn đầy đến nỗi tôi thấy rõ ràng ngôn ngữ chính là con người chứ không phải chỉ là một phần của con người. Trong những lúc giảng bài trong lớp, cùng sinh viên của mình phân tích ngôn ngữ, tôi luôn luôn nêu ra và nhấn mạnh "tính chất người" của ngôn ngữ. Chẳng hạn như trong chỉ một từ ngữ thôi, âm này có ảnh hưởng đến âm kia, đồng hoá nó với mình, hay biến thể đi để không bị trùng lặp (y như những gì thường xảy ra giữa hai hay nhiều người chung sống với nhau). Hiện tượng đồng hoá hay dị hoá này (*assimilation vs. dissimilation*) cũng có thể thấy rõ hơn trong những ngôn ngữ có thanh như tiếng Việt, tiếng Tàu, tiếng Thái... chữ này dùng cạnh chữ kia có thể biến thanh cho hoà hợp hay nổi bật hơn (sự biến thanh này gọi là *tone sandhi*). Hơn thế nữa, chữ nghĩa, giống như con người, cũng được sinh ra, tồn tại, rồi mất đi, và lắm khi sống trở lại... vô cùng kỳ diệu và thú vị. Về "tính người của ngôn ngữ", chắc phải viết ít nhất là một cuốn sách mới nói lên một phần những tinh hoa mà ngôn ngữ có thể cho ta thấy.

Ngôn ngữ cũng ra đời, cũng sống, cũng chết, cũng tái sinh như chúng ta. Có những ngôn ngữ "may mắn" được đãi ngộ trăm chiều, và cũng có những ngôn ngữ "hẩm hiu", bị bạc đãi, bị đào thải, thậm chí bị cố tình xoá bỏ. Nếu chúng ta dựa vào bản chất nhị nguyên của vũ trụ, thì phải hiểu rằng, đã có "ngôn ngữ người" tất phải có "ngôn ngữ ma". Đã có "những người không chịu chết" (Vũ Khắc Khoan), thì sao làm không có "những ngôn ngữ không chịu chết"?

Nhiều người bảo tiếng La Tinh là một tử ngữ, nhưng đâu có phải vậy. Nó chưa bao giờ chết; nó vẫn đang sống, tràn đầy sinh lực, qua các thứ tiếng được dán nhãn là "các thứ tiếng gốc La Tinh" (*Romance languages*) như Pháp, Ý, Tây Ban Nha, Bồ Đào Nha, Lỗ Mã Ni, Catalan, Provençal...

Con người chúng ta cũng không bao giờ chết thật sự, vì sau chúng ta là con cái, cháu chắt, hay những gì chúng ta đã làm lúc sinh thời để đóng góp với cuộc đời mai hậu.

Những người làm công việc sáng tạo nghệ thuật cũng không bao giờ chết, bởi chưng những tác phẩm của họ, nếu có giá trị, cũng sẽ sống mãi với thời gian.

Nói cho cùng, ngôn ngữ chính là chúng ta và chúng ta là ngôn ngữ.

ĐẶNG THƠ THƠ: "Ngôn ngữ không chịu chết"? Vậy thì chứng *aphaxia/mất ngôn ngữ* trong "Vi Khuẩn Trong Vườn Địa

Đàng" mang ý nghĩa gì? Có phải đó là ẩn dụ về thời đại chúng ta đang sống? Toàn cầu hoá ngôn ngữ, vi khuẩn xuyên lục địa, di dân xuyên biên giới, ảo ảnh của vườn địa đàng là cái chết, ngôn ngữ chỉ mang đến sự ngăn cách?

TRẦN C. TRÍ: Chứng mất ngôn ngữ trong câu chuyện này không phải là phản ví dụ đối với tiền đề "ngôn ngữ không chịu chết", vì "mất" không nhất thiết có nghĩa là "chết"; hay nói ngược lại, "chết" cũng chưa chắc là "mất". Cụ Nguyễn Du đã nhắc nhở: *Thác là thể phách, còn là tinh anh.*

Âm thanh chỉ là một trong những chiếc vỏ bọc của ngôn ngữ. Còn nhiều loại vỏ bọc khác nữa: ngôn ngữ qua chữ viết, ngôn ngữ của cơ thể, ngôn ngữ trong tư tưởng, ngôn ngữ trong chiêm bao, kể cả ngôn ngữ của AI (mà cuốn truyện dài sắp ra mắt của cô là một bằng chứng)...

Dù dưới hình thức nào đi nữa, phân tích theo cụ Nguyễn Du, vỏ bọc của ngôn ngữ chỉ là "thể phách", còn chính khái niệm "ngôn ngữ" mới là phần "tinh anh", không bao giờ mất đi. Chứng *aphaxia* chỉ là sự mất mát một phần, nhưng sự mất mát nào cũng đầy ý nghĩa, nhắc nhở chúng ta hãy trân quý những gì còn lại.

Cô hỏi về các ẩn dụ làm tôi khá lúng túng, bởi đã là ẩn dụ thì làm sao... bật mí được? Tuy vậy, tôi rất lấy làm tâm đắc với những ẩn dụ mà cô—qua nhãn quan của một độc giả—đã nhìn thấy được. Không có gì làm phấn khởi bằng mối tương quan tinh thần giữa tác giả và độc giả. Trong đó, ngôn ngữ văn chương được thăng hoa cao độ, tạo nên những hình ảnh, những khái niệm, những suy tư có tính cách triết lý. Tất cả những điều đó đã trở thành một chiếc cầu nối vô hình nhưng vô cùng sống động giữa người viết và người đọc.

Xin được phép dành cho độc giả quyền diễn dịch, "nhìn ra" các ẩn dụ trong truyện ngắn này, cũng như trong các truyện/kịch khác của tuyển tập.

ĐẶNG THƠ THƠ: "Hai Người Loay Hoay Xếp Dọn" là kịch về một cặp vợ chồng dọn đến một căn nhà trên một hòn đảo để chờ chết trong một cơn sóng thần. Tôi thích phần đầu vở kịch, khi hai người vừa dọn vào, treo tấm Lịch Sóng Thần Đếm Ngược, và đếm từng ngày chờ cái chết đến. Tuy biết rằng chỉ còn một tháng để sống, họ vẫn làm mọi việc như khi vừa dọn đến một chỗ ở lâu dài: treo tranh ảnh, sắp xếp sách vở, giấy tờ... những việc làm rất bình thường này làm bật lên tính phi lý của tình huống kịch. Tuy nhiên, qua những cảnh sau, diễn biến kịch chậm lại, những nét sắc cạnh bị mờ đi, và tâm lý hai nhân vật càng trở nên mơ hồ, khó phân định được thái độ của họ với cái chết. Người đọc cảm thấy có điều chưa thoả đáng trong quyết định của họ, chưa rõ động cơ nào thúc đẩy họ từ bỏ cuộc sống. Dường như họ đã phải trả giá khá đắt để có căn nhà trên hòn đảo vào tháng cuối cùng trong đời. Họ có nhu cầu chết cùng lúc với nhau chăng? Hay họ muốn dùng cái chết như cách cột lại hai đời sống? Dường như người vợ phải miễn cưỡng làm theo ý chồng chứ chưa sẵn sàng. Thật sự, anh muốn người đọc nhìn nhận như thế nào về hai nhân vật này? Họ có thật sự tự nguyện hay chủ động trong sự chọn lựa?

TRẦN C. TRÍ: Câu hỏi này của cô làm tôi rất mong rằng độc giả sẽ đọc phần phỏng vấn sau khi đọc vở kịch! Cô nêu nhiều thắc mắc buộc tôi phải giải thích, điều mà tôi—mà chắc là nhiều tác giả khác cũng vậy—thường cố tình tránh né trong lúc dựng truyện/kịch cùng tâm lý và hành động của nhân vật. Trong những cảnh sau của vở kịch, cô thấy mọi thứ mờ đi, từ diễn biến của kịch đến tâm lý nhân vật, và tôi rất mừng thấy mình đã ít nhiều đạt được những hiệu quả mong muốn. Nếu cô thấy tâm lý của hai nhân vật là "mơ hồ", thì thật ra đó là lúc họ đang mâu thuẫn với chính họ. Họ còn "mơ hồ" cả với chính họ, thì bảo sao người đọc không thấy khó hiểu. Cũng như đối với tình yêu, con người bao giờ cũng ray rứt, băn khoăn về cái chết, bao giờ cũng đặt những câu hỏi không có lời giải đáp, bao giờ cũng nghi ngờ chính mình. Ta có thật sự yêu người đó hay không, hay chỉ là yêu hình ảnh của người đó theo như ta muốn. Ta sợ chết hay không sợ chết. Ta đã hiểu gì về cái chết để biết rằng nên hay không nên sợ nó. Nhưng nói gì thì nói, con người vốn *tham sinh uý tử*. Mà làm sao không sợ được, khi nghĩ rằng cái chết sẽ đưa ta về một xứ miền xa lạ. Tại sao hai nhân vật trong vở kịch lại "quyết định từ bỏ cuộc sống"? Đây là điều mà tôi muốn độc giả tự tìm hiểu, theo quan điểm và cách suy diễn riêng của từng người. Nhưng thôi, cô đã hỏi thì tôi cũng phải xin thưa. Một trong những cách phản kháng lại sự không tránh khỏi cái chết chính là cách tìm tới cái chết *on your own terms*. Trước sau gì cũng chết, thì ta thà chọn cho ta một cách chết, còn hơn là cứ ngồi đó khoanh tay chờ chết, hay lúc nào cũng nơm nớp sợ không biết mình chết khi nào. Ít ra ta cũng còn có một chút quyền hạn nào đó trong chuyện này. Nhưng chọn lựa xong rồi, thấy ngày tận mạng càng lúc càng cận kề, thì thấy ra rằng mình vẫn... sợ chết. Đó chính là sự mâu thuẫn, sự "mơ hồ" mà hai nhân vật đã làm cho người đọc cảm thấy được. Cuối cùng, nếu sẽ phải chết, thì tại sao ta lại không muốn được cùng chết với người đã cùng ta đi hết một đoạn đường dài trong cuộc sống? Cho dẫu chính với người đó, ta vẫn hoài trăn trở về tình yêu—*or lack thereof*—của người này dành cho người kia.

ĐẶNG THƠ THƠ: Cám ơn anh đã giải thích rất thoả đáng tâm lý nhân vật kịch. Những ý tưởng lãng mạn về đời sống và tình yêu chỉ được thực hiện qua cái chết. Cũng như người vợ trong kịch nói trên, nhân vật nữ trong "Vi Khuẩn Trong Vườn Địa Đàng" đã chọn cái chết để được gần gũi người cô yêu thầm. Nhân vật nữ trong "Hoa Hạc" chọn tự tử vì quá thất vọng trong tình yêu. Người vợ trong "Phân Cảnh" là trường hợp đặc biệt, người đàn bà này–một cách vô thức– tìm cách thoát khỏi cuộc hôn nhân không còn tình yêu. Tâm lý, tính cách nhân vật được khai triển bằng giọng văn tiết chế, hiệu quả, và tạo nhiều bóng tối phía sau. Người đọc có thể ngầm cảm được những gì nhân vật muốn mà không thú nhận. Trong toàn tập, đây là truyện có hình thức đơn giản nhất, kiệm lời nhất, chân thật và gây xúc động mạnh nhất. Tôi thích thái độ bình tĩnh của người vợ khi nhìn chồng té ngửa nằm trong vũng máu, từ tốn gọi 911, rồi ngồi xuống chờ xe cứu thương đến. Những diễn tiến như cảnh hiện trường quay ngược trong đầu bà: *"Bà sẽ đứng lên, đi giật lùi lại chỗ vừa đứng gọi điện thoại, gác máy xuống, rồi tiếp tục đi ngược lại chỗ cái cây lau nhà. Cuối cùng, bà trở lại nơi đã đứng ngay lúc ông trượt chân ngã. Trên nền bếp, vũng máu của ông từ từ rút lại, nhỏ dần, nhỏ dần, rồi biến mất. Ông vụt đứng dậy, nhanh như lúc vừa ngã xuống, hai cánh tay vẫn còn dang ra phía trước. Cũng như bà, ông đi giật lùi về phía cái bàn, ngồi mạnh xuống ghế."* Chi tiết đắt giá là người vợ nhìn xuống hai bàn tay mình, không (cần) dính máu. Tại sao tựa truyện là "Phân Cảnh"? Tình thế cuối truyện là tai nạn rủi ro hay một mưu kế có tính toán cẩn thận? Người vợ là nạn nhân hay đạo diễn, dù một cách vô thức? Đời sống vợ chồng luôn là một vở kịch, con người không bao giờ sống thật được trong hôn nhân (người mẹ trong "Khoảng Cách" cũng nói tương tự)?

TRẦN C. TRÍ: Trong "Phân Cảnh", cô thấy một cuộc hôn nhân không còn tình yêu. Chắc chúng ta vẫn nghiệm ra được điều này, rằng chẳng những chỉ có hôn nhân mới là một vở kịch, mà cả đời sống của mỗi người rốt ráo cũng là một vở kịch. "Sống thật" không thể nào là tuyệt đối, và không phải sự thật nào cũng là giải pháp khả dĩ nhất.

Tình yêu, nếu không có được trong cuộc sống này, nó sẽ phải vươn tới những cõi khác để được thành hình, để được "hiện hữu". Ngoài thế giới con người và thế giới ma quái, chúng ta còn nhiều cảnh giới khác nữa, chẳng hạn như thế giới của mộng mơ và thế giới của tưởng tượng. Trong thế giới của tưởng tượng, chúng ta được tự do tìm đến những gì hằng khát khao, hằng thiếu thốn, hằng bất mãn...

"Phân Cảnh", bởi vì mỗi diễn tiến trong đời sống hằng ngày của chúng ta có khác gì từng đoạn trong một cuốn phim chiếu lên màn bạc. Tuy là phân cảnh, nó không hề biệt lập mà luôn có mối tương quan nhân quả với nhiều phân cảnh trước, cũng như bao nhiêu hệ luỵ đối với những phân cảnh đến sau. Cô nêu thắc mắc, tình huống cuối truyện là tình cờ hay được sắp xếp, nhân vật nữ là nạn nhân hay là người dựng tình tiết. Tôi nghĩ, người viết không cần, và không nên, giải thích, phân trần với người đọc. Chính những hành động, suy nghĩ và lời nói của nhân vật sẽ giúp độc giả "sống" với câu chuyện. Nếu muốn, người đọc sẽ tự đặt mình vào địa vị của nhân vật để đồng cảm với họ và tự tìm ra câu trả lời cho chính mình.

Vai trò của một nạn nhân và của một đạo diễn mà cô nhắc đến rất hay, gợi nhiều suy nghĩ. Biết đâu chừng, khi bị đối để, lâm vào đường cùng, một nạn nhân có thể trở thành người đạo diễn tài ba cho cuốn-phim-đời-mình.

ĐẶNG THƠ THƠ: Một số truyện lồng theo hình thức phỏng vấn, tư vấn, hoặc có sự hiện diện của một nhân vật thứ ba gỡ rối, dùng kiến thức khoa học để giải đáp thắc mắc cho nhân vật chính, hoặc đóng vai dẫn chuyện (Tim trong ""Khi Đàn Bướm Về", ông Morpheus trong "Lối Về Của Nước", bà chuyên viên tâm lý trong "Đối Xứng", ông Lãng trong "Nhân Ảnh", người bạn trong "Màu", người mẹ trong "Khoảng Cách"...). Có thể coi những truyện này là đối điểm/*counterpoint* của những truyện ma, vì những truyện này đi tìm một kết thúc hợp lý cho sự phi lý, còn những truyện ma là kết thúc vượt trên lý lẽ của những điều bình thường?

TRẦN C. TRÍ: Mỗi lần tôi sắp đặt bút xuống viết một truyện ngắn mới, ngoài nội dung đã thành hình, điều thử thách lớn nhất đối với tôi là thể hiện nội dung đó qua hình thức nào. Tôi vốn mê phim ảnh và âm nhạc, và rất thích những diễn viên hoá thân thành nhiều nhân vật khác nhau trong nhiều cuốn phim, cũng như những ca sĩ làm cho người nghe phải phân vân một lúc rồi mới nhận ra được giọng của họ. Đó là tính chất độc đáo của nghệ thuật trình diễn. Cũng vậy, trong văn chương, người viết cần phô bày nhiều góc cạnh, nhiều quan điểm, nhiều tiếng nói... để trình bày một vấn đề nào đó hầu gây được hiệu quả mong muốn. Truyện ma hay truyện người, hợp lý hay phi lý, gẫm cho cùng, cũng là về con người chúng ta. Người viết có dẫn dắt người đọc qua thế giới bên kia, hay giữ người đọc ở thế giới bên này, hẳn cũng chỉ để đạt được mục đích tối hậu là miêu tả cuộc sống, tâm tình và thân phận con người. Như những mảng màu đậm nhạt, sáng tối khác nhau trong một bức tranh, những điều hợp lý/phi lý hay bình thường/bất thường trong một tác phẩm văn chương là một sắp xếp có chủ ý của tác giả.

Nếu cô thấy rằng các truyện ngắn này là những đối điểm của nhau, thì tôi rất mừng là sự cố gắng của mình để có được sự cân bằng trong các tác phẩm đã tương đối có kết quả.

ĐẶNG THƠ THƠ: Kịch "Bờ Dốc" có nhân vật chính là người đàn ông đi tìm lại vở kịch do ông viết và bị thất lạc hay lấy trộm từ lâu. Ông đến thăm mộ văn hào Albert Camus và trò chuyện với Camus bằng cách cầu cơ. Trong kịch này, anh nhắc rất nhiều đến vở "Ngộ Nhận" của Camus. Có sự liên quan như thế nào giữa "Bờ Dốc" và "Ngộ Nhận"? Lý do nào anh viết vở kịch này? Có phải sự phi lý trong đời sống nằm ở chỗ mỗi người đều đi tìm một kịch bản bị đánh mất, đó mới là nơi họ thực sự là chính họ?

TRẦN C. TRÍ: Đúng ra, phải gọi vở kịch này là "Bờ Dốc 2" mới đúng, vì "Bờ Dốc 1" chính là vở kịch bị thất lạc. Trong khi những tình tiết khác trong vở kịch là hư cấu, chi tiết người đàn ông viết vở kịch là dựa trên chuyện thật, vì chính tôi đã viết vở kịch bị đánh mất đó. Thuở mới lớn, ngoài tiểu thuyết, tôi còn được đọc một số vở kịch Việt Nam như "Người Viễn Khách Thứ Mười" của Nghiêm Xuân

Hồng, "Những Người Không Chịu Chết" và "Thành Cát Tư Hãn" của Vũ Khắc Khoan, hay một vài vở kịch ngoại quốc qua các bản dịch Việt ngữ, như "Bạo Chúa Caligula" và tất nhiên, "Ngộ Nhận"—cả hai đều là của Albert Camus và do Bùi Giáng dịch. Hình thức khác lạ của kịch viết so với truyện ngắn và tiểu thuyết như một làn gió mới thổi khu vườn văn chương của riêng tôi. Đặc biệt, phong cách dịch thuật và cách dùng từ ngữ của Bùi Giáng đã làm tôi thật sự say mê, nhất là trong vở "Ngộ Nhận". Ông như nhảy múa, đùa giỡn, chờn vờn với chữ nghĩa tiếng Việt, coi ngôn ngữ Pháp trong bản gốc chỉ là một cái cớ cho ông có dịp bông đùa với tiếng mẹ đẻ một cách rất đỗi tài hoa. Văn dịch mà nghe như có nhạc, có thơ, có hoạ trong đó.

Về nội dung của "Ngộ Nhận", với cảm xúc của một thanh niên mới lớn, lần đầu tiên tôi đối diện với những ngõ ngách sâu xa, khó hiểu của trái tim con người, với những thảm kịch cá nhân của họ. Người mẹ thương con đến độ mù quáng, tiếp tay làm chuyện ác; người con gái khát khao một cuộc sống khác, sẵn sàng làm chuyện ác, hầu đạt được sở nguyện; người con trai thương mẹ, nhưng lẩn thẩn, dại dột đùa với tình huống; người vợ yêu chồng, đau khổ vì thảm kịch bất ngờ và phi lý; cả đến người tớ già câm nín cũng đã "nói lên" được nhiều uẩn khúc của câu chuyện... Tôi mê bản dịch này đến nỗi đã quyết định chép tay lại hết vở kịch vào một cuốn vở học trò, để cứ lâu lâu lại nghiền ngẫm nó một lần.

Đến một hôm, tôi quyết định sẽ ngồi xuống viết vở kịch "Bờ Dốc" này. Chính vở kịch "Ngộ Nhận" đã đưa đẩy đến "Bờ Dốc 1", và "Bờ Dốc 1" đã đẩy đưa đến "Bờ Dốc 2". Trong vở kịch, tôi muốn nói đến những mất mát bên cạnh những gì chúng ta có được trong đời sống, điều mà ai cũng trải qua, có khác chăng là mỗi người có/mất theo một kiểu khác nhau. Điều phi lý, nếu có, có lẽ nằm ở chỗ con người ít khi chấp nhận sự mất mát và xem thường những gì mình đang có.

Vở kịch "Bờ Dốc" này còn do một động lực thú vị khác nữa. Đến đây, tôi xin phép cô để quay sang thưa chuyện với độc giả một chút về chuyện này nhé.

Nhà văn Đặng Thơ Thơ, người đang phỏng vấn tôi ở đây—gần 5 năm về trước—chính là người đã chào đón tôi trở lại với văn chương chữ nghĩa sau mấy mươi năm tôi tạm gác bút. Nhưng còn hơn thế nữa. Số là thỉnh thoảng chúng tôi lại có một buổi gặp gỡ văn nghệ mà chúng tôi gọi thân mật là "cà-phê đàm". Trong một lần như vậy, tôi có kể cho cô Thơ Thơ nghe về vở kịch đầu tay của tôi—chỉ là dưới dạng bản thảo—đã bị thất lạc một cách khó hiểu, lúc tôi còn ở Việt Nam. Cô Thơ Thơ cảm hứng, gợi ý rằng tôi nên viết một vở kịch về vở kịch đã mất đó. Thú thật, ngay lúc đó, tôi thấy chuyện ấy quả là khá xa vời, chỉ biết cười lãnh hội ý tưởng này. Phải đến vài năm sau, một hôm ngẫu hứng, nhớ lại lời gợi ý đó, tôi mới bắt tay vào viết vở kịch này. Một số chi tiết trong vở kịch cũng là do cô Thơ Thơ góp ý. Chính vì thế mà tôi đã đề tặng "Bờ Dốc" đến nhà văn Đặng Thơ Thơ. Không có lời gợi ý của cô, đã không có vở kịch này.

Vì thế, tôi muốn cám ơn cô đã tạo nên cái duyên văn nghệ độc đáo này. Viết vở kịch, tôi như được quay lại với thời thanh niên của mình, sống lại với những cảm xúc, đam mê, những khám phá đầu đời của mình về cuộc sống; không phải ai trong chúng ta cũng có được cơ duyên hãn hữu như vậy.

ĐẶNG THƠ THƠ: Rất cám ơn kịch tác gia đã đề tặng vở kịch "Bờ Dốc" cho kẻ vẫn được gọi là "giám đốc" này. Tôi rất vui, không ngờ lời đề nghị của mình đã đạt kết quả ngoài mong đợi như vậy. Ngoài những yếu tố cần thiết cho kịch, như sức lôi cuốn về tình tiết, các nút thắt mở, cao trào, chủ đề, sự cân bằng về cấu trúc..., "Bờ Dốc" còn nới rộng, san bằng, xoá nhoà biên giới giữa đời thật và kịch bản. Không có ranh giới rõ ràng, kể cả sàn diễn, vì ngay đằng sau sàn diễn lại là đời sống trùng điệp quá khứ, hiện tại, tương lai. Tôi rút ra được nguyên lý này cài đặt trong truyện "Ranh Giới", một truyện có cách viết tự nhiên, rất thoáng, lãng đãng các cảm giác và tri giác trong trạng thái vừa mơ ảo vừa thông suốt. Nhân vật chính đi dự một đám tang trong tâm trạng tiếc nuối, ân hận, tuyệt vọng. Anh ngồi nghe vị mục sư làm lễ trên sân khấu. Thình lình, anh hiểu ra là người chết không nằm trong áo quan: *"Rồi, anh chợt nghiệm ra, Tấn đang ở bên kia bức màn nhung to lớn màu xanh tím trên sân khấu, sau lưng vị mục sư trẻ vẫn đang thao thao lời Chúa. Anh thấy mình cần phải gặp Tấn ngay bây giờ. Anh đứng bật dậy khỏi băng ghế. Hiệp nhìn anh, không có vẻ gì là ngạc nhiên. Anh đi như chạy về phía sân khấu, leo lên các bậc thang. Cử toạ trong nhà thờ nhốn nháo hẳn lên. Anh đi qua mặt vị mục sư. Anh ta hơi giật mình, nhưng vẫn tiếp tục nói. Nhà thờ bây giờ ồn ào với nhiều tiếng động khác nhau.*

"Anh chạy ào tới tấm màn, vén nó qua một bên rồi lao tiếp về phía trước, bỏ lại tất cả những huyên náo ở đằng sau. Quả như anh nghĩ, Tấn đang đứng sau tấm màn. Trước mặt hai người là một vùng biển xanh ngát. Có một pha trộn huyễn hoặc giữa tiếng rì rào của biển và một im lặng tuyệt đối ở nơi hai người đang đứng."

Cám ơn giáo sư, nhà văn, dịch giả Trần C. Trí đã vén tấm màn cho người đọc xem những khả thể khác, bên ngoài văn bản, ngôn ngữ, sân khấu, cuộc đời.

TRẦN C. TRÍ: Một lần nữa, xin cám ơn nhà văn Đặng Thơ Thơ thật nhiều đã dành thời gian và tâm huyết cho cuộc phỏng vấn này qua các câu hỏi gợi nhiều suy nghĩ và cảm xúc, không phải chỉ cho riêng tôi, mà còn cả đến những độc giả đang cầm trên tay tuyển tập này. Mến chúc cô luôn an vui, dồi dào cảm hứng trong văn chương cũng như trong cuộc sống hằng ngày.

LŨ VƯỜN XUÂN

Trời mưa rả rích mấy hôm nay. Cây nhãn trước sân rụng hoa tơi bời. Má xuýt xoa, "Vậy là mất mùa nhãn năm nay rồi!" Cô ngồi bó gối trên giường, ngó qua cửa sổ, nhìn những chùm hoa ti-gôn vật vờ theo những giọt mưa nhỏ rơi đều trên giàn hoa phủ kín bức tường loang lổ. Mấy cuốn sách, vài ba tờ tạp chí nằm vương vãi trên giường, cô đã đọc nhẵn hết, không còn chữ nào để đọc nữa. Má đang đứng lúi húi nấu nướng trong gian bếp tồi tàn dựng tạm trong lối đi hẹp giữa căn nhà cũ kỹ của cô và căn nhà bên cạnh. Cô hỏi má có cần giúp gì nữa không sau khi đã phụ má vo gạo và rửa rau, nhưng không nghe má trả lời. Cô buồn buồn nhìn lên bầu trời xám xịt của buổi chiều đang hấp hối bên ngoài, trong lúc mùi thơm của nồi thịt kho trứng và mùi cơm chín tới bắt đầu toả nhẹ nhàng trong gian nhà nhỏ. Lúc cô đang chun mũi hít hà mùi thơm của thức ăn, má đã đứng trước mặt cô tự bao giờ.

"Sửa soạn ăn cơm đi,"—má nói—"rồi tối nay còn đi ra biển coi nước lên nữa."

"Má!"—cô kêu lên, chới với—"Mưa kiểu này, biển động lắm mà sao lại ra đó làm gì? Hồi giờ nhà mình có khi nào làm chuyện đó đâu?"

Má không trả lời, quay trở ra bếp. Cô đứng lên, đi theo ra để phụ má dọn cơm. Cô để riêng ra cho ba một phần để khuya ba đi bán về sẽ ăn như mọi lần. Hai mẹ con bắt đầu ngồi ăn cơm trong ánh đèn mờ nhạt của cái đèn dầu cũ. Vừa ăn, cô vừa thủ thỉ:

“Má biết con sợ nước lắm mà sao má lại bắt con đi ra biển, nhất là buổi tối nữa?”

Má ngó cô bằng ánh mắt mà chưa bao giờ cô thấy trước đây, chậm rãi nói:

“Ăn lẹ lẹ đi để đi sớm, còn có chỗ đứng. Người nào cũng muốn ra đó hết.”

Cô nghe như cơm nghẹn lại trong họng. Một lúc sau, cô ngập ngừng nói:

“Má, hồi giờ con muốn hỏi má điều này mà chưa dám hỏi. Hồi đó, trước khi má xé lá thư của Nhân gởi cho con, má có đọc không?”

“Có, má có đọc, nhưng chuyện đã cũ rồi, con còn muốn biết để làm gì?”

Cô trào nước mắt:

“Má ác lắm, má có biết đó là lá thư đầu tiên mà cũng là lá thư cuối cùng của một người đàn ông gởi cho con không? Vậy mà con không bao giờ được đọc nó.”

Má cười khẩy:

“Đàn ông gì? Lúc tụi con bậy bạ với nhau, thằng đó mới mười tám tuổi.”

“Bậy bạ? Bộ má tưởng thương một người mà biết là không bao giờ lấy được người đó chắc sung sướng lắm hay sao?”

Má buông đũa đứng lên, nói thõng:

“Câu này con đã nói với má ngay sau khi má xé lá thư đó rồi. Con không cần nhắc lại đâu."

Thình lình, má ngó thẳng mặt cô, gằn từng tiếng:

“Má có thể đọc lại một câu nó viết trong thư cho con, nếu con muốn.”

Cô cũng nhìn thẳng vào má, chờ đợi.

Má đọc như thuộc lòng:

“Hãy tha lỗi cho anh và mình hãy yêu nhau cuồng dại đi em, vì anh biết chẳng bao giờ chúng ta sẽ lấy được nhau đâu.”

Đoạn má vừa đi xuống bếp, vừa buông ra một câu cụt lủn:

"Đồ con nít ranh!"

Cô sững người. Nước mắt tiếp tục tuôn trào lúc cô thẫn thờ dọn dẹp chén đũa. Khi cô rửa mặt xong xuôi, má đã đứng trước mặt cô, bận đồ đen từ trên xuống dưới, áo trong lẫn áo ngoài. Cô cũng khoác một cái áo mưa, cùng má đi ra đường. Trời vẫn mưa rả rích. Hai hàng đèn đường vàng lập lờ trong đêm tối, làm nổi bật những bóng người đang lũ lượt đổ xuống biển. Đoàn người vừa đi vừa rì rầm với nhau, tạo ra một loại tiếng động kỳ dị trong im lặng. Má chậm rãi bước đi. Hai mẹ con không nói với nhau điều gì nữa.

Biển đen một cách đậm đặc. Khoảng cách từ bãi cát xuống biển đêm nay bỗng xa vời vợi, tựa như từ một mỏm núi ngó nhìn xuống dưới vực sâu. Hàng trăm, hàng ngàn người vừa ồn ào, vừa im lặng, đứng nhìn mảng nước đen khổng lồ dàn trải ra phía dưới, như sẵn sàng nuốt chửng lấy bất cứ ai sẩy chân rơi xuống. Biển đêm nay đặc biệt không có sóng, nhưng khối nước đen cứ như từ từ dâng lên, dâng lên mãi. Bao trùm lên tất cả là một sự im lặng mênh mang, tràn ngập vùng biển đêm. Cô thấy toàn thân như nhũn ra, ngộp thở vì sợ. Má thản nhiên nhìn thẳng xuống biển. Cô nhớ mình đã thấy cảnh biển đen kinh hoàng này trong một giấc mơ nào rồi. Không, đúng ra là trong nhiều giấc mơ lặp lại như thế. Đêm nay cô thật sự chứng kiến cảnh biển đen huyền bí này cùng với má. Khoảng cách giữa chỗ cô đứng và vùng biển phía dưới vừa xa thẳm, vừa gần một cách đáng sợ. Có lúc cô thấy như mình đã chìm xuống lòng biển tự khi nào, có lúc cô lại thấy mình choàng thoát ra khối nước âm u đó. Nhìn qua bên cạnh, cô thảng thốt khi má đã đi về lúc nào không biết. Còn lại mình cô với đám người dường như cũng đang dần dần quyện lại thành một khối đen như để cùng nhau cố chống trả lại vùng nước mênh mông đầy đe dọa phía bên dưới.

Lúc còn khoảng nửa đường nữa thì về đến nhà cô, trời bỗng dưng đổ mưa. Cô bật quạt nước trước và sau xe trong khi cơn mưa cứ từ từ tăng cường độ. Ba ngủ gà ngủ gật trên xe. Cô bặm môi lái xe trong màn mưa trắng xoá, hai tay ghì chặt tay lái, cứ sợ chạy xe không vững trong cơn mưa mạnh bạo này. Cô nhớ là mình vừa ra khỏi xa lộ, tiến vào con đường quen thuộc dẫn về nhà. Vậy mà không hiểu sao hai bên đường, những cửa tiệm cô vẫn đi qua hằng ngày cứ dần dần biến mất, nhạt nhoà theo làn mưa. Đến một chỗ, cô thảng thốt nhìn qua hai bên, thấy toàn là nước trắng xoá, cuồn cuộn chảy, như muốn tràn vào trong xe.

Ba choàng tỉnh, ú ớ hỏi:

"Mưa hở con? Mưa gì mà lớn quá!"

Cô cố trấn tĩnh:

"Dạ, mưa ba à. Không sao đâu. Mình gần về tới nhà rồi."

Đoạn cô cố nói bằng giọng bình thản, nói chuyện với ba để quên đi nỗi sợ đang dâng lên trong lòng:

"Mưa này làm con nhớ mấy hôm trước con nằm mơ thấy má. Trời cũng mưa trong chiêm bao, nhưng không to như bây giờ."

Ba hỏi:

"Con thấy má vui hay buồn?"

Cô đáp:

"Dạ, trong chiêm bao, má không vui mà cũng không buồn. Nhưng kỳ lắm ba à, lần nào con nằm mơ thấy má, má cũng có vẻ rất giận con. Không biết ngày trước má buồn con chuyện gì. Ít khi nào trong chiêm bao mà má vui vẻ với con."

Thấy ba ngồi yên không nói gì, cô lại nói tiếp:

"Con nghĩ chắc giữa má với con có gì chưa thanh thoả với nhau lúc má còn sống, ba à. Thành ra bây giờ con muốn làm như vậy với ba, để sau này..."

Ba quay qua ngó cô:

"Ba thấy giữa ba và con có gì mà không thanh thoả
đâu?"

Cô mím môi:

"Phần ba thì ba không thấy gì, nhưng về phần con thì
con nặng nề trong lòng lắm. Con phải nói với ba một lần rồi
thôi."

Rồi cô hỏi:

"Hồi giờ ba có mất món gì mà ba không biết kể với ai
không?"

Trong khi nói, cô vẫn giữ mắt thẳng về phía trước,
chăm chú lái xe trong mưa. Tiếng mưa đập vào mui xe càng
lúc càng mạnh. Gió gào thét từ bốn phía. Không gian trắng
xoá dưới cơn mưa. Ba làm thinh thật lâu khiến cô có cảm
tưởng như ba lặng người đi về câu hỏi của cô. Một lúc sau,
ba mới hỏi lại:

"Vậy ra con là người lấy cái hộp thư và hình cô Tuyết
của ba à? Hồi giờ ba vẫn nghĩ là má con lấy giấu đi chứ."

Cô ứa nước mắt:

"Con xin lỗi ba. Lúc đó con chỉ nghĩ có một điều là má
không thể biết gì về cái hộp này. Và con nghĩ cách hay nhất
là thủ tiêu nó đi cho má khỏi biết, khỏi buồn. Bây giờ con
mới thấy rằng đó không phải là cách hay nhất. Ba có giận
con không, ba?"

Giọng ba lạnh như băng:

"Không, có gì đâu mà giận. Ba còn muốn cám ơn con
nữa đó. Ít nhất là bây giờ ba cũng biết được ai là người lấy
cái hộp."

Nước hai bên đường cứ càng lúc càng dâng cao. Cô
không biết bốn bánh xe có còn lăn trên đường nổi nữa hay
không, hay là chiếc xe đang bồng bềnh trên một dòng sông
mưa. Trước mặt, sau lưng, hai bên, bây giờ bao la những
nước là nước, y như trong những giấc mơ của cô. Nỗi sợ
hãi của cô cũng dâng lên theo mực nước. Không có một
chiếc xe nào khác chung quanh cô. Cô không còn thấy nhà
cửa, tiệm tùng gì nữa. Cô định cất tiếng hỏi xem ba có sợ

như mình không thì khi ngoảnh qua nhìn, cô mới biết là ba đã ra khỏi xe tự bao giờ.

....

Cô thắp hai cái nến trắng trên bàn thờ cho ba. Cô len lén nhìn bức di ảnh của ba, vẫn khuôn mặt nghiêm nghị trong hầu hết các tấm ảnh. Đây là bức hình ba chụp hôm cô ra trường, hẳn nhiên ngày đó ba phải vui lắm. Vậy mà ba vẫn giữ thói quen là ít khi cười trước ống kính. Cô nắm hai tay vào nhau, thấy trong lòng nhẹ đi đôi chút sau lời thú tội của cô trong cơn mưa với ba.

Anh đã dậy lúc nào cô không hay. Anh tiến tới từ sau lưng cô, cố nói giọng thật nhẹ để cô khỏi giật mình:

"Em thắp nến cho ba sớm vậy?"

Tuy thế, cô vẫn thấy hơi bất ngờ. Và ngạc nhiên nữa:

"Ủa, sao giờ này anh còn ở đây?"

Anh cười nhẹ:

"Em quên là đang lụt à? Nước ngập thế này mà đi đâu được?"

Cô ngó ra ngoài patio, hướng mắt ra khu vườn phía sau. Quả thật, trận lụt mấy ngày qua chưa có vẻ thuyên giảm chút nào. Cơn mưa lớn mấy ngày hôm nay, cộng với nước lũ từ thượng nguồn kéo về, đã làm quanh nhà cô thành một vùng nước mênh mông. Những chậu hoa xinh xinh của cô đã biến mất dưới nước, chỉ còn nhô lên mặt nước những cây ăn trái cao to. Trước nhà, hai bên nhà, sau nhà toàn nước là nước, chẳng khác gì trong những giấc mơ của cô.

Cô quay lại nhìn anh:

"Hôm nay em thấy anh khoẻ hơn mọi ngày đó."

Anh vỗ vào má cô:

"Em chỉ nói vớ vẩn. Anh lúc nào chả khoẻ."

Đoạn anh đổi giọng nghiêm nghị:

"Em à, một ngày lụt lội như hôm nay vậy mà hay. Hai đứa mình cùng không phải đi làm. Anh muốn nhân dịp này nói với em một chuyện."

Cô hồi hộp hỏi:

"Chuyện gì vậy anh? Nghe giọng anh, em sợ quá!"

Anh không trả lời mà hỏi lại cô:

"Em còn nhớ cái Tết mà anh đi conference ở Denver nhằm lúc tụi mình đang giận nhau không?"

Cô đáp, giọng chợt nặng trĩu:

"Sao lại không nhớ? Anh nhắc lại lần đó làm gì, bộ muốn chọc cho em tức một lần nữa hở?"

Anh vòng tay qua ôm eo cô:

"Không có đâu, đừng nói vậy tội nghiệp anh. Nhưng đúng là hôm đó anh phải gọi điện thoại chúc Tết em."

Cô dựa vào ngực của anh, tìm mùi thơm quen thuộc:

"Anh đã xin lỗi em về chuyện đó rồi mà. Tự nhiên hôm nay lại đem chuyện cũ ra làm chi vậy?"

"Anh còn phải xin lỗi em về một chuyện khác nữa."

Tự dưng cô thấy buồn cười:

"Sao anh nhiều lỗi quá vậy?"

Anh vẫn không rời cô:

"Em có hứa là sẽ tha lỗi cho anh sau khi anh thú tội hay không?"

Cô bật cười:

"Cái anh này khôn ghê! Chưa thú tội mà đã bắt người ta tha lỗi. Nhưng thôi được, lâu lâu em xuống nước với anh một lần cũng không sao. Em tha lỗi cho anh trước đó!"

Anh thủ thỉ vào tai cô:

"Hôm trước khi anh đi họp, anh có giấu một món quà Tết cho em, định tới nơi gọi về cho em chỉ chỗ cho em lấy. Vậy mà..."

"Vậy mà sao?"—cô gặng lại.

"Vậy mà sau khi xin lỗi vì đã không gọi em rồi, anh vẫn chưa cảm thấy hoàn toàn thoải mái để nhắc tới món quà đó. Cho mãi tới bây giờ..."

Cô thở hắt ra:

"Em ghét mấy người ưa hờn mát lắm, nhất là đàn ông!"

Anh cười buồn:

"Bây giờ thì anh có muốn hờn giận ai cũng không được nữa rồi, phải không?"

Cô thắc mắc:

"Rồi anh làm gì với món quà đó?"

"Nó vẫn ở trong nhà đây thôi. Nhưng anh muốn em tìm ra nó khi nào không có anh bên cạnh."

"Rồi làm sao em biết nó ở đâu?"

Anh cười bí mật:

"Đừng lo. Rồi em sẽ biết mà."

Lần này thì anh hôn nhẹ lên trán cô rồi rời cô ra hẳn. Anh đi vào phòng làm việc, khép cửa lại. Cô đến cái sofa, ngồi xuống và ngó mông ra vùng nước bên ngoài. Nước vây quanh căn nhà cô như vây quanh một ốc đảo. Trời không còn mưa như mấy ngày trước, nhưng không gian vẫn âm u như thể một trận mưa nào khác đang chực chờ rơi xuống. Cô có ý đợi anh làm việc xong lại ra nói chuyện với mình, nhưng thật lâu cô vẫn không nghe động tĩnh gì cả. Một lát sau, cô bước lại gần cánh cửa phòng, gõ nhẹ vài tiếng. Vẫn không nghe anh trả lời, cô đẩy cửa nhìn vào. Chẳng thấy anh đâu.

· ·

Cô mở choàng mắt ra, định thần một lúc mới nhớ ra hôm nay là Chủ nhật, không phải đi làm. Cô nhìn xuyên qua cánh cửa thông ra phía sau nhà. Nước vẫn còn ngập vườn và trời đang đổ một cơn mưa nhỏ. Những giọt mưa rớt xuống mặt nước, tạo thành những vòng tròn cứ lan rộng mãi ra cho đến khi hoàn toàn biến mất. Những chiếc bong bóng nổi phập phồng trên mặt nước. Cô nhớ ngày xưa má nói mưa bong bóng là mưa dai, tuy không nhất thiết là mưa lớn. Đã từ lâu, cô không còn thói quen vươn tay ra bên cạnh để kiếm anh vào mỗi buổi sáng, để được anh giật mình ôm choàng lấy cô trong cơn ngái ngủ. Chiếc gối bên cạnh dành cho anh vẫn nằm im lìm như bao nhiêu năm nay. Chợt cô giật mình thấy chiếc gối của anh có một vết trũng như có ai đã nằm lên đó. Cô bần thần tự hỏi có thật là tối hôm qua anh đã về và nằm trên gối, hay chính là cô đã lăn qua và nằm trên đó. Một ý nghĩ vụt thoáng qua đầu cô. Cô hồi hộp giở nhẹ cái gối của anh lên. Dưới gối là một phong bao mừng tuổi màu đỏ. Cô nhấc cái phong bao lên rồi dùng hai ngón tay kéo từ bên trong ra một tờ giấy bạc. Đó là một tờ hai đô-la, gấp lại làm ba. Cô run run mở tờ bạc ra. Nét chữ rắn rỏi, bay bướm của anh hiện ra trên tờ giấy bạc: "Cho em mùa xuân và những ngày còn lại của đời anh." Cô cắn môi thật mạnh. Hai hàng nước mắt trào xuống má. Cô không hiểu mình khóc vì cảm động, vì kinh ngạc hay vì sợ hãi. Tại sao lại có sự trùng hợp kỳ lạ như vậy? Cách đây hơn hai mươi năm, chính cô đã viết những dòng chữ này vào tấm thiệp mà cô nắn nót vẽ bằng tay để gởi cho Nhân: "Cho anh mùa xuân và những ngày còn lại của đời em." Mùa xuân năm đó, Nhân đã hân hoan đón nhận từ cô, vì Nhân và cô đã trải qua những ngày Tết hoan lạc, nồng ấm nhất bên nhau. Nhưng những ngày còn lại của đời cô thì Nhân đã lãng quên. Còn anh thì sao? Anh đã cho cô chỉ vài mùa xuân ngắn ngủi, nhưng quả thật là anh đã cho cô hết những ngày còn lại của đời anh rồi.

Chợt cô ngửi thấy mùi cà-phê thơm nồng trong không gian. Cô nhíu mày, không hiểu vì sao. Từ khi anh mất, cô không bao giờ mua cà-phê nữa vì cô không thích uống cà-phê như anh. Mùi cà-phê toả ra từ nhà bếp. Cô rời khỏi giường, rón rén đi vào nhà bếp. Đến ngưỡng cửa, cô đứng khựng lại trước một cảnh tượng vừa đáng kinh ngạc, vừa thật dễ thương: Ba và má ngồi ở bàn ăn, trước mặt mỗi người là một tách cà-phê. Ba má đang nói chuyện và cười vui vẻ với nhau. Cô nhớ lại là mình chưa từng thấy ba má cười nói với nhau như thế này bao giờ. Ba má dường như không để ý đến cô, hay không thể thấy cô vì một lý do nào đó. Cô cũng không nghe được ba má nói với nhau những gì. Giống như một phân cảnh trong cuốn phim mà ai đó đã bấm nút *mute* trên cái điều khiển.

Cô khẽ khàng quay người lại, như thể sợ làm kinh động giây phút hiếm có của ba má. Lúc cô trở lại phòng ngủ, ánh sáng đã tràn ngập gian phòng. Bên ngoài patio, trời đã tạnh mưa tự lúc nào. Ánh nắng chan hoà đã lên cao, nhảy múa thành những bông hoa nắng nghịch ngợm trên mặt nước trong khu vườn vẫn còn ngập tràn sau cơn lũ mùa xuân.

KHOẢNG CÁCH

Anh đã đến cái tuổi nhớ chuyện xưa nhiều hơn chuyện nay. Nhất là số và tên. Nhiều con số liên quan đến những chuyện xa lăng xa lắc, hay tên tuổi của nhiều nhân vật đã chìm rất lâu vào quá khứ, anh vẫn nhớ rõ mồn một. Ngược lại, nhiều con số quan trọng trong sinh hoạt thường nhật hay ở sở làm, hoặc tên tuổi của nhiều người tiếp xúc với anh hầu như hằng ngày, anh lại quên một cách dễ dàng. Chẳng hạn như chiều hôm nay, vợ con đi vắng cả, anh ra ngồi ở hàng hiên sau nhà. Nắng hanh vàng phủ một mầu mật óng ả, ngọt ngào trên cỏ xanh và hoa dại. Tách trà thơm trên bàn toả ra mùi thơm thanh thoát, vừa đưa anh ra khỏi thực tại, vừa kéo anh về một quá khứ nào xa thăm thẳm ở quê nhà. Không dưng bốn chữ Nha Trang Thương Cuộc hiện ra trong trí anh. Và cùng với cái tên đó, khung cảnh nhà ông ngoại cũng bừng sáng, linh hoạt trong ký ức của anh. Dãy nhà hình chữ H nằm khuất sau một khoảng vườn rộng mênh mông phía trước với cây cỏ đủ loại màu sắc và hương thơm. Những con người bên trong đi qua đi lại, nói cười, bận bịu tíu tít. Những âm thanh khi náo nhiệt, khi trầm lắng. Cánh nhà bên trái là nơi ăn ở, sinh hoạt trong gia đình. Cánh nhà bên trái dành cho hoạt động xuất nhập cảng của đại gia đình mà ông ngoại là đầu tàu.

Cùng với cái tên của công ty, anh cũng không bao giờ quên số điện thoại của nó. 2284. Công ty của ông ngoại thành lập khoảng cuối thập niên 60. Vài năm sau, nhu cầu sử dụng điện thoại tăng cao. Mỗi số điện thoại thời đó phải thêm một số 0 sau con số thứ nhất. Số điện thoại của Nha

Trang Thương Cuộc, vì thế, đã trở thành 20284. Vặn nhanh đến mấy mươi năm sau, số điện thoại ở Việt Nam bây giờ là đến bao nhiêu con số ? Anh chưa bao giờ bấm số gọi ai ở quê nhà. Qua bạn bè, người quen, anh biết được ngày nay số điện thoại trong nước đã lên đến nhiều con số, tuỳ theo loại. Chẳng hạn như số điện thoại nhà hay công sở thì 7, có khi 8 số. Còn điện thoại cầm tay đến 10 số. Ở ngoại quốc gọi về Việt Nam còn phải bấm hai số cho quốc gia, hai số vùng, để gọi điện thoại nhà hay cơ sở thương mại, vị chi là đến 11, 12 con số.

Nhưng thật ra anh không cần bận tâm chi đến những con số rắc rối như thế của ngày nay. Anh chỉ nhớ là ngày xưa khi ở nhà, cách đây hơn nửa thế kỷ, lúc nào cần má, anh chỉ việc cầm điện thoại lên, quay số 20284 là bên đầu dây kia đã nghe tiếng má : "A-lô ! Nha Trang Thương Cuộc nghe đây ạ." Hiếm khi anh gọi mà má không có mặt tại bàn giấy để bắt điện thoại. Má được ông ngoại giao cho công việc ở văn phòng chính của công ty, giao dịch bằng thư từ hay điện thoại với các hãng lớn nhỏ từ Sài Gòn trở ra miền Trung, lên tận Đà Lạt, trong tất cả những công việc liên quan đến xuất nhập cảng đồ thủ công mỹ nghệ thời đó. Má và các dì đi làm đều mặc áo dài rất thướt tha, như rất nhiều phụ nữ cùng thời. Nha Trang ngày đó sao mà nhỏ gọn, mà thanh bình. Hằng ngày má đi bộ từ cư xá sĩ quan lên đến nhà ông ngoại để làm việc, nắng cũng như mưa. Khoảng cách mà ngày nay anh tưởng tượng rằng chắc chẳng còn ai chịu khó đi bộ như vậy nữa. Anh không thể nào quên hình ảnh má lầm lũi đi đều bước đến chỗ làm, băng từ đường này sang đường khác. Má hay vừa đi vừa cúi đầu, nhìn hình ảnh đó có một điều gì buồn buồn làm sao đó. Chỉ có một chi tiết vui vui là vì hay cúi đầu đi, thỉnh thoảng má lại bắt gặp một tờ giấy bạc của ai đó làm rớt trên vệ đường.

Thốt nhiên anh nhìn qua cái cell phone để bên cạnh tách trà và muốn nhắc nó lên để bấm số gọi má quá đỗi. Tim anh chợt đập mạnh, nghĩ đến lúc mình bấm hai số Việt

Nam, cộng hai số vùng cho Nha Trang, rồi 20284, thì sẽ ra sao nhỉ? Chuông điện thoại sẽ reo lên bất tận vì đó chỉ là một con số vô nghĩa của một thời nào xa tít tắp trong quá khứ? Hay má vẫn bắt phone lên như ngày trước? Hay là một người xa lạ nào khác? Anh chợt thèm nói với má thật nhiều, kể lể đủ thứ, y hệt như ngày xưa. Chắc má sẽ gắt nhẹ: "Có vậy mà con cũng gọi. Để cho má làm việc. Lúc nào cần mới kêu má chứ!" Chắc anh cũng ước gì mình còn nhỏ dại như thuở đó, để vùng vằng đặt điện thoại xuống, phụng phịu với má qua cái máy vô tri vô giác nằm im lìm sau khi kêu một cái "cụp" cộc lốc dưới bàn tay hờn dỗi của anh.

Tiếng mở cửa lách cách phía trước nhà cùng với tiếng hai mẹ con vừa bước vào vừa cười nói chợt kéo anh về thực tại. Anh ngoảnh lại nhìn vào trong. Hoàng Lan đang đưa tay vuốt má Jimmy, nói gì đó trong tai thằng bé. Jimmy rời mẹ và chạy ra patio. Nó ào đến, ôm choàng lấy anh, thủ thỉ: "Bố làm gì ngồi một mình ngoài này vậy?" Anh cũng vòng tay ôm con, hít hít mùi tóc khét nắng quen thuộc của thằng bé, không trả lời. Nắng cũng vừa nhạt trên sân cỏ. Tách nước trà anh quên uống cũng không còn thoảng mùi thơm nữa.

....

Tối hôm qua anh không ngủ được. Suốt đêm anh cứ chập chờn, mê không ra mê, tỉnh không ra tỉnh. Mọi khi mất ngủ như vậy, anh đã vùng dậy ra phòng ngoài bật ti-vi xem cho buồn ngủ trở lại. Hay ra ngoài sân sau ngồi cho đến khi rục rã mới trở vào dỗ giấc ngủ. Nhưng lần này anh cứ nằm đó, chong mắt nhìn cái trần nhà trắng toát. Bên cạnh, Hoàng Lan ngủ thật say. Thỉnh thoảng cô ngáy nhè nhẹ một chút. Cách ngáy của cô cũng khoan thai, từ tốn như trong tất cả những gì cô làm ban ngày. Chẳng biết anh có tưởng tượng hay không, nhưng hình như có lúc cô còn mỉm cười trong bóng tối nữa. Điều mà nhất định anh không tưởng tượng là tiếng thở dài của chính mình, cũng trong bóng tối. Đêm cứ thế chầm chậm trôi qua. Nếu có ai lắng nghe thật kỹ, sẽ nghe được những tiếng ngáy nho nhỏ quyện vào dăm ba tiếng thở dài trong ánh sáng nhờ nhờ của bầu trời nửa tối nửa sáng từ bên ngoài hắt vào căn phòng ngủ mênh mông, lạnh lẽo lúc gần sáng.

Khi đến chỗ làm thì anh chỉ muốn gục ngay xuống bàn. Mắt anh cay xè, hai thái dương căng cứng, miệng khô khốc. Ánh nắng hồng tươi của buổi sáng sớm đã tràn vào văn phòng của anh, nhưng không đủ làm anh tỉnh táo được chút nào. Cô thư ký đã mang vào cho anh ly cà phê đậm như mọi lần, và anh đã nốc cạn chỉ trong một thoáng. Cũng chẳng thấm vào đâu. Anh loạng choạng đi vào phòng vệ sinh để rửa mặt. Anh vốc từng vốc nước mát lạnh, xát liên hồi vào mặt, gáy, cổ. Thấy đỡ hơn một chút, anh thong thả trở lại văn phòng, ngồi thừ xuống chỗ bàn giấy. Anh ngó mông ra làn cửa kính của tầng thứ năm trong toà nhà công ty. Những toà nhà cao thấp chung quanh như nhấp nhô trong biển nắng hồng buổi sáng. Chúng như lúc ẩn lúc hiện trong một thế giới khác, ngoài thế giới của riêng anh.

Anh uể oải bật cái computer lên. Những con số chi chít trong bản kết toán mà anh đang cố hoàn tất cả tuần nay còn nằm nguyên trong máy. Mắt anh hoa lên. Các con số chồng chéo lên nhau rồi xoay tròn trên màn ảnh làm anh choáng váng. Rồi tự nhiên con số 20284 chợt loé lên thật to, nổi bật lên ngay giữa màn ảnh, trong khi những con số khác nhạt nhoà đi, làm thành một cái nền cho con số điện thoại to tướng đó nằm chính giữa. Anh lại tần ngần ngó cái điện thoại nằm im lặng trên bàn. Anh chỉ cần với tay một chút là có thể nhấc cái ống nghe lên rồi bấm số vào máy. Đơn giản chỉ có vậy thôi.

Mấy hôm trước, anh có hỏi cô thư ký xem muốn gọi về Nha Trang thì cần bấm những số nào. Cô vào mạng xem một chốc rồi cho anh biết: "Chú bấm 84 là số để gọi Việt Nam, rồi chú bấm tiếp số 25 là số vùng của Nha Trang, xong chú bấm số điện thoại chú cần gọi." Trong lúc anh đang nhíu mày như để cố ghi nhớ hết những con số đó, cô thư ký tinh nghịch nói tiếp: "Hồi giờ cháu đâu có bao giờ thấy chú gọi ai ở Việt Nam đâu. Cháu nói cái này chú đừng ký đầu cháu nhe. Chú gọi điện thoại cho bồ nhí ở bển hả chú?" Anh nhớ lúc đó mình đã cười khà khà đáp lại: "Ký đầu cô thì tôi được cái gì? Tôi còn cám ơn cô đã làm tôi cảm thấy mình còn có giá lắm là đằng khác!"

Rồi ngày làm việc cũng thong thả trôi qua. Anh cặm cụi làm cho xong bản kết toán để sẽ đem ra tường trình trong buổi họp cuối tuần. Trời mùa xuân nên ánh sáng ban ngày còn nấn ná thật lâu. Khi anh gõ những con số cuối vào máy, đồng hồ trên tường vừa vặn chỉ 5 giờ 15 chiều. Cơn buồn ngủ ngầy ngật ban sáng không còn nữa. Nhưng anh cũng không muốn đứng lên để ra về chút nào. Có lẽ Jimmy thì còn mong anh về chứ Hoàng Lan thì... Thốt nhiên, anh tự hỏi bây giờ là mấy giờ bên Việt Nam. Anh mở cái cell phone ra, đi vào chỗ giờ quốc tế và thấy rằng bên đó đã sáng rồi. Như ngày xưa thì giờ này má đã lên nhà ông ngoại, bắt đầu một ngày làm việc mới. Còn anh cũng ở trong lớp học như mọi ngày. Ý tưởng gọi điện thoại cho má chợt trở về trong anh. Anh bật cười nhỏ với ý nghĩ vớ vẩn đó. Nhưng rồi nó không chịu rời anh nữa. Anh mường tượng ra má ngồi nơi bàn làm việc, bận rộn với những xấp giấy tờ và những cú điện thoại thỉnh thoảng lại reo vang. Má mặc một chiếc áo dài màu mỡ gà, tóc bới gọn về phía sau. Thân hình má khá đẫy đà. Má thường đổ thừa là do phải cố ăn những món mà ba và anh không chịu ăn hết.

Hôm nay thì thì anh muốn gọi má lắm rồi. Anh cần nói chuyện với má thật chứ không phải để mè nheo vớ vẩn. Chắc má sẽ không la anh, bảo để khi khác hãy gọi. Nhưng sau khi anh bấm số thì chuyện gì sẽ xảy ra? Tim anh đập nhanh hơn với ý nghĩ đó. Anh không muốn nghĩ đến những tình huống khác nhau khi chuông điện thoại bắt đầu reo ở đầu dây bên kia. Rồi không gian chung quanh bỗng nhạt nhoà đi, ánh nắng không còn hực hỡ như vài phút trước đây nữa. Anh chỉ còn cảm thấy một sức thôi thúc lạ kỳ, mời gọi anh vươn tay tới cái điện thoại. Anh chợt làm động tác đó một cách máy móc. Rồi như từ trong vô thức, anh bấm nhanh dãy số 84 25 20284. Chuông điện thoại bắt đầu reo bên kia đầu dây. Một lần. Hai lần. Ba lần. Có tiếng máy nhấc lên. Rồi giọng quen thuộc của má: "A-lô! Nha Trang Thương Cuộc nghe đây ạ."

Hơn ba mươi năm rồi anh mới nghe lại giọng má. Anh ngập ngừng nói: "Má...", rồi nghẹn ngào không còn nói gì thêm được nữa. Bên đầu dây kia, giọng má thật bình thản: "Huy đó hả con? Sao giờ này còn sớm quá mà con đã gọi? Má mới bắt đầu làm việc thôi." Anh muốn khóc. Thật lâu rồi anh chưa bao giờ được khóc. Hai mũi anh cay nồng. Anh hít hít vài cái, lấy lại bình tĩnh rồi nói: "Má khoẻ không? Con chỉ muốn gọi hỏi thăm má vậy thôi."

May quá, lần này má không la anh vì sao không có gì cần mà lại gọi má. Anh lắng nghe giọng của má, như muốn nuốt từng lời, từng chữ. Giọng má thật thản nhiên như giữa má và anh chưa từng có một sự gián đoạn nào về thời gian hay không gian. Má cũng hỏi thăm anh, nhưng không phải kiểu như lâu ngày hai người mới nói chuyện với nhau. "Jimmy ngoan chứ hả con?" – "Dạ, nó ngoan và chăm học lắm má à." "Công việc con rảnh lắm sao mà có thì giờ gọi cho má vậy?" – "Bên này tới giờ đi làm về rồi mà má." "Con đang gọi má ở đâu vậy?" – "Dạ, con còn ngồi trong sở." "Sao lại còn ngồi đó? Không đi về kẻo con Hoàng Lan lại trông."

Anh chợt cười chua chát: "Cô ấy không trông con về đâu. Má đừng lo." – "Ý, sao con lại nói vậy?" – "Hoàng Lan hết thương con rồi, má à!" – "Trời đất, chuyện gì xảy ra vậy con?" – "Chẳng có gì xảy ra hết. Mọi sự diễn ra một cách từ từ thôi." – "Con nói như vậy là sao? Má không hiểu." – "Đơn giản lắm, má. Cô ấy hết thương con, đi thương người khác rồi." – "Ủa! Người khác là ai?" – "Má nhớ thằng Hiền không?" – "Thằng Hiền học với con từ hồi tiểu học phải không? Ai chớ thằng đó thì má nhớ. Bộ con quên có lần nó lên nhà ông ngoại chơi với con, bị con chó của ông ngoại nhào đến sủa, má chạy ra đuổi giùm nó, trượt chân té sóng soài đó hay sao?" – "Đúng là thằng Hiền đó đó má." – "Rồi thằng Hiền nó quyến rũ vợ con hả?" – "Chẳng ai quyến rũ ai hết má à. Hai người tự động tìm tới nhau. Lớn hết rồi mà." – "Tụi nó cặp kè ngay trước mũi con? Rồi con chịu trận như vậy à?" – "Họ đâu có cần cặp kè đâu má. Họ siêu lắm." – "Siêu là sao?" – "Là họ không cần làm những chuyện thường tình như đi chơi với nhau hay nói với nhau lời này tiếng nọ cho lộ liễu. Họ chẳng cần hẹn hò riêng tư gì cả. Nhưng nếu có dịp gặp nhau ở nhà con hay ở nhà thằng Hiền, họ chỉ cần trao đổi với nhau những ánh mắt mà người khác phải ý tứ lắm mới bắt mạch được." – "Vậy thì tụi con còn qua lại với nhau làm chi để tạo điều kiện cho tụi nó?" – "Vợ chồng thằng Hiền với vợ chồng con chơi với nhau mấy chục năm nay rồi. Con cũng không biết làm sao chấm dứt chuyện qua lại. Con có bắt được tay vây được cánh gì đâu mà tự dưng thay đổi những thói quen từ trước tới giờ được." – "Con vợ thằng Hiền có biết chuyện này không?" – "Con nghĩ là cô ấy cũng biết. Nhưng chẳng ai làm được gì cả."

Má đột ngột nói: "Có xe hàng mới từ Sài Gòn ra. Má phải ra kiểm hàng. Bữa khác con gọi lại má. Đừng làm chuyện gì dại dột nghe con. Phải nghĩ tới thằng Jimmy."

Anh luyến tiếc gác máy xuống. Nhiều cảm xúc khác nhau vẫn dạt dào trong anh, nhưng bây giờ thì anh cảm thấy hoàn toàn bình tĩnh, không còn hoang mang như trước nữa. Buổi tối đã đến, căn phòng anh ngồi nhá nhem vì anh mải nói chuyện không bật đèn. Nhưng hàng trăm ngàn ánh đèn từ những toà nhà chung quanh đã đua nhau bừng lên, lấp lánh đủ màu. Một lần nữa, anh thấy mình ở trong một thế giới rất riêng tư, tăm tối, cô độc, trong khi thế giới bên ngoài chói chang đèn đuốc, như đang hăm hở bước vào một thời điểm thân mật, ấm cúng của thời khắc đoàn tụ trong mỗi gia đình sau một ngày làm việc. Anh rời văn phòng. Mọi người trong công ty đã ra về hết cả. Anh đi thang máy xuống tầng hầm để lấy xe. Xa lộ buổi chiều kẹt cứng như mọi ngày. Anh thong thả lái xe, cho xe nhích từng chút trong dòng xe hối hả, đông nghịt. Có gì phải vội vàng đâu. Anh chợt nhớ tới một câu trong bài học tiếng Tây Ban Nha của cuốn L'Espagnole sans peine mà anh từng học thuộc lòng lúc còn ở quê nhà: *"No tengo prisa. Nadie me espera."*

....

Lần mất ngủ kỳ này không dưng lại là một điều hay cho anh. Anh không phải chạy ra phòng ngoài để kiếm một cuốn phim gì xem cho buồn ngủ, hay ra hiên sau ngồi chong mắt ngó thăm thẳm vào bóng đêm. Anh cũng bước ra hiên sau, nhưng lần này đã có mục đích. Một giờ rưởi sáng. Anh nhẩm tính và độ chừng ở Nha Trang đang vào khoảng bốn giờ mấy buổi chiều. Giờ này chắc má đang sửa soạn kết toán trong sổ sách để ra về. Anh bật cái cell phone lên, ánh sáng lập loè của nó toả ra trong bóng đêm, trong sự yên lặng huyền bí của một buổi sáng mới yếu ớt bắt đầu, và trong cái lạnh ngai ngái của thời tiết giữa mùa xuân. Bằng một thao tác gần như đã thuần thục, anh bấm số của Nha Trang Thương Cuộc.

Lần này chuông reo khá lâu, anh đã thất vọng toan cúp máy thì vừa may lại nghe giọng quen thuộc của má. Hồi hộp và xúc động không kém lần trước, anh nói vào máy, gần như thì thào: "Má hả má? Con nè." – "Má đây. Đang sửa soạn về thì con gọi. Hôm nay cũng không nhiều việc lắm. Có gì lạ không con?" – "Dạ không, con chỉ muốn nói tiếp chuyện bữa trước với má." – "Ờ, chuyện không vui của vợ chồng con đó hả? Bữa đó tới giờ má cứ nghĩ tới tụi con mà buồn quá." – "Má nói làm con áy náy lắm. Con lớn rồi chẳng những không giúp gì được cho má mà còn làm má buồn." –

"Không sao đâu con. Nói vậy chớ bây giờ má buồn cũng như vui, không có gì khác nhau đâu. Phần con, con tính sao?" – "Con rối trí lắm má à. Nhất là hai người đó khéo lắm. Họ không để lộ ra một bằng cớ nào cả. Ngay cả nếu họ có làm gì rõ ràng, con cũng không biết phản ứng ra sao. Má nghĩ coi. Nếu con phản ứng này nọ, con sẽ mất một lần cả vợ lẫn bạn." – "Còn con Hoàng Lan thì sao? Nó có vẻ gì muốn cho con biết hay tính chuyện ly dị với con không?" – "Ồ, cô ấy khéo lắm má à. Vừa tỏ ra lạnh lùng với con, mà vừa vẫn chăm sóc hai cha con chu đáo, đâu vào đó, không trách được tiếng nào." – "Vậy con cứ để tình trạng lập lờ này kéo dài hoài hay sao?" – "Con có nghĩ đến việc ngồi xuống nói chuyện thẳng với cô ấy. Con cũng chớm nghĩ tới chuyện ly dị. Nhưng rồi con thấy thương thằng Jimmy quá má ơi. Nó đâu có tội tình gì. Với lại con thấy mình tính chuyện sao mà tầm thường như vậy. Hồi giờ con đã thấy mình tầm thường quá rồi. Con không muốn mình tầm thường hơn nữa." – "Con nói hồi giờ con tầm thường là sao?" – "Dạ, là lớn lên, yêu thương một người, rồi lấy người đó, y như thiên hạ chung quanh. Không tầm thường là gì hở má? Rồi tới khi vợ chồng cơm không lành canh không ngọt, cũng muốn lục đục bỏ nhau, cũng y như thiên hạ chung quanh. Tầm thường quá, má thấy không?"

Anh chợt nhận thấy mình đang nói thao thao không ngừng. Chắc má đang ngồi im nghe bên đầu dây kia. Anh hốt hoảng hỏi: "Má, má còn nghe đó không?" Tiếng má dịu dàng đáp: "Má vẫn nghe con đây." Anh buồn rầu nói: "Con không biết phải làm gì đây, má à." – "Còn phần con Hoàng Lan, con có nghĩ là nó có ý định bỏ con không?" – "Con nghĩ là cô ấy muốn đứng trên hết cả mọi sự bình thường." – "Nghĩa là sao?" – "Dạ, là yêu ai mà không cần phải làm những chuyện mà một đôi tình nhân thường làm. Là không yêu chồng nữa mà không cần phải bỏ hắn. Là cứ tiếp tục sống và yêu theo kiểu của riêng mình mà không cần phải thay đổi gì cả." – "Má thì má thấy nó có thay đổi một chuyện mà con chưa chịu thấy đó thôi." – "Chuyện gì má thấy được mà con không thấy được hở má?" – "Con có nghĩ là con Hoàng Lan biết là con biết chuyện của nó với thằng Hiền không? – "Biết chứ má. Cô ấy thông minh lắm mà." – "Vậy mà nó vẫn an nhiên tự tại sống bên cạnh con như không có gì hết, phải không?" – "Đúng vậy đó má." – "Vậy thì con nhỏ này siêu y như con đã nói. Nó thương thằng Hiền mà không cần lấy thằng Hiền. Nó hết thương con mà không cần bỏ con. Má nghĩ là con nên bắt chước nó đi." – "Má nói vậy là sao?" – "Con không thấy là trong một ý nghĩa nào đó, nó đã bỏ con rồi à? Nói cách khác, nó đã ly dị với con trong lòng từ lâu rồi." – "Ý má nói là con cũng có thể ly dị với cô ấy trong lòng luôn sao?" – "Đúng vậy. Đâu có cần phải đưa nhau ra toà. Đâu có cần phải sần sượng ra mặt với nhau. Đâu có cần phải chia chác của cải chi cho mất lòng. Mọi thứ đều có thể diễn ra ngay trong đầu con thôi." – "Nhưng như vậy thì có khác gì đóng kịch đâu, má?" – "Con nghĩ đi, từ đầu ngày tới cuối ngày, con phải đóng kịch bao nhiêu lần với người này, người nọ? Không thế này cũng thế khác. Ai mà không đóng kịch? Vả lại, nếu phải đóng kịch mà con có thể giữ một mái ấm cho thằng Jimmy, má nghĩ cái vai của con cũng có ích lắm đó."

Rồi thình lình má lại chấm dứt cuộc điện đàm như lần trước: "Thôi, bữa khác mình nói chuyện tiếp nghe. Má phải đóng cửa nẻo để sửa soạn đi về."

Anh nhìn sững cái vòng tròn đỏ trên màn ảnh điện thoại. Anh không muốn bấm vào nó để kết thúc cuộc nói chuyện, mặc đầu đầu dây bên kia má đã cúp máy. Cái vòng tròn đỏ cuối cùng rồi cũng tự động biến mất. Cùng lúc, anh ngẩng lên để thấy trời đã bắt đầu hừng sáng, Một vài tiếng chim ríu rít nho nhỏ đâu đó như để chào mừng một ngày nữa lại bắt đầu.

....

Chiều Chủ nhật. Thêm một ngày nắng đẹp. Khi những tia nắng mong manh cuối cùng tan loãng vào không gian thì gia đình nhỏ của anh cũng tề tựu quanh chiếc bàn chữ nhật trong nhà bếp, dùng bữa cơm chiều như tất cả những gia đình êm ấm khác. Jimmy phải đợi mẹ nhắc mấy lần mới chịu ăn hết chén cơm chan với canh bầu. Hoàng Lan đẩy đến cho anh dĩa thịt bò bí-tết nhưng anh khẽ khoát tay tỏ dấu đã đủ rồi. Hai người nói với nhau những câu bâng quơ, vô thưởng vô phạt. Cả Hoàng Lan và anh như cố ý nói với Jimmy nhiều hơn để khoả lấp những khoảng trống vụng về giữa hai người. Jimmy là một cái cớ để Hoàng Lan và anh có thể sinh hoạt với nhau một cách bình thường. Anh nhìn nét hồn nhiên, vô tư của con và chợt thấy rằng má đã khuyên anh một điều vô cùng đúng đắn.

Từ mấy hôm nay, Hoàng Lan, với sự tinh nhạy cố hữu của người đàn bà, chợt cảm thấy một điều gì đó khác lạ từ anh. Bình thường, người phải hoang mang, phải thắc mắc, phải nghi ngờ, phải đoán già đoán non về nhiều việc, không ai khác hơn là anh. Nhưng bây giờ thì khác. Người đó chính là Hoàng Lan. Cô không che giấu những tia mắt dò xét hướng về anh. Mọi lần, cô là một cuốn sách bí hiểm, anh khó mà giải được những mật mã trong đó. Những biểu cảm trên gương mặt cô hầu như đóng băng, ngoại trừ những lúc có Hiền bên cạnh. Những lúc đó, tia nhìn ấm áp dành cho Hiền toả ra trong mắt cô mà cô không cần giữ kẽ. Hôm nay, anh thấy có phần đắc ý là mình đã lật ngược tình thế. Anh không cần làm một cuốn sách bí hiểm. Anh chỉ muốn toả ra sự an nhiên tự tại mà lâu nay Hoàng Lan đã tỏ ra trước mặt anh, để đến lượt cô phải thắc mắc. Anh đã nghe lời má để làm thủ tục ly dị với Hoàng Lan trong tâm hồn. Và lập tức anh thấy được một sự bình yên mạnh mẽ, tràn ngập cả thân thể, tâm trí anh. Từ mấy ngày nay, anh đã có thể nói chuyện với Hoàng Lan nhiều hơn. Anh không còn phải thắc mắc gì về chuyện của cô và Hiền nữa. Anh không phải đánh những dấu hỏi to tướng về Hoàng Lan nữa. Một biên giới nào đó đã hoàn toàn bị phá vỡ giữa hai người. Anh không thấy ngại ngần gì nữa khi tiếp xúc với Hoàng Lan. Anh thấy mình đã hoàn toàn được giải thoát khỏi một ngục tù vô hình, như một con chim nhỏ giờ đây có thể tha hồ xoải cánh trong bầu trời rộng lớn. Tất cả những ý nghĩ và cảm xúc mới mẻ đó trong anh đã toả ra qua sắc diện, lời nói, hành động của anh, và Hoàng Lan đã nhận được những tín hiệu đó, chắc là cũng với những dấu hỏi to tướng trong đầu cô.

Cả nhà ăn uống xong xuôi, Jimmy nũng nịu nhắc mẹ đi ăn kem như Hoàng Lan đã hứa. Cô hỏi anh có muốn đi với hai mẹ con không cho có lệ. Anh nở ra một nụ cười tươi tắn nhất với cô, bảo thôi hai mẹ con cứ thoải mái đi với nhau đi, anh muốn ở nhà một mình thưởng thức một buổi chiều đẹp cuối tuần. Khi tiếng xe của Hoàng Lan vẳng xa dần, anh đứng dậy, vươn vai, thở hắt ra ngoài, thấy thật dễ chịu trong căn nhà rộng thênh thang và hoàn toàn im lặng. Một ý nghĩ chợt loé lên trong đầu anh. Anh chạy lên lầu, lục tìm trong ngăn kéo bàn làm việc lấy ra gói thuốc lá hút dở từ mấy tháng trước. Lâu lắm rồi anh không hút một điếu thuốc nào. Nhưng hôm nay, anh muốn thưởng cho mình cảm giác thú vị với hương nồng của thuốc lá quyện vào vị đắng của cà-phê. Anh háo hức cầm một điếu thuốc đi xuống lầu. Anh pha cho mình một ly cà-phê đậm đặc, mang ra ngoài hiên sau nhà, và không quên mang cả cái cell phone như một người bạn đồng hành không thiếu được.

Không gian ngoài sân yên ả, ấm áp. Anh bật lửa, mồi điếu thuốc rồi rít một hơi dài sảng khoái. Anh nhấp một ngụm cà-phê, cố tình giữ lại một chút khói trong miệng để hai tố chất giao hoà với nhau, mang lại cho anh một cảm giác lâng lâng khó tả. Lâu lắm rồi anh mới có được cảm giác bình yên như hôm nay. Tất cả là nhờ má. Sực nhớ đến má, anh nhìn vào cái phone để xem mấy giờ. Gần 6 giờ ở Mỹ. Giờ này ở Nha Trang đã là thứ Hai, và chắc má cũng đang bận rộn với ngày làm việc đầu tuần bên đó. Nhưng anh muốn gọi má ngay để báo tin vui cho má biết. Rằng anh đã làm theo lời má khuyên và kết quả thật ngoài sức tưởng tượng.

Anh hớp một ngụm cà-phê, rít thêm một hơi thuốc dài nữa và bắt đầu bấm những con số quen thuộc của Nha Trang Thương Cuộc. Lần này, anh không còn nghe tiếng chuông điện thoại đổ dài như mấy lần trước nữa. Thay vào đó, anh nghe một âm thanh khó nghe từ tổng đài báo hiệu có sự trục trặc. Rồi giọng Bắc thu sẵn của một người đàn bà lạnh lùng vang lên: "Số máy quý vị gọi không có. Xin vui lòng kiểm tra lại."

Anh nhíu mày, bấm lại số một lần nữa.

"8... 4... 2... 5... 2... 0... 2... 8... 4"

"Số máy quý vị gọi không có. Xin vui lòng kiểm tra lại."

"8... 4... 2... 5... 2... 0... 2... 8... 4"

"Số máy quý vị gọi không có. Xin vui lòng kiểm tra lại."

"8... 4... 2... 5... 2... 0... 2... 8... 4"

"Số máy quý vị gọi không có. Xin vui lòng kiểm tra lại."

Anh thẫn thờ đặt cái điện thoại xuống. Bóng tối cũng vừa vặn nhuộm thẫm không gian sau vườn nhà anh. Ly cà-phê đã cạn. Điếu thuốc chỉ còn trơ lại cái đầu lọc, bay mùi khen khét khó chịu. Cảm giác ung dung tự tại ban nãy của anh dường như cũng không còn nữa.

HAI NGƯỜI
LOAY HOAY XẾP DỌN

KỊCH BA MÀN BA CẢNH

Nhân vật:

Ông	chồng – *tuổi thất tuần*
Bà	vợ – *tuổi thất tuần*
Sóng thần	*không có tuổi*

Màn I – Cảnh 1

Một hòn đảo nhỏ khá vắng vẻ. Chỉ lơ thơ vài căn nhà nằm cách nhau thật xa.

Buổi sáng. Phòng khách trong một căn nhà có một phòng ngủ, một phòng làm việc, một phòng tắm và nhà bếp. Hai bên cánh cửa chính là hai cửa sổ lớn, tất cả nhìn thẳng ra biển xanh ngăn ngắt trước mặt. Căn nhà nằm cách biển qua một bãi cát trắng có hàng cọ cao vút, mọc cách khoảng đều nhau hai bên hông nhà. Phòng khách chỉ có một bộ xa-lông cũ ở chính giữa, phần còn lại của gian phòng còn trống trải, chưa bài trí gì cả. Trong phòng còn ngổn ngang nhiều thùng giấy đựng đồ đạc và quần áo của hai vợ chồng. Ông và bà đang soạn từng thùng giấy để sắp xếp mọi thứ ra.

ÔNG

(*Thở phào nhẹ nhõm*) À, mấy cái lịch đây rồi! Tôi sẽ treo một tấm ở bức tường bên trái này nhé? Còn mấy tấm kia sẽ treo trong các phòng còn lại.

BÀ

Ông đừng treo nó ngay chính giữa. Để nay mai con Jenny gởi hình đám cưới của nó về, mình sẽ treo bên cạnh.

Ông tìm hộp đựng đồ nghề trong một cái thùng để lấy búa đóng đinh lên tường, lấy một trong những tấm lịch treo lên. Ông lùi lại vài bước để ngắm nghía. Tờ đầu tiên của tấm lịch có ghi hàng chữ "LỊCH SÓNG THẦN ĐẾM NGƯỢC". Ông tặc lưỡi và bóc tờ bìa ra, để lộ tờ lịch kế tiếp có hàng chữ "NGÀY THỨ BA MƯƠI". Bà tiến đến, đứng sau lưng ông.

BÀ

(*Giọng tư lự*) Như vậy là chỉ còn có hai mươi chín ngày nữa thôi, phải không ông?

ÔNG

(*Quay lại nheo mắt với bà*) Tính cho chính xác là còn hai mươi chín ngày, mười hai tiếng, mười lăm phút nữa lận!

BÀ

(*Tiếp tục soạn đồ đạc*) Cuối cùng rồi chúng ta cũng có được căn nhà bên bờ biển mà ông và tôi hằng mơ ước.

ÔNG

(*Cười khan*) Bà quên rằng mình phải trả một giá đắt đốm khác hay sao?

BÀ

Ông đóng giùm tôi cái đinh lên tường bên này để tôi treo bức tranh vườn nho lên đi!

ÔNG

(*Cười tủm tỉm*) Hồi bà và tôi ở gần vườn nho, bà lại thích treo cảnh biển. Bây giờ...

BÀ

(*Cầm một bình cắm hoa lên chiếc bàn xa-lông*) Mỗi ngày ông hay tôi chịu khó đi hái hoa dại quanh đây về cắm nhé.

Hai người cùng ngồi xuống sofa, ngó quanh phòng khách. Ánh nắng buổi sáng làm những bức tường màu trắng bỗng lung linh như những vạt áo mùa xuân.

ÔNG

Như vậy là phòng khách xong rồi. Bà coi soạn thực phẩm và nước uống đem xuống nhà bếp đi. Chúng ta dự trữ đủ chứ?

BÀ

Đủ mà, ông đừng lo. (*Ngập ngừng một chút*) Ông à, nhìn tấm lịch đếm ngược trên tường, ông có cảm tưởng gì?

ÔNG

Tôi biết bà nghĩ tôi nghĩ gì, nhưng không phải vậy đâu. Tôi nghĩ đến sự sống.

BÀ

Ông nghĩ thế nào?

ÔNG

Tôi thấy chúng ta chịu một sự bất công. Có ai được quyền chọn lựa để ra đời đâu. Tôi tưởng tượng như thế này... Trước khi chào đời, mỗi chúng ta phải được cho biết trước về cuộc sống để quyết định chúng ta có muốn được sinh ra hay không. (*Nhìn thẳng vào mắt bà*) Còn bà, ý nghĩ đầu tiên của bà khi thấy tấm lịch là gì?

BÀ

Tôi nghĩ đến sự nuối tiếc đối với đời sống. Cũng lạ, phần chúng ta có bị vùi dập đến đâu đi nữa thì cũng ít nhiều quyến luyến cõi trần gian này. (*Thở dài*) Và càng luyến tiếc cuộc sống, chúng ta dường như lúc nào cũng e dè trước cái chết. Chẳng thà lao đao ở một nơi chốn quen thuộc, còn hơn là phải phất phơ trôi vào một cõi xa lạ, phải không ông? Dù sao đi nữa, tôi cũng mừng là chúng ta không cần phải quyết định gì, khi tấm lịch kia chỉ còn đến tờ cuối cùng...

ÔNG

Bà muốn bớt tiếc nuối cuộc sống, hãy cố ôn lại những giờ phút đen tối nhất của mình.

BÀ

(*Lắc đầu*) Nghe ông nói, tôi cũng không thể định được là ông đang lạc quan hay bi quan nữa. Tôi hỏi thật ông, ông có sợ chết không?

ÔNG

(*Mỉm cười*) Tôi nghĩ ai mà nói mình không sợ chết, hẳn là kẻ nói dóc. Có thể là mỗi người sợ cái chết vì nhiều lý do khác nhau thôi. Đối với tôi, cái chết đáng sợ ở chỗ là nó sẽ lấy đi những gì tôi đang có và những gì tôi đang trông chờ. A, nói như vậy hoá ra tôi bám víu vào cõi trần gian này quá ư? Tôi cũng chẳng hiểu. Nhưng bà nghĩ lại mà coi, chẳng phải mấy tỷ người trên đời này vẫn đang bám vào quả đất mà tồn tại là gì? Chúng ta hãy cám ơn sức hút của địa cầu. Nó mà nhả chúng ta ra, chỉ trong tích tắc là ai cũng chết không kịp ngáp. Ai dám nói không sợ chết?

BÀ

Ông thật rõ ràng và dứt khoát đối với cái chết. Phần tôi, tôi không có câu trả lời kiểu đó. Tôi vừa sợ chết, vừa không sợ chết. Nỗi sợ hãi của tôi gần như là một phản xạ tự nhiên. Nếu có một hòn đá khổng lồ nào từ trên trời rớt xuống ngay chỗ tôi đứng, tất nhiên là tôi phải nhảy ra chỗ khác để tránh. Vì tôi sợ chết, phải không? Nhưng cùng lúc, tôi cũng chán sống lắm, nhất là nghĩ đến phải sống lúc tuổi già, yếu đuối, mệt mỏi, bệnh hoạn. Có thể gọi sự chán sống là thái độ không sợ chết hay không?

Ông mỉm cười không đáp và bắt đầu thiu thiu ngủ trên sofa. Làn gió biển tràn vào căn phòng, toả ra mùi tanh tao lẫn mặn nồng của biển cả. Bà đứng dậy thong thả soạn đồ đạc trong thùng và mang dần xuống bếp.

Màn I – Cảnh 2

Ban đêm. Phòng ngủ của hai vợ chồng. Phòng đóng kín cửa, nhưng có thể nghe tiếng biển và gió từ bên ngoài, lúc gần, lúc xa. Ông đã ngủ say. Bà còn chập choạng giữa tỉnh và mê.

BÀ

(*Nói trong đầu*) Đêm làm tôi suy nghĩ và phản ứng rất khác với ban ngày. Thần thái tôi bây giờ mê muội quá, và, ôi chao, sao mà tôi thấy sợ chết như thế này? Tại sao ư? Vì chết có nghĩa là tôi sẽ xa những người thân yêu của tôi. Kiếp sau nếu tôi có gặp lại những người ấy thì tôi sẽ nhìn họ bằng cặp mắt không quen. Ý nghĩ đó làm tôi sợ hãi quá. Như vậy là tôi sợ chết hay sợ những suy nghĩ về những điều mà cái chết sẽ gây nên?

Sóng thần ơi, nếu ngươi cũng là một thực thể như bao nhiêu thực thể khác trong vũ trụ này, ngươi có thể giúp gì được ta? Ngươi có thể đến chậm hơn một chút được không? Cho ta còn có hy vọng được thấy lại đứa con đang ở xa thật xa, dù chỉ là qua hình ảnh. Hay là ngươi vẫn đến như đã định, nhưng hãy bỏ qua hòn đảo nhỏ mà ta đang bám víu vào, để cho ta còn mong sống sót. Hãy báo cho ta một dấu hiệu nào đó, rằng ngươi đang nghe những lời van vỉ của ta. Trong thời khắc này, bỗng dưng ta không còn tin vào đấng tối cao nào nữa. Ngươi chính là đấng tối cao có thể quyết định lẽ sống chết của bao sinh linh trong lúc này.

SÓNG THẦN

(*Tiếng sóng vỗ nhẹ, rì rào, rì rào, lẫn vào trong tiếng gió*) Tôi còn đang ngủ miên man trong lòng mẹ đại dương. Tôi là một bào thai không ai trông đợi ngày ra đời. Mẹ tôi là một người đàn bà muôn đời bí hiểm. Bà mang lại sự sống cho muôn loài, nhưng cũng mang lại cho chúng sự huỷ diệt những khi đất trời hỗn mang. Bà là mẹ biển, kết hợp với bà mẹ đất và bà mẹ trời, mà người đời gọi chung là bà mẹ thiên nhiên. Con người cũg khó hiểu. Họ có ít nhất là hai định nghĩa về người mẹ. Đối với họ, người mẹ con người mang hết các đức tính tốt đẹp mà nhân loại có thể nghĩ đến để dành cho người mang lại sự sống. Còn đối với bà mẹ thiên nhiên, họ lại chấp nhận cả hai khái niệm sống chết từ một thực thể chung nhất.

BÀ

(*Nói trong đầu*) Ôi, vậy thì thiên nhiên có còn đáng tôn vinh là một bà mẹ nữa không? Hùm dữ nào lại nỡ ăn thịt con? Hay đã đến lúc nhân loại phải xét lại tất cả những danh từ, hình dung từ, động từ... trong cõi hồng trần này? Tại sao mỗi người phải mang một cái tên? Tại sao mỗi sự việc phải có một cái nhãn hiệu? Tại sao phải có sự đối nghịch? Thế thì ta thù ghét người, hỡi cơn sóng thần thế kỷ, đến tận xương tận tuỷ của ta. Trước giờ lâm chung, ta chỉ còn lại một nỗi niềm duy nhất. Không phải là sự sợ hãi nữa, mà là sự thù ghét cái phi lý của cõi đời này.

SÓNG THẦN

(*Tiếng sóng và gió nghe to lên dần dần*) Tôi mang mầm mống của sự huỷ diệt ngay cả lúc chưa ra đời. Tôi là chỗ ẩn chứa tiềm tàng của những cơn thịnh nộ đến từ lòng đất hay từ trên trời cao đổ xuống. Tôi là đứa con của một trong ngũ hành của trời đất, là kết quả của sự giao hoan giữa hành này với hành khác. Nếu con người mang tính thiện từ lúc sơ sinh, thì tôi là sự đối nghịch, bởi vì tôi mang tính ác ngay cả từ lúc chưa sinh ra. Tôi giống một bào thai con người ở chỗ là lúc nào cũng nôn nao chờ ngày mở mắt chào đời.

BÀ

(*Nói trong đầu*) Nếu cơn sóng thần đang còn ở thời kỳ phôi thai thì đây là lần đầu tiên trong đời ta nguyền rủa ngày ra đời của ngươi. Không phải sự bắt đầu nào cũng là một ân sủng. Không phải lời nguyền rủa nào cũng bị kết tội. Ta cầu xin ngươi hãy là một bào thai chết từ trong trứng nước. Ta cầu xin ngươi sẽ chẳng bao giờ biết đến thế giới bên ngoài. Cho thế giới riêng của ta còn hòng mong tồn tại. Ôi, tại sao sự bắt đầu của một thực thể này lại có nghĩa là sự kết thúc của một thực thể khác?

SÓNG THẦN

(*Giọng lạnh tanh*) Tôi biết là mình sẽ mang lại một tai hoạ khủng khiếp cho loài người khi tôi ra đời. Tôi hiểu rằng sự sống của tôi chính là nỗi chết của cơ man sinh linh trên đất liền. Tuy nhiên, cũng giống như nhiều khái niệm khác, cái ác chỉ là một phần không thể phủ nhận được trong cõi giới này. Hơn nữa, cái ác luôn luôn tồn tại trong tôi, nơi không hề có khái niệm nhị nguyên. Tôi không hiểu cái thiện nghĩa là gì. Tôi chỉ biết nó là một khái niệm của con người. Nhưng ngay cả trong thế giới loài người đó, người ta vẫn còn loay hoay tranh cãi giữa hai khái niệm nhất nguyên và nhị nguyên, chưa biết bao giờ mới làm sáng tỏ được.

Màn hạ

Màn II – Cảnh 1

Buổi chiều. Phòng làm việc. Hai trong số các bức tường trong phòng có dãy kệ sách nối tiếp nhau, cao lên gần đến trần nhà. Phần lớn của bức tường thứ ba còn để trống, trừ tấm lịch sóng thần đếm ngược, có đề hàng chữ "NGÀY THỨ MƯỜI LĂM". Trên bức tường còn lại có một cửa sổ nhìn nghiêng ra biển, lẫn với vài cây cọ lúc nào cũng đong đưa trong gió. Giữa phòng là một cái bàn làm bằng gỗ hồ đào và một cái ghế cùng màu. Ông và bà đang lấy những cuốn sách còn lại trong mấy chiếc thùng giấy để xếp tiếp lên kệ.

BÀ

(*Càu nhàu*) May là ông không mang hết sách của ông qua đây. Nếu mang hết, chắc đến tận ngày cuối cùng mình cũng không sắp kịp cả lên kệ.

ÔNG

Bà tiếp tục sắp sách lên giùm tôi nhé. Tôi qua bên kia treo mấy cái bằng tốt nghiệp và bằng khen lên tường.

BÀ

(*Vừa sắp sách vừa nhìn ông treo những tấm bằng lên tường*) Ủa, sao ông treo gì mà không cân đối hết vậy? Còn một chỗ trống bên tay phải của ông nhìn kỳ quá!

ÔNG

Tôi còn đợi một cái bằng khen của Trung Tâm Văn Hoá Á-Mỹ nữa. Họ nói là họ sẽ gởi cho tôi vào một ngày gần đây.

BÀ

Như vậy là mỗi lần lấy thư mình phải nhớ trông cái bằng khen của ông và hình đám cưới của con Jenny đó. À, bưu điện vẫn giao thư bình thường chứ hở ông?

ÔNG

Có chứ. Họ có gởi giấy nói là sẽ giao thư tín đến tận ngày cuối cùng mà.

BÀ

(*Để riêng một cuốn sách ra*) Tôi giữ cuốn này để đọc cho hết nghe ông.

ÔNG

Cuốn gì vậy bà? Đọc xong bà nhớ để lại đúng chỗ đó.

BÀ

Cuốn *Một Cái Chết Rất Dịu Dàng* của Simone de Beauvoir.

ÔNG

Bà còn có thì giờ đọc sách, còn tôi phải viết cho xong vở kịch *Tuyệt Lộ* rồi muốn đọc gì mới đọc được.

BÀ

Ông viết tới đâu rồi?

ÔNG

Đến chỗ nhân vật nữ chính tự tử.

BÀ

Nghe sao có vẻ như ông kỳ thị giới tính quá! Ông cho cô ta tự tử, tôi thấy như cô ta hèn nhát, không dám đối diện với sự sống.

ÔNG

(*Cười nhạt*) Tại sao bà không nghĩ rằng cô ta can đảm, dám đối diện với cái chết?

BÀ

Rồi kịch của ông đi tới đâu nữa?

ÔNG

Sau đó, chồng và tình nhân của cô ta chạm trán nhau.

BÀ

Hai ông này mà còn can đảm nói chuyện với nhau à?

ÔNG

(*Tiến lại gần vuốt vai bà*) Giọng của bà nghe cũng kỳ thị giới tính không kém đấy nhé! Sao lại không can đảm? Mà hình như bà lúc nào cũng bị ám ảnh bởi hai khái niệm can đảm và hèn nhát. Bà thấy không, mình không đang can đảm chờ cơn sóng thần đó ập tới thì là gì?

BÀ

Hay nói ngược lại, chính là mình hèn nhát không dám chọn cái chết ngay bây giờ. Tại sao chúng ta phải nấn ná nơi đây, hồi hộp, khắc khoải chờ cái ngày cuối cùng đó? Mỗi ngày còn lại của chúng ta có ý nghĩa gì?

ÔNG

Tại sao chúng ta phải khoác lên mỗi ngày mình sống một ý nghĩa? Nếu phải kiếm ra một ý nghĩa nào đó cho mỗi ngày, tôi nghĩ giản dị chỉ là ở chỗ mình hãy sống trọn vẹn từng giây phút như ngay lúc này, như khi bà và tôi đang tranh luận về những điều nhỏ nhặt như thế này đây.

Hai ông bà tiếp tục lấy sách ra khỏi thùng và cặm cụi xếp lên kệ. Ánh nắng chiều bắt đầu sẫm lại từ ngoài khung cửa sổ. Gió ùa vào phòng càng lúc càng mạnh. Tiếng sóng nghe cũng gần gụi và dồn dập hơn.

Màn hạ

Màn II – Cảnh 2

Ban đêm. Phòng ngủ của hai vợ chồng. Tiếng sóng mỗi đêm mỗi to hơn lúc trước. Hai ông bà đã ngủ say. Bà đang có một giấc mơ ngập tràn nước và nước.

SÓNG THẦN

(Âm thanh ngấm ngầm, còn như tắc nghẹn, từ lòng biển đang mỗi lúc một rõ dần lên) Càng gần đến ngày mẹ biển tôi khai hoa nở nhuỵ, bào thai tôi càng nôn nao, rạo rực đón chờ giây phút đó. Từng giờ, từng phút trôi qua, thực thể tôi càng giãn nở dần dần ra, hân hoan đón nhận những tế bào cuồng nộ, căm hận, nhẫn tâm, bạo tàn được mẹ biển truyền qua từ những nguồn cơn khác. Tôi hoan hỉ làm cơn sóng thần hãy còn tiềm tàng, sắp được làm nhiệm vụ duy nhất của nó là huỷ hoại cuộc sống con người. Tôi có tên

nhưng không có tuổi, bởi chưng sự hiện hữu của tôi chóng vánh không khác gì những giây phút ngắn ngủi của một con phù du mà hành trình đầu tiên và cuối cùng là từ lòng mẹ bay đến một ánh đèn rực rỡ nào đó. Suy nghĩ của tôi, nếu có, thật vô cùng đơn giản. Tôi biết mình là kết quả sinh vật lý tự nhiên của một lần giao hoan vô thức giữa hai sức mạnh thiên nhiên. Tôi chỉ có nhận thức mà không có duy thức hay cảm xúc.

Ông cũng đang nằm mơ, thấy mình đứng trên bờ biển trước nhà, nhìn mãi vào đại dương xa tít.

ÔNG

(*Độc thoại trong chiêm bao*) Sóng thần. Tại sao người ta lại gọi mi là sóng thần? Thần thánh gì trong một kẻ huỷ diệt hèn nhát như mi? Mi hèn nhát lắm, vì chiến thắng của mi chỉ dựa vào bạo lực. Tuốt bỏ bạo lực ra, mi chỉ còn trần truồng là con sóng vô nghĩa trong đại dương bao la. Nhưng mỉa mai làm sao, loài người chúng ta đã bao lần phải khuất phục trước những bạo lực mù loà. Ta sẽ chết đi, nhưng không bao giờ linh hồn ta chịu khuất phục trước những sức mạnh xuẩn ngốc. Ta sẽ luân hồi trăm ngàn kiếp nữa, để đi rao giảng nhân tâm, chống lại bạo quyền. Ta không còn sợ hãi nữa. Hãy mau mau đến cái ngày mà mi vỡ oà trong thù hận. Ta sẽ vui lòng mà chết như một kẻ chiến thắng trong vòng tay của mi. Chính mi mới là kẻ chiến bại. Bởi vì mi không có một lý lẽ nào cả. Bởi vì mi không có một lựa chọn nào khác hơn là tồn sinh theo định mệnh của mi. Hỡi sóng thần, ta đang chờ mi đó!

SÓNG THẦN

(*Giọng miên man, khô khốc*) Tôi là một bào thai ngay từ lúc đầu đã không có cái gọi là trái tim. Tôi thản nhiên hiểu rằng

mình là hiện thân của cái mà con người đặt tên cho là cái
ác. Tôi chấp nhận mình là cái gì và như thế nào, từ lúc khởi
đầu cho đến lúc chấm dứt, mà không hề thắc mắc xa xôi.
Tôi không bao giờ đặt những câu hỏi như tại sao, thế nào,
để làm gì, vì ai, vân vân và vân vân. Tôi chỉ hiểu một cách
giản dị rằng, ngay sau lúc sinh ra đời, tôi sẽ chỉ có một con
đường, một hướng đi là xô ào về phía trước, xô mãi, xô mãi,
xô mạnh, xô mạnh; quét hết những vật thể, sinh linh nào vô
phúc nằm trên lộ trình hung hãn của tôi. Khi tôi dừng bước
cũng là lúc tôi đón nhận cái chết của chính mình. Sự sống
của tôi chỉ được dâng trào, sống động, qua cái chết của
những thực thể chung quanh tôi. Giữa sự sinh tồn của tôi
và sự huỷ diệt của con người, không thể nào có sự thoả
hiệp, dù chỉ là tối thiểu.

Màn hạ

Màn III – Cảnh duy nhất

*Buổi tối. Phòng ngủ của hai ông bà. Tấm lịch sóng thần đếm
ngược treo trên tường có ghi hàng chữ "NGÀY CUỐI CÙNG".
Bên cạnh tấm lịch, cao hơn một chút là một cái đồng hồ chỉ
11 giờ 45 đêm. Giữa phòng có một chiếc giường vừa đủ hai
người nằm. Cửa sổ phía bên phải của chiếc giường nhìn ra
biển đêm, phía ngược lại của cửa sổ nhìn ra biển trong
phòng làm việc. Ngoài cửa sổ mịt mùng một vùng đen kịt do
trời, biển và đất nhập lại thành một mảng. Trên bầu trời lác
đác một vài vì sao toả ánh sáng yếu ớt. Biển đêm nay im
lặng dị thường. Gió hầu như ngừng thổi. Hàng cây cọ đứng
chết lặng trong màn đêm.*

BÀ

(*Đưa cho ông một bức hình lớn có khung gỗ sơn vàng nhũ*) Ông treo giùm tôi tấm ảnh cưới của chúng ta lên bức tường bên trái này đi ông.

ÔNG

(*Đóng đinh lên tường rồi treo hình lên và ngắm nghía hồi lâu*) Cô dâu chú rể trong hình trông thật trẻ trung, xinh đẹp, nhìn thật hạnh phúc và bình yên, phải không bà?

BÀ

(*Cũng lặng nhìn rất lâu bức hình cưới*) Lúc nào mình cũng trẻ hơn mười năm nữa, ông ạ.

ÔNG

(*Ngồi xuống giường, ngoảnh lại nhìn bà*) Đêm nay là đêm cuối cùng rồi. Chúng ta nên nói những lời thật nhất với nhau một lần chót. Bà có muốn nói gì với tôi không?

BÀ

(*Cũng ngồi xuống giường bên cạnh ông, nhìn ra cửa sổ*) Cần gì phải nói thành lời này tiếng nọ? Ông thì lúc nào cũng thắc mắc về chữ với nghĩa. Tất cả những gì tôi làm cho ông trong bao nhiêu năm nay chưa đủ cho ông thấy hay sao mà cần phải diễn dịch thành lời?

ÔNG

(*Trầm ngâm*) Bà thật may mắn đã sống thảnh thơi bấy lâu nay trong một thế giới không cần đến ngôn ngữ như vậy.

Ngôn ngữ, đối với riêng tôi, vừa là một ân sủng, vừa là một thảm kịch. Tôi không thể tưởng tượng ra một thế giới loài người phi ngôn ngữ. Hay một thế giới mà trong đó con người chỉ nói cùng một thứ tiếng. Chắc như vậy sẽ vô cùng nhàm chán, bà nhỉ? Mỉa mai làm sao, tôi thấy ngôn ngữ thật là mâu thuẫn; nó vừa có một sức mạnh vô biên—một lời nói nào đó có thể giết đi một hay rất nhiều người, mà nó cũng vô cùng bất lực—vì nhiều lúc chúng ta có nói cả ngàn lời cũng không lay chuyển được một đôi tai không muốn nghe nữa. Ngôn ngữ làm thăng hoa tình yêu, nhưng ngôn ngữ cũng có thể khích động hận thù. Bà với tôi chẳng khác nào hai kẻ thuộc hai tinh cầu khác nhau. Thế giới của bà là thế giới của hành động. Thế giới của tôi là thế giới của lời nói. Đối thoại chưa bao giờ là chiếc cầu bắt nhịp giữa hai chúng ta.

BÀ

(*Lơ đãng*) Ông nói nhiều và lôi thôi lắm!

ÔNG

(*Ngập ngừng*) Bà này, bà có bao giờ yêu tôi không?

BÀ

(*Thở dài thật nhẹ*) Tôi biết có một ngày ông sẽ hỏi tôi câu này. Tôi không có câu trả lời cho cả chính tôi. Ngày xưa, tôi đến với ông như để tìm một sự che chở ấm áp nơi xứ lạ quê người. Ông bao giờ cũng là một nơi nương tựa vững chắc, chưa bao giờ tôi muốn rời xa ông. Nhưng tôi không biết đặt tên gì cho tình cảm của tôi dành cho ông nữa. Tôi chưa bao giờ thèm muốn ông như người đàn bà thường thèm muốn đàn ông. Chuyện xác thịt không làm tôi bận tâm. Tôi không hề tìm thấy tôi ở những nhân vật nữ trong tiểu thuyết hay trên phim ảnh. Tình cảm của tôi dành cho ông, vì thế, nó không có một cái tên nào cả.

ÔNG

(*Nắm lấy tay bà*) Tên với tuổi để làm gì hở bà? Với tôi thì ngược lại. Mọi sự bắt đầu giữa tôi và bà là sự ham muốn thể xác. Cảm xúc của tôi dành cho bà thuở đó cũng không thể gọi là tình yêu. Cho đến khi ham muốn đã nguôi dần thì trong tôi mới nhen nhóm những cảm xúc sâu lắng hơn đối với bà. Nhưng đến lúc đó thì nó cũng không thể gọi là tình yêu nữa. Giờ phút này, tôi chỉ biết rõ một điều, bà là một phần máu thịt của tôi. Đơn giản chỉ có vậy thôi.

BÀ

(*Giọng đầy xúc động*) Tôi nghĩ là tôi nợ ông một lời xin lỗi. Người đàn bà trong tôi chưa bao giờ đủ để đánh thức người đàn ông trong ông. Cái tình tôi dành cho ông không bao giờ trọn vẹn cho ông mọi bề, khi mà tôi không đáp ứng được những đòi hỏi của người đàn ông sống bên cạnh mình.

ÔNG

(*Cũng thở dài*) Nói vậy thì tôi cũng phải xin lỗi bà vì tôi chưa bao giờ đem lại cho bà vị ngọt của tình yêu mà bà từng thấy ở những người đàn bà khác. Chúng ta đến với nhau chỉ bằng một nửa của mỗi người. Và mỗi nửa của chúng ta lại kiếm tìm một điều khác nhau. Chúng ta sống bên nhau mà như cùng đi lạc. Chúng ta sở hữu nhau bằng cách riêng của mỗi người. Tôi thấy mình ích kỷ quá. Dù sao đi nữa, chúng ta cũng nên cám ơn giờ phút này. Nhờ đó mà bà và tôi có dịp thổ lộ với nhau những gì mình đè nén trong bao nhiêu năm nay.

BÀ

(*Giật mình*) Ông nhắc đến giờ tôi mới nhớ, như vậy là bây giờ mình không còn hy vọng gì người đưa thư sẽ giao hình đám cưới của con Jenny đến nữa, phải không ông?

ÔNG

Cũng như tôi không trông mong gì được nhận tấm bằng khen nữa. Trời đã khuya rồi. Ai mà còn đi giao thư nữa.

BÀ

(*Chống cằm ngó mãi về biển xa*) Sau này người ta đâu còn thấy hộp thư của mình mà giao cái gì được.

ÔNG

(*Ngó theo hướng nhìn của bà, vẻ đăm chiêu*) Tại sao giờ này chúng ta lại ngồi đây đợi cơn sóng thần như thế này, bà nhỉ?

BÀ

(*Quay lại, dịu dàng vuốt tóc ông*) Ông quên rằng trước đây chúng ta đã từng tính chuyện chọn cái chết cho mình hay sao? Mình đã chọn một cái chết nhanh chóng, ướt át, mát mẻ như vầy, ông còn muốn gì hơn nữa?

ÔNG

Bà nói đúng. Giữa nhiều cái chết khác nhau, chết khô, chết ướt, chết lạnh, chết nóng, chết giàu, chết nghèo, chết đói, chết no, chết nhanh, chết chậm, chết vui, chết buồn, chết ồn ào, chết lặng lẽ, chết tức tưởi, chết bình an, chết đau đớn, chết êm ái, chết đau khổ, chết hạnh phúc, chết yêu thương, chết thù hận, chết bất ngờ, chết biết trước; chúng ta đã quyết định sẽ chết như thế này, phải không bà?

Ông quàng tay qua, ôm lấy bà. Chiếc đồng hồ trên tường, từ trước tới giờ vẫn im lặng, đột nhiên vang lên tiếng "tích tắc, tích tắc" rõ mồn một, hoà với tiếng sóng biển và tiếng gió bây giờ cũng bắt đầu vang vọng. Kim đồng hồ chỉ 11 giờ 58 phút đêm.

SÓNG THẦN

(*Bắt đầu sôi sục trong lòng biển*) Cả cuộc đời làm bào thai tôi chỉ mong đến những giây phút hiện tiền này. Chẳng bao lâu nữa, tôi sẽ háo hức vươn mình ra khỏi lòng mẹ biển, sẽ vui mừng hoà nhập với đất trời để quay cuồng trong cuộc liên hoan của huỷ diệt. Tất cả những tế bào li ti của sự hiểm ác trong tôi sẽ trở nên vô cùng sống động, hợp thành một sức mạnh vô biên của sự tàn phá. Từng kiến trúc, từng kiến trúc xinh đẹp mà con người đã phải tốn bao nhiêu thời gian và công sức để xây dựng, sẽ sụp đổ trong khoảnh khắc dưới cơn thịnh nộ tràn trề, hân hoan của tôi. Từng con người, từng con người nhỏ bé, mà trong lòng chất chứa biết bao nỗi niềm to tát, sẽ tức tưởi chết đi dưới bàn tay hả hê, hung ác của tôi. Tôi không có chọn lựa nào khác. Thực thể tôi là nhất nguyên. Ngay cả sự sống và sự chết của tôi cũng gần như là một. Tôi chỉ có một cách duy nhất để sinh tồn, và cũng để tự huỷ diệt: đó là càn quét tất cả những gì nằm trên lối tôi đi qua. Động lực duy nhất của tôi là sự thù ghét tất cả những gì trên trái đất này: cây cối, nhà cửa, cầu cống, đường sá, thú vật, và nhất là con người.

BÀ

(*Co rúm người lại*) Sắp tới giờ sinh tử rồi đó. Tôi sợ quá ông ơi!

ÔNG

(*Nói giọng vỗ về*) Có tôi đây. Bà bớt sợ đi!

SÓNG THẦN

(*Càng lúc càng giận dữ*) Ôi, ôi, sao mà tôi thù ghét, căm hận cái lũ người trần gian này đến thế! Chúng là một lũ giòi bọ nhung nhúc khắp nơi. Thiên tai hay nhân tai gì gì đó càng giết chúng đi thì chúng lại càng sinh sôi nẩy nở đến độ gớm ghiếc. Chúng là loài sinh vật đáng ghét nhất trên quả địa cầu này. Chúng suy nghĩ, nói cười một cách khả ố. Chúng vừa hợm hĩnh, vừa u mê. Chúng khoe khoang không ngớt mồm về cái phận người nhỏ nhoi, mong manh của chúng. Lúc tỏ ra lạc quan, chúng lạc quan một cách lố lăng. Lúc tỏ ra bi quan, chúng bi quan một cách đáng thương hại. Chúng ăn nói và hành động như thể lúc nào cũng làm chủ được vận mệnh của chính mình. Từ hàng triệu năm nay, hết đời này qua đời khác, lũ con người vừa đáng khinh bỉ vừa đáng thương hại đó đã chứng kiến bao nhiêu cuộc bể dâu đổ ập trên đầu chúng, làm thân phận chúng tơi bời hoa lá, mà chúng vẫn ngu si nhơn nhơn đi qua đi lại trên trái đất này. Chúng có biết đâu rằng cuộc sinh tồn mong manh của chúng là do sức nóng của mặt trời toả xuống cho chúng. Chỉ cần cái quả cầu lửa khổng lồ ấy một hôm tắt ngúm thì trên trái đất này chúng sẽ đồng loạt lăn quay ra mà chết nhăn răng không kịp trăn trối. Ôi, càng sắp tới giây phút tôi ồ ạt tuôn trào ra khỏi lòng biển, tôi càng thấy bừng bừng căm hận cái lũ người ngu ngốc, kiêu căng ấy! Tôi cần gom hết tất cả những thù hận trên cõi đời này để một lần, một lần thôi, căm hờn trút hết cơn thịnh nộ có một không hai này xuống những con người đáng ghét đó.

Những tiếng ầm ầm kinh thiên động địa như bao gồm hết những tiếng động trên đời này bắt đầu vang rền trong không gian nghe đinh tai nhức óc. Biển đêm gầm thét kinh hoàng và bung ra to thành một cái nấm đen khổng lồ, hung hăng lao vào đất liền. Hết đợt sóng này đến đợt sóng cao vòi vọi khác dồn dập cưỡi lên nhau, đổ ập tràn vào lục địa. Bầu trời đen, đất đen như cũng đồng loã với cơn giận dữ của đại dương đen. Trong một thoáng, hòn đảo nhỏ bé đã chìm mất trong khối nước đen cậm kịt và mênh mông, mênh mông, mênh mông.

BÀ

(*Run lên cầm cập*) Em không muốn chết! Em lạnh quá anh ơi!

ÔNG

(*Cũng run rẩy, nhưng vẫn dịu dàng, âu yếm*) Anh biết. Anh cũng sợ chết lắm! Em ôm chặt lấy anh đi!

Màn hạ

PHÂN CẢNH

Bà vẫn thường tự nhận xét mình là người thiếu óc tưởng tượng. Một cách mỉa mai, bà cũng nghĩ rằng mình có chút máu nghệ sĩ. "Có chút máu" thôi, vì từ trước đến giờ bà chưa hề sáng tác tối tác gì cả. Có lẽ sự mâu thuẫn giữa hai điều này đã chẳng đưa bà đến đâu. Cũng có lẽ máu nghệ sĩ của bà chỉ dừng lại ở chỗ bà thích thưởng thức nghệ thuật dưới nhiều hình thức khác nhau: văn chương, kịch nghệ, điện ảnh, âm nhạc, hội hoạ, điêu khắc, và cả thiên nhiên nữa. Bà cho rằng thiên nhiên là một tổng hợp toàn bích của tất cả thể loại nghệ thuật trên đời, do một bàn tay kỳ bí và siêu hình nào đó đã tạo ra.

Ông thì thường cười mũi, hay thậm chí có khi còn cười rũ ra, mỗi khi bà lỡ nói đến chuyện gì có dính líu đến nghệ thuật. Bà đã sống cuộc sống hôn nhân đồng sàng dị mộng như thế mấy chục năm qua. Ngày còn con gái, bà đã ngốn biết bao nhiêu những pho tiểu thuyết của nhiều tác giả trong và ngoài nước, làm chứng nhân cho bao nhiêu cuộc tình, cuộc hôn nhân và cả những cuộc ly dị được kể lại trong những pho sách đó. Lần nào gấp sách lại, bà cũng bâng khuâng tự hỏi tương lai nào sẽ là của mình. Bà sẽ chọn một người đàn ông theo kiểu mẫu nào, một người cùng chí hướng (kiểu lý tưởng *"yêu nhau là cùng nhau nhìn về một hướng"* như Saint-Exupéry đã nói), một người biết lắng nghe, hay là một người yêu mình hơn mình yêu họ, vân vân và vân vân.

Trật lất hết. Thuở đó, lúc bà chợt nhận ra mình đã yêu ông cũng là lúc bà giật mình thấy rằng mình chưa hề đặt ông bên cạnh những tiêu chuẩn kiếm mẫu người lý tưởng bà vẫn từng ấp ủ. Bà nhớ, ngay lúc ấy, bà chỉ biết tặc lưỡi, nhún vai, chấp nhận rằng tình yêu chọn mình chứ mình không chọn tình yêu. Bao nhiêu năm sau, mỗi lần đau khổ, bà lại lẩn thẩn tìm cách giải thích cho chuyện mình đã yêu ông là vì sao. Đó là một quyết định sai lầm, hay chỉ là một thái độ buông xuôi, nước chảy bèo trôi? Mà dán nhãn một việc đã xảy ra mấy chục năm về trước thì để làm gì mới được chứ?

Còn ngay bây giờ thì sao? Ba đứa con của ông bà đã có gia đình, đã ra ở riêng. Nói theo kiểu Mỹ, thực tế, lạnh lùng và dứt khoát, là chúng đã *grown and gone*. Thành thử có con mà cũng như không. Ông thì vẫn sờ sờ ra đó, gần như lúc nào cũng khật khà khật khưỡng với không ly bia thì cũng cốc rượu trên tay. Thuở trước, bà có ngờ đâu một ngày kia ông sẽ trở thành một gã nát rượu như thế. Có ông chồng như ông chẳng thà không còn hơn có. Còn bà, với một nỗi bàng hoàng hết sức hiện sinh, bà sống mỗi ngày như là ngày đầu tiên, mà cũng như là ngày cuối cùng. Bà cố gắng đóng tất cả những cánh cửa đưa về quá khứ, cũng như tất cả những cánh cửa mở đến tương lai. Bà trở thành một cái vỏ rỗng tuếch, không còn cảm xúc. Hay đúng hơn là bà không thể sống theo cảm xúc riêng của mình. Hoá ra bà cũng chẳng thật sự còn có được chính mình nữa.

Có những trưa hè nắng gắt, bà đi bách bộ loanh quanh trong khoảng sân nhỏ phía sau nhà. Loanh quanh như một con kiến bò mãi, bò mãi, vì không biết đi chỗ nào khác. Lòng bà nghe ráo hoảnh, không yêu thương, không hận thù, không ước mơ, không thất vọng, không vui, không buồn, không đau khổ, không hạnh phúc. Lâu dần, bà đâm ra yêu những trưa hè nóng bức đó, trong khoảng sân xi-măng im lìm, chấm phá bằng mấy bụi cây nhỏ, lác đác điểm một vài bông hoa màu sắc khác nhau, trong các bồn hoa chạy dọc theo ba bức tường gạch nối liền nhau thành hình chữ

U, mỗi viên gạch là một con mắt hình chữ nhật đang thản nhiên nhìn những bước chân loanh quanh của bà.

Đến một lúc, bà khám phá ra mình cũng không đến nỗi tệ về mặt tưởng tượng cho lắm. Nguyên nhân? Chắc là vì ông. Chắc là vì những lời lẽ mỉa mai, châm biếm, chì chiết của ông, và cả các cú đấm tàn bạo trong những cơn say thường xuyên của ông nữa. Một buổi sáng, bà thức dậy trong cơn ê ẩm toàn thân vì đêm trước ông đã thượng cẳng chân hạ cẳng tay không thương tiếc với bà, chỉ vì bà quên mua đủ bia cho ông nối tiếp cơn nhậu đang đến hồi cao điểm. Ông đã dậy và ra khỏi phòng ngủ tự lúc nào. Bà khó nhọc bước xuống giường, lê từng bước chân rã rời ra căn bếp. Bà nhìn thấy một cảnh tượng hiếm khi xảy ra trong nhà. Ông đang đứng day lưng lại với bà ở bồn rửa chén, không biết có bà ở phía sau, lúi húi rửa ly tách nghe leng keng như một thứ âm thanh làm hoà với bà sau cơn nóng giận đêm trước. Bà nhẹ nhàng ngồi xuống chiếc bàn ăn, cố tình để ông không nghe thấy. Bà đăm đăm nhìn tấm lưng to lớn của ông, tấm lưng mà ngày xưa bao nhiêu lần bà đã ngả vào đó để tìm sự che chở. Thốt nhiên, bà có ý nghĩ muốn rón rén lấy một con dao và nhảy xổ đến, đâm liên tiếp mấy chục nhát vào lưng ông.

Rồi bà tưởng tượng tiếp những điều gì nữa? Bà hình dung ra ông từ từ khuyu xuống nền nhà, mắt mở trừng trừng lên nhìn bà trong nỗi kinh ngạc lẫn cơn đau đớn tột cùng. Bà vất con dao vào cái bồn rửa, bình tĩnh tiến tới cái điện thoại treo trên tường, bấm ba con số thật dễ nhớ để gọi cấp cứu. Bà thong thả nói cho nhân viên tổng đài chuyện vừa xảy ra và đọc rõ ràng địa chỉ của căn nhà. Xong xuôi, bà lững thững trở về chỗ ngồi nơi chiếc bàn, ngó mãi vào hai bàn tay đẫm máu của mình. Ông nằm bất động như một đống thịt to tướng dưới chân cái bồn rửa. Khoảng mười phút sau, bà nghe tiếng còi xe cảnh sát lẫn vào tiếng còi hụ inh ỏi của xe cứu thương phía trước nhà. Bà tiến ra trước để mở cửa, kể lại chính xác mọi chi tiết. Cảnh sát còng tay bà, trong khi các nhân viên cứu thương khênh ông lên cái cáng có bánh xe để đẩy ra chiếc xe đang chờ sẵn. Bà đi theo mấy người cảnh sát. Trước khi bị viên cảnh sát ấn đầu bà xuống để bà chui vào băng sau của xe, bà còn ngoái lại nhìn căn nhà lần chót, miệng lẩm bẩm: "Ồ, chiều hôm qua mình quên tưới mấy cây hoa hồng trước nhà!"

Ông đã rửa xong chỗ ly tách, quay lại nhìn thấy bà. Ông nói bâng quơ, làm như tối hôm qua không có chuyện gì xảy ra: "Em dậy sớm quá há!". Bà không nhìn ông, cũng không trả lời. Bà đứng lên đi về phía cái French door nhìn ra khoảng sân sau. Bà mở một cánh cửa, nghe làn gió buổi sáng thoang thoảng mùi cây cỏ nhẹ nhàng lùa vào căn bếp, mơn man một chút trên hai má bà. Bà thích thú bắt gặp một đoá hoa loa kèn trắng tinh tươm vừa mới nở trong bồn hoa. Bà mỉm một nụ cười, vừa thấy vui với đoá hoa mới, vừa buồn cười vì thấy mình khá tinh nghịch với cảnh tượng táo bạo vừa qua trong đầu. Bất giác, bà lẩm bẩm: "Mình tưởng tượng cũng không đến nỗi tệ!"

Bà quay trở vào bếp, vẫn còn giữ nụ cười trên môi. Ông nhìn bà một cách soi mói: "Có gì vui mà trông hớn hở vậy?" Bà vẫn không buồn trả lời, đi thẳng vào phòng tắm. Sáng hôm đó ông đang tỉnh táo nên không có chuyện gì xảy ra. Những lúc ông say mà bà dám tỏ thái độ như thế chắc bà có mà nhừ đòn. Thật ra, khi ông đã say, thái độ nào của bà cũng có thể bị ông bắt lỗi. Nếu ông hạch hỏi điều gì mà bà đáp lại, ông sẽ bảo tại sao bà dám đối đáp với ông. Nếu bà làm thinh, ông sẽ vặn vẹo là bà khinh thường ông mà không thèm trả lời chăng. Bà cười, ông bảo là láo xược. Bà khóc, ông cho là bà trù ếm cho gia đình này mau tan nát. "Tan nát!" Lúc nghe ông nói vậy, bà cười khẩy trong bụng. Có gì lành lặn đẹp đẽ đâu để mà tan với nát.

Phải mất mấy mươi năm trời sống bên cạnh ông, bà mới hiểu ra rằng ngôn ngữ là một trong những thứ có thể mang tai hoạ đến cho mình. Ngôn ngữ của sự thinh lặng, hay ngôn ngữ của âm thanh, của chữ nghĩa, kiểu nào cũng có thể khiến bà mang vạ. Cũng không cần những cơn say của ông bà mới bị ông cho vào tròng. Bà biết, rất nhiều lần ông cố gắng tránh xa ly rượu hay chai bia. Những lúc đó, bà thấy ông thật tội nghiệp. Ông ngồi hàng giờ như pho tượng, hai mắt ngó tận đâu đâu, mặt mũi trông thật thảm hại. Bà muốn phá tan bầu không khí nặng nề đó, thử kiếm một điều gì vô hại để nói với ông. Từ câu này qua câu kia, từ câu kia qua câu nọ, rồi bỗng dưng ông trở nên sừng sộ, bắt lỗi chữ nghĩa, câu cú, hay ý tứ của bà. Vậy là bà trở lại làm nạn nhân như bao nhiêu lần trước.

Và cũng trong bao nhiêu lần đó, bà đã tự xỉ vả mình. Bà tự nhiếc móc mình là đồ ngu ngốc, đồ mau quên, đồ chậm hiểu, đồ hay lạc lòng, và đủ thứ đồ khác trên đời này mà bà có thể trở thành! Bà vẫn biết là dù gì đi nữa, ông vẫn thường nể bà hơn khi thấy bà lầm lì ít nói. Nhưng bà không thể đóng vai câm lặng cả ngày, cả tháng, cả năm, cả đời như vậy được. Vậy là mọi sự cứ như một cái vòng lẩn quẩn, nói nói, im im, rồi lại im im, nói nói, rồi lại có chuyện gây gỗ, bà chẳng biết đằng nào mà lần.

Nhưng buổi chiều hôm nay không giống như mọi buổi chiều, những khi bà thường lẩn quẩn trong nhà với ông, đi ra đi vào một hồi rồi cũng có chuyện, không to thì nhỏ. Chiều nay, bà đang cầm lái chiếc xe cũ kỹ, lướt đi trên con đường hai bên là những hàng cây xanh mát. Bà không cần phải nói với ai, và cũng không thấy sự làm thinh là một điều bắt buộc như lúc ở nhà. Bà còn có phần thích thú với không khí thinh lặng trong chiếc xe, và với sự hiện diện duy nhất của chính mình trong không gian nhỏ bé đó.

Đi hết con đường có hàng cây xanh, bà rẽ phải để ra khu phố chợ. Chiều nay, bà cảm thấy không muốn nấu ăn nên định chạy ra mua con gà luộc hay con vịt quay gì đó để đem về cho hai ông bà ăn cơm với nhau. Phố xá chiều nay vẫn thế, vẫn lao xao xe cộ, kẻ qua người lại, bình thản như mọi ngày. Bà chợt có một ý nghĩ thú vị. Không biết nếu bây giờ mình cứ cho xe chạy mãi, chạy mãi, chạy mãi, không về với ông nữa thì mọi sự sẽ ra sao nhỉ?

Bà sẽ chạy cho hết con đường chính này, rẽ trái, rồi đi vào ramp chạy thẳng ra freeway. Bất giác, bà liếc nhìn đồng hồ xăng. Còn quá nửa bình xăng, xe có thể chạy khoảng cả trăm miles nữa cũng còn được. Ra đến xa lộ, bà bấm nút cho kính cửa sổ xuống nửa chừng, để mặc gió lồng lộng lùa vào, thổi tung mái tóc của bà. Cùng với tiếng gió, tiếng xe cộ hoà thành một thứ âm thanh gây kích thích thần kinh. Lúc này, bà như say với gió, với tiếng động bên ngoài, với ý tưởng liều lĩnh và tuyệt vọng của một cuộc trốn chạy không định sẵn, không biết đi về đâu. Điều chắc chắn duy nhất là bà sẽ không quay trở về nữa. Bà sẽ chạy cho đến đi nào xe gần cạn xăng rồi mới vào đường trong. Tới lúc đó hẳn tính. Chiếc xe chạy đều đều, bình thản, trong lúc đầu óc bà hoang mang, mơ hồ, không biết đây là thực hay mộng.

Lúc nhìn lại đồng hồ xăng, thấy cây kim đã gần chạm lằn vạch của số không, bà hồi hộp tìm exit kế tiếp để vào đường trong. Khi bà rời nhà, nắng hãy còn khá gay gắt. Bây giờ, ánh nắng chỉ còn thoi thóp trên mái của mấy tiệm ăn trong một cái strip mall lúc chiếc xe của bà đang từ từ rẽ vào. Bà cho xe ngừng lại trước một cửa tiệm, loạng choạng bước xuống xe. Lúc ấy bà mới nhớ ra, trong lúc vội vã ra xe, bà chỉ nhớ vơ vội một ít tiền mặt mà quên mang theo cái ví đựng tất cả những thứ khác của bà như bằng lái xe, credit cards, thẻ bảo hiểm và nhiều thứ khác.

Bà đứng vẩn vơ trên vỉa hè của một tiệm gì đó bà không nhìn rõ trong cơn váng vất, chưa biết đêm nay mình sẽ ngủ ở đâu nếu không có một mảnh giấy tờ tuỳ thân nào cả. Và ngày mai bà sẽ tính như thế nào? Chiếc xe bây giờ đã gần thành như vô dụng. Cả người bà rã rời, mệt mỏi. Trong một thoáng, bà cảm thấy hối hận với quyết định bốc đồng của mình. Chắc bây giờ ở nhà ông đang nổi giận lên vì thấy bà đi quá lâu. Bà chợt bật cười một mình, quên cả nỗi lo sợ. Giờ phút này mà mình còn sợ ông ta nổi giận nữa sao? Ông ta có giận thì cứ việc quay ra đánh chó đập mèo, chứ mình thì còn can dự gì vào đó nữa?

Có giọng nói quen quen thoảng vào tai bà: "Ê, bồ! Chiều nay cũng không nấu cơm nhà như tôi chắc?" Bà giật mình ngó về phía giọng nói đó. Ngọc Lan đang xách hai ba túi ni-lông trong tay, dứ dứ cho bà thấy. Bà định thần nhìn quanh, nhận ra mình đang đứng trước tiệm food to go Thanh Thuý quen thuộc. Bà chưa kịp nói gì thì Ngọc Lan đã đến gần và nói luôn một hơi không chấm phết: "Làm gì mà đứng như người mất hồn vậy? Bồ có mua bán gì thì vô trong mua lẹ lẹ đi chứ không thì họ hết đồ ăn đó! Còn cả một hàng người đứng đợi kìa! Thôi, tôi phải chạy đây. Trễ rồi. Bữa khác nói chuyện nghe!"

Nói rồi Ngọc Lan te tái đi ra xe, nổ máy phóng đi mất hút. Bà nhún vai một cái, mừng thầm là mình khỏi trả lời cô bạn xí xọn kia. Bước vào trong tiệm, bà sắp hàng, kiên nhẫn đợi đến lượt mình. Mùi thức ăn thơm tho làm bà tỉnh người hẳn. Nhớ lại chuyến vượt thoát trong trí tưởng vừa qua, bà cố giấu một nụ cười, e rằng có ai thấy được hẳn sẽ nghĩ chắc bà này có something wrong đây.

"Bà lấy gì đây ạ?", tiếng cô bán hàng làm bà trở lại thực tế. Bà ngó nhanh vào quầy kính và bảo: "Cô cho tôi con gà xì dầu kia. Chặt giùm luôn nhé!" Cô bán hàng cầm con gà trông béo ngậy lên, đưa qua cho người thanh niên đứng bên cạnh. Anh này chặt gà tay cứ thoăn thoắt. Cô bán hàng mời: "Có lòng heo tươi mới luộc còn nóng hổi, bà lấy một phần cho ông nhà nghe!" Bà nhìn theo hướng tay cô chỉ. Quả thật, chỗ lòng heo còn bốc hơi trông thật hấp dẫn. Ông mà thấy thì phải biết. Bà ngần ngừ trong một thoáng. Cảnh tượng ông ngồi ăn thun thút những món khoái khẩu làm bà chạnh lòng. Bà gật đầu một cách máy móc, trong khi cô gái vui vẻ múc chỗ lòng heo vào cái hộp xốp trắng một cách lanh lẹn.

Lúc sắp trả tiền, bà chợt nhớ ra là bia của ông ở nhà hình như cũng gần hết. Mua đồ nhậu đem về cho ông đưa cay mà lỡ thiếu bia ắt sẽ có chuyện lôi thôi. Nghĩ vậy, bà tặc lưỡi bước qua chỗ cái freezer to tướng, mở cánh cửa tủ lấy một xâu bia mát lạnh rồi bước qua đưa cho cô gái tính tiền chung với hai món ăn.

Ông ngồi ở sofa trên phòng khách chờ bà, vẻ mặt hầm hầm. "Ủa, tưởng ngủ quên ngoài chợ rồi chứ?". Bà làm như không nghe mấy lời châm chiếm của ông, giơ gói lòng lên cao trong tay" "How about lòng heo?" Rồi bà đưa nốt tay kia đang cầm xâu bia lên: "Có cả bia bọt nữa nè!"

Hai mắt ông sáng rỡ hẳn lên. Ông nói như reo: "Ái chà, cám ơn người đẹp nhe! Hôm nay tử tế dữ!" Bà làm thinh xách mấy món lỉnh kỉnh đó đi xuống bếp. "Bữa nào hắn sắp ăn nhậu thoả thuê thì mình lại được làm hoa hậu!" bà vừa đi vừa ngao ngán nghĩ thầm.

Buổi tối chầm chậm qua một cách êm đềm hiếm thấy. Ông không ngó tới món gà xì dầu. Bà chỉ ăn một chén cơm với vài miếng gà là đã thấy ngán, đứng dậy dọn bát đũa. Phần ông thì đang chìm trong thống khoái với món mồi và những chai bia liên tiếp bật nắp. Chốc chốc, bà lại nghe tiếng ông đánh khà một cái sau mỗi ngụm bia. Sau đó là tiếng ông nhai chóp chép, chóp chép. Trong nhà không có thứ tiếng động nào khác.

Bà thở dài, rửa xong cho hết mấy cái chén rồi vớ cây chổi quét sơ qua nền nhà bếp. Hai bàn chân trần của bà chạm vào nền nhà nhớp nháp, khó chịu. Bà dựng chổi vào góc tường, đi ra phía sau lấy xô nước và cây lau nhà, bắt đầu lau những chỗ chưa sạch. Tiếng lách tách đưa đi đưa lại của cây lau nhà trên nền bỗng dưng làm ông thấy bực bội. Đĩa lòng heo đã sạch trơn. Trên bàn, vỏ bia đứng hàng hàng bên nhau. Ông đã xỉn lắm rồi. Hoả đang bốc ra tai, ra mũi, ra cả hai mắt ông. Thỉnh thoảng, ông lại ợ một cái rõ to và dài. Nhìn cái đĩa trống trơn, rồi nhìn qua mấy chai bia rỗng, tự dưng ông thấy giận mà không biết giận ai.

Ông ngó qua bà. Bà vẫn đang cặm cụi lau nền nhà, đưa tới đưa lui cái cây lau, kêu lách tách, lách tách. Vẻ mặt của bà như hằn lên những nỗi chịu đựng câm nín, nhưng không hiểu sao ông nhìn không thấy thương mà lại thấy muốn nổi doá. Cuối cùng, như không chịu đựng được nữa, ông đưa hai tay lên bịt lấy tai, hét tướng lên: "Bà làm ơn đừng có lau nhà nữa được không? Người ta mới ăn xong, chưa kịp lọt xuống bụng mà bà đã bày ra cái trò đó ngay trước mắt. Bộ muốn tôi ói ra hết hả?"

Bà nhìn sững vào mặt ông. Kiểu ăn nói này của ông không lạ lùng gì cả, nhưng lần nào bà cũng thấy kinh ngạc như nghe lần đầu, như không tin là chính ông nói ra, hay không tin vào đôi tai của mình. Lần này, như chịu hết nổi, bà tức tối chống cái cây lau nhà, đáp trả lại: "Ông kỳ chưa? Ông ăn thì ông cứ ăn, tôi làm cứ mặc tôi làm. Ai mắc mớ gì đến ai kia chứ?"

Ông gầm lên: "Lại còn trả treo nữa hả? Đã làm ồn ào, mà cái bản mặt ngó còn hãm tài chịu không nổi!" Bà như quên hết mọi thứ, cũng quát trở lại: "Ông nói ai hãm tài? Ông... ông... ông ăn nói cũng một vừa hai phải thôi... ông không có quyền coi thường tôi đấy nhé!". Bà nghẹn giọng đi, không còn nói được nữa. Ông càng điên tiết hơn, đứng bật dậy khỏi bàn: "Coi thường bà à? Tôi còn làm hơn như vậy được nữa kìa!"

Nói đoạn ông hùng hổ xấn tới về phía bà đang đứng, dang hai tay như sẵn sàng bóp cổ bà. Vừa bước đến chỗ nền hãy còn ướt vì bà vừa mới lau qua, ông trượt chân té ngửa xuống, đầu đập xuống nền đánh bộp một cái. Máu lập tức phun ra lênh láng. Mọi sự diễn ra quá nhanh chóng ngay trước mắt, bà không kịp phản ứng gì cả.

Ông nằm im lìm trên nền bếp, hai mắt mở trừng trừng nhìn lên trần nhà. Máu từ trong đầu ông tiếp tục lan ra thành vũng. Bà đứng nhìn cảnh tượng đó, toàn thân tê dại. Vài giây sau, tựa cây lau nhà vào một góc, bà bình tĩnh tiến tới cái điện thoại treo trên tường, bấm ba con số thật dễ nhớ để gọi cấp cứu. Bà thong thả nói cho nhân viên tổng đài chuyện vừa xảy ra và đọc rõ ràng địa chỉ của căn nhà.

Xong xuôi, bà lững thững trở về chỗ ngồi nơi chiếc bàn, ngó mãi vào hai bàn tay của mình, lần này không dính máu.

Trong giây phút lắng đọng đó, bỗng dưng bà cảm thấy muốn rewind tất cả cảnh tượng vừa xảy ra. Bà sẽ đứng lên, đi giật lùi lại chỗ vừa đứng gọi điện thoại, gác máy xuống, rồi tiếp tục đi ngược lại chỗ cái cây lau nhà. Cuối cùng, bà trở lại nơi đã đứng ngay lúc ông trượt chân ngã. Trên nền bếp, vũng máu của ông từ từ rút lại, nhỏ dần, nhỏ dần, rồi biến mất. Ông vụt đứng dậy, nhanh như lúc vừa ngã xuống, hai cánh tay vẫn còn dang ra phía trước. Cũng như bà, ông đi giật lùi về phía cái bàn, ngồi mạnh xuống ghế. Trước mặt ông vẫn là cái đĩa đồ nhậu trống không và cả chục chai bia rỗng toác.

Vừa đến lúc đó, bà nghe tiếng còi xe cảnh sát lẫn vào tiếng còi hụ inh ỏi của xe cứu thương phía trước nhà.

MÀU

CẬU BÉ

Cậu bé thường khóc trong giấc ngủ. Nhất là những lúc cậu bị sốt. Mẹ cho cậu uống mấy giọt thuốc nước màu hồng rất dễ thương nhưng đắng không thể tả. Vừa cho cậu uống thuốc, mẹ vừa cằn nhằn:

"Lúc nào con cũng cãi mẹ. Đi học cứ quên đội nón nên cảm nắng là phải."

Cậu mệt mỏi nhắm nghiền hai mắt, lưỡi tê cóng lên vì vị đắng của thuốc. Rồi cậu chìm vào giấc ngủ. Mỗi lần bệnh, cậu hay có nhiều ảo giác lúc ngủ, mộng không ra mộng, thực không ra thực. Ban đầu, cậu thấy mình đứng trên một mặt phẳng mênh mông, rồi cậu rơi nhanh vào một không gian thăm thẳm. Sau đó là những cảm giác của da thịt cậu cọ xát vào những vật gì không rõ hình hài, lúc thật to, lúc thật nhỏ, lúc mềm nhũn, lúc cứng ngắc. Rồi cậu thấy chới với như hụt chân rớt mãi vào một vực sâu không đáy. Đến đó thì cậu bật khóc nức nở. Và lúc nào tiếng gọi ngọt ngào của mẹ cũng êm ái kéo cậu ra khỏi vùng ác mộng:

"Miên, nín đi con! Nằm mơ thấy cái gì mà khóc dữ vậy không biết!"

Ban ngày, đang ngồi chơi, thỉnh thoảng cậu nói với mẹ:

"Con không thích ngủ, mẹ ạ."

Mẹ dịu dàng hỏi:

"Sao vậy con? Tối phải ngủ rồi sáng dậy mới đi học được chứ."

Cậu phụng phịu đáp:

"Ngủ nằm mơ buồn lắm. Con thích ban ngày hơn."

Mẹ phì cười:

"Còn nhỏ mà đã biết buồn rồi hở con? Con nằm mơ thấy những gì mà lại buồn?"

Cậu không đáp, tiếp tục chơi. Cậu không biết phải nói với mẹ làm sao. Nhiều đêm cậu khóc trong giấc ngủ, dù không bị bệnh và thấy ác mộng. Cậu không khóc thành tiếng như những lúc bị bệnh, nhưng lắm lúc tỉnh giấc giữa đêm, cậu thấy hai má mình đẫm nước mắt. Những giấc mơ của cậu thường đem lại cho cậu cảm giác lạc lõng, thiếu thốn. Một điều gì đó lạ lẫm, bất toàn, lúc nào cũng bàng bạc trong chiêm bao của cậu.

Có lần cậu kể với bố lúc cả nhà đang ăn bữa sáng:

"Đêm hôm qua con khóc vì con nằm mơ thấy mình giành cái phao tắm biển với anh Duy, bố ạ."

Trong khi Duy trố mắt nhìn em, cậu điềm nhiên nói tiếp:

"Con thấy anh Duy và con đang tắm biển. Rồi sóng cuốn đi mất một cái phao. Còn lại một cái. Anh Duy bảo là của anh, nhưng con không chịu vì nó cũng giống y hệt cái phao của con."

Bố thắc mắc:

"Bố mua cho con cái phao màu xanh, còn của anh con màu đỏ. Mất cái nào thì con phải biết chứ sao lại giành nhau?"

Cậu làm thinh tiếp tục ăn vì không biết trả lời bố làm sao.

ANH

Cậu bé đó chính là anh. Lớn lên một chút nữa, anh vẫn còn những giấc mơ khá lạ lùng và buồn bã. Mới đêm qua thôi, anh thấy mình với Thuỳ Nhung đi trong một hội chợ nào đó, đông nghịt những người. Hai người phải khó nhọc len lỏi qua đám đông ồn ào. Đi được một lúc, anh nhìn lại thì người đi bên cạnh anh không phải là Thuỳ Nhung nữa mà là Chung Thuỷ, cô bạn học ngày xưa hiện giờ đang ở Ý. Anh nhác thấy chồng của Chung Thuỷ đứng gần đó nhưng anh ta không nhìn thấy anh. Một lúc sau, anh thấy Chung Thuỷ đang nắm lấy tay mình. Chung Thuỷ và anh đi rẽ vào một khu chung cư cao ba, bốn tầng. Lúc này, anh lại thấy Thuỳ Nhung đi chung với hai người. Anh bảo Thuỳ Nhung ngồi đợi ở dưới, còn Chung Thuỷ và anh đi lên khu chung cư. Đây là một khu nhà ở tồi tàn, ọp ẹp. Anh đi qua những bậc cầu thang cũ kỹ, dơ bẩn. Trên nền nhà thỉnh thoảng có một xác chim chết khô hay những đống phân chó. Có những cánh cửa vừa đụng vào là xiêu vẹo. Anh đi qua một vài căn phòng mở cửa, nhìn vào thấy những cảnh tượng lôi thôi, nhếch nhác với những người bên trong nheo nhóc, nói cười vui vẻ hay buồn bã. Lên đến tầng thứ ba, Chung Thuỷ chia tay anh, bước vào phòng của cô, bên trong nhìn cũng lộn xộn không kém. Anh đi tiếp lên tầng thứ tư, vì anh nhớ có hẹn gặp một người bạn ở đó. Lên đến nơi, anh thấy một người đàn ông đứng ngoài hành lang đang la lối điều gì bằng tiếng Anh với giọng Bồ Đào Nha. Nhìn dáo dác một hồi, anh mới thấy căn phòng của người bạn. Bên trong có bốn năm người vừa đứng vừa ngồi. Anh cất tiếng gọi tên người bạn và hắn bước ra. Anh cười chào nhưng hắn nhìn lại anh bằng cặp mắt không quen.

Tới đó thì anh tỉnh giấc. Liếc qua đồng hồ, anh thấy con số 5:45. Đây cũng là khoảng thời gian anh thường thức giấc mỗi sáng. Anh nằm một lúc mới hoàn hồn và nhớ lõm bõm lại giấc mơ vừa qua. Giấc mơ cũng kỳ cục, nhưng nó hoàn toàn giống với những giấc mơ từ nhỏ đến lớn của anh. Nó là một giấc mơ trắng đen, không có màu gì khác. Phải đến 8, 9 tuổi, qua những cuộc chuyện trò tình cờ có liên quan tới chiêm bao với người khác, anh mới biết ra rằng chỉ có mình anh mới nằm chiêm bao trắng đen. Đây là một khám phá làm cho anh vô cùng hụt hẫng. Càng ngày, anh càng sợ giấc ngủ hơn bao giờ. Anh cất công hỏi quanh tất cả những người trong nhà, bạn bè hay cả những người mới gặp để xem có ai cũng có những giấc mơ chỉ có hai màu như anh không. Cho đến bây giờ, anh vẫn chưa gặp được người nào như thế cả.

Lúc vào trung học, ông thầy dạy vẽ giúp anh khám phá ra thêm nhiều điều về màu sắc nữa. Thầy bảo hình ảnh hay phim trắng đen thực sự không phải là hai màu mà chỉ có một màu. Thầy dẫn chứng rằng, trong tiếng Anh chẳng hạn, ngoài tên gọi gốc Germanic *black and white*, người ta còn dùng chữ gốc Hy Lạp là *monochrome*, nghĩa là "một màu". Trong lớp, tất nhiên anh là thằng bé chú ý đến những chi tiết này nhất vì chúng liên quan đến những giấc mơ của anh. Thầy bảo màu trắng là một màu khá thú vị, vì thật ra nó "không là màu gì cả". Thầy lại dẫn chứng trong tiếng Pháp *blanc*, tiếng Tây Ban Nha *blanco* hay tiếng Ý *bianco*, tất cả những tính từ có nghĩa là màu trắng này đều có nghĩa là "trống không". Như vậy, trong tiếng Việt, hai hình dung từ "trắng" và "trống" chắc cũng có dây mơ rễ má gì với nhau chăng. Thầy còn bảo, màu trắng không là màu gì cả, nhưng đồng thời nó cũng là tất cả các màu gộp lại. Thầy cho học trò thực hành để hiểu khái niệm này bằng cách cắt một miếng bìa cứng thành hình tròn, chia đều ra sáu phần và tô lên sáu màu cơ bản. Khi gắn miếng màu hình tròn này vào một cái trục và xoay tít nó lên, chỉ còn thấy một màu trắng xoá.

Thầy còn nói điều này nữa, làm anh càng thấy chới với trong không gian màu vốn đã hạn hẹp của mình. Thầy bảo, theo định nghĩa, màu đen cũng không phải là màu, vì nó chỉ là một thể hiện quang học khi ánh sáng hoàn toàn không có mặt. Thầy nói hình dung từ chính xác của màu đen, trong tiếng Anh cũng như một số tiếng tây phương khác, là *achromatic*, nghĩa là "không có màu". Nếu vậy thì màu trắng và màu đen, nghĩ cho cùng, đâu có khác gì nhau, bởi cả hai đều là "không màu" cả. Thầy giải thích, chính ánh sáng đã giúp phân biệt được trắng và đen. Anh nghĩ, nếu trên đời này không còn ánh sáng, trắng và đen sẽ không còn đối nghịch nhau nữa.

Học xong mấy lớp vẽ của thầy, cậu học trò trung học mới lớn là anh lại càng thấy buồn bã và sợ hãi hơn trước. Thế giới chiêm bao của anh dường như càng thu nhỏ thêm và huyễn hoặc hơn, chỉ còn một màu với những sắc thái xám xịt lập lờ ở khoảng giữa. Như để tìm chút thăng bằng trong cuộc sống, ban ngày, anh tìm đến hai màu trắng đen nhiều hơn, qua những bức hình xưa trong những tập album mẹ thường cho anh xem về ông bà nội ngoại, ông bà cố. Anh tỏ ra thích thú với những cuốn phim trắng đen chiếu ở rạp, đặc biệt là những phim câm của Charlie Chaplin hoặc của hai anh hề Laurel và Hardy. Anh thấy có một mối liên quan mơ hồ, nhưng khắng khít, giữa sự im lặng và hai màu trắng đen. Càng tiếp xúc với hai màu này nhiều hơn vào ban ngày, anh càng thấy dễ chịu hơn với những giấc mơ của mình ban đêm.

Khi truyền hình trắng đen bắt đầu nhường chỗ cho truyền hình màu, anh thấy tiếc quá đỗi. Tuy vậy, đối với truyền hình màu, anh lại có một cảm xúc lẫn lộn, vừa yêu vừa ghét. Ghét vì nó làm thế giới trắng đen ban ngày của anh nhỏ đi thêm một chút, mà cũng yêu vì nó là cả một vùng trời rực rỡ, chói loà, điều mà những giấc mơ của anh không thể nào có được. Màu sắc trong giấc mơ, đối với anh, là một ân sủng kỳ diệu mà chung quanh anh ai cũng được hân hưởng, hân hưởng một cách an nhiên, một cách hững hờ, một cách đáng ghét. Ngày trước, anh vốn đã vừa sợ, vừa không thích những giấc mơ chỉ có hai màu của mình. Khi thầy dạy vẽ chỉ ra cho anh thấy rằng hai màu đó thực ra chỉ là một, thậm chỉ còn không là màu gì cả, anh càng thấy u uất hơn mỗi lần đêm đến, hay mỗi lần mở choàng mắt ra sau một giấc mơ nhạt màu.

THUỲ NHUNG

Thuỳ Nhung là vợ của anh. Cô cũng là người bạn cùng xóm, người bạn nhỏ thuở ấu thời của anh. Hồi đó, anh gọi cô là Nhã chị, vì gia đình của cô có tục đặt cho mỗi người con hai cái tên, một tên đi học và một tên ở nhà. Thuỳ Nhung là Nhã chị, tất nhiên là phải có Nhã em. Trong gia đình đông con của cô nào là Thanh chị, Thanh em, Lịch chị, Lịch em, vân vân và vân vân. Đáng lẽ ra, đứa bạn của anh trong gia đình này phải là Tuấn anh (đi học tên là Thuỵ) vì hắn cùng tuổi với anh. Chẳng hiểu sao tuy học cùng lớp với Tuấn anh, anh lại thích làm bạn với Nhã chị, vốn là chị của hắn. Lúc cả bọn cùng cắp cặp đi học với nhau, thế nào rồi anh cũng đi sát vào Nhã chị để nói chuyện chứ ít khi cặp kè với Tuấn anh. Đến trường thì mỗi người vào mỗi lớp vì con trai với con gái học riêng. Về đến nhà, tình bạn vong niên lại tiếp nối. Anh thường tham dự những trò chơi nào có Nhã chị hơn là khi có Tuấn anh. Những đêm hè trời mát, Nhã chị và anh, lúc đó mới học đến lớp bốn, lớp năm, thường nằm bên nhau trên một chiếc ghế bố nhà binh, ngó lên bầu trời đầy sao, nói đủ chuyện trên trời dưới đất.

Duy, hơn anh hai tuổi, lúc ấy mà sao đã ranh quá. Không hiểu hắn tưởng tượng, vẽ vời ra sao trong đầu của hắn, hay rình rập hai đứa trên ghế bố hồi nào, mà có hôm hắn chạy về nhà méc mẹ:

"Mẹ ơi, con thấy thằng Miên hun con Nhã chị!"

Mẹ hết hồn, vội hỏi anh sao lại có cơ sự như thế. Khổ thân anh, lúc ấy anh có thích Nhã chị thật, nhưng đã dậy thì dậy thuở gì đâu mà biết hun với hít. Anh chỉ biết lắc đầu quầy quậy mà không nói được lời nào để chống chế. Trong thâm tâm, quả thật, anh thấy Nhã chị thật dễ thương, nhưng chỉ muốn lúc nào cũng quấn quýt bên cô mỗi khi có dịp. Vậy thôi. Anh gọi cô là "Nhã chị" và xưng "tui". Còn Nhã chị, vốn là người Huế và lớn hơn anh một tuổi, gọi anh là "mi" và xưng "tau". Mỗi lần hai đứa gặp nhau, xưng hô nghe cứ loạn xạ cả lên, tui, mi, tau; tau, tui, mi; mi, tui, tau...

Lớn lên một chút nữa, anh bắt đầu làm thơ, viết văn. Anh có một ít bài được đăng trên mấy tuần báo hoặc nguyệt san dành cho thiếu nhi hay tuổi mới lớn. Có bài thơ anh làm đăng trên Thiếu Nhi với lời đề tặng Nhã chị. Trong một truyện ngắn được đăng trên tờ Tuổi Ngọc, anh miêu tả hình ảnh một người con gái bơi dưới biển vào một đêm có trăng. Cô bơi theo ánh trăng nhấp nhô trên sóng. Nhân vật nữ trong truyện đó được anh đặt tên là Thuỳ Nhung. Nhà anh và nhà của Nhã chị đều mua Tuổi Ngọc hằng tuần. Buổi chiều có tờ Tuổi Ngọc mới đăng truyện ngắn đó, anh đang ngồi ngây ngất trong cảm giác truyện của mình đang được độc giả khắp miền Nam Việt Nam thưởng thức thì Nhã chị hộc tốc chạy đến, tay cầm tờ tạp chí còn thơm mùi mực mới:

"Ê Miên, răng mi dám lấy tên tau đăng lên báo?"

Anh nhìn Nhã chị cười trừ, không nói không rằng.

Rồi Nhã chị lớn lên, trở thành Thuỳ Nhung, không chịu cho ai gọi mình bằng cái tên ở nhà hồi còn nhỏ nữa. Thuỳ Nhung và anh càng ngày càng khăng khít, dần dần thành đôi tình nhân, rồi trở thành vợ chồng như một chuyện đã đành. Gia đình hai bên hể hả làm sui gia với nhau. Một năm sau, con bé Bích Diệp ra đời, như trái ngọt kết quả trên cây lành. Cuộc sống êm ả trôi. Rồi biến cố tháng Tư đến. Gia đình hai bên nhà Thuỳ Nhung và anh may mắn di tản được qua Mỹ. Cuộc sống của gia đình nhỏ của anh ở xứ người, ban đầu còn chật vật, rồi lại đâu vào đó, êm xuôi trôi dần qua. Trong khi đó, mỗi đêm anh vẫn mơ những giấc mơ trắng đen đã trở thành quá thân quen tự lúc nào.

Không lâu sau khi cưới nhau, anh có kể với Thuỳ Nhung về những giấc mơ của mình, điều mà anh chưa bao giờ tiết lộ với cô lúc còn nhỏ. Thuỳ Nhung nghe anh nói xong, thản nhiên bảo, nửa đùa nửa thật:

"Rứa càng hay. Anh có mơ thấy cô mô thì cũng một màu như nhau, không ai cạnh tranh được với em cả."

Thuỳ Nhung có một nếp sống thật giản dị. Triết lý sống của cô, nếu có, chỉ là sống sao cho trọn vẹn với chồng con. Cô không có tham vọng gì, từ nhỏ chỉ mơ lớn lên làm thư ký. Và giấc mơ không cao vời gì của cô cố nhiên là đã thành sự thật. Nếp sống trầm lặng của cô, dù trong thế giới muôn màu này, không khỏi làm anh liên tưởng đến những giấc mơ trắng đen của mình. Hoá ra màu sắc, nếu quá nhàm chán, cũng chẳng khác gì trắng với đen là mấy. Sống bên Thuỳ Nhung, anh có cảm tưởng như những giấc mơ trắng đen của anh đã tràn ra thực tế, thâm nhập cả ban ngày ban mặt.

CHIÊU LOAN

Anh gặp Chiêu Loan lần đầu ở conference tại một trường đại học ở Seattle. Ngoài anh ra, cô là người Việt duy nhất tham dự cuộc hội thảo hôm ấy. Cái tên tiếng Việt của cô trong danh sách những người dự hội thảo làm anh bắt mắt, không những chỉ vì nó là tên Việt Nam, mà còn vì nó là một cái tên khá lạ. Tuy vậy, việc anh tìm ra cô trong đám đông không phải là dễ, vì cô không có nét thuần tuý của một người đàn bà Việt Nam. Cô nhìn lai lai, nửa Á, nửa Âu. Cuối cùng khi nhận ra cô, anh thấy ngay cô có một sắc đẹp dữ dội, cuốn hút. Trên khuôn mặt trắng trẻo với cái cằm chữ điền của cô, nổi bật lên đôi mắt cô đen nhánh, hơi xênh xếch, với hàng mi rậm, dài và cong vút. Mũi cô thon, cao và đôi môi cô hơi dày, đủ để gợi lên những nụ hôn nóng bỏng mà anh không thể nào không nghĩ đến khi nhìn vào đó. Nói chuyện với Chiêu Loan chỉ vài câu, anh thấy là cô cũng để ý đến anh một cách đặc biệt. Hai người nói chuyện rôm rả như đã quen nhau từ lâu và chỉ luyến tiếc rời nhau ra khi các phòng hội thảo với nhiều đề tài khác nhau bắt đầu.

Đến lúc nghỉ ăn trưa, không hẹn mà cả hai người cùng tìm đến nhau một cách hối hả, không cần che giấu. Khi anh đề nghị Chiêu Loan cùng ra ngoài kiếm cái gì ăn thay vì vào phòng ăn trưa ở trường như mọi người khác, cô vui vẻ đồng ý ngay. Cả hai thả bộ dọc theo hè phố mùa đông Washington. Trời lạnh ngắt và phố thưa người. Tìm được một cái quán nhỏ ấm cúng, Chiêu Loan và anh mỗi người gọi một tô xúp nhỏ ăn cho ấm bụng và một cái sandwich tiếp theo. Những gì Chiêu Loan và anh trao đổi với nhau suốt bữa ăn hầu như hoàn toàn vô nghĩa, nhưng câu nói này cứ tiếp nối câu kia. Cả hai đều như trong một cơn lên đồng váng vất. Buổi xế trưa vàng vọt ánh nắng, nhuộm một màu hổ phách lên con phố với dãy cửa tiệm đìu hiu. Anh chợt thấy cảnh vật không khác gì mấy với những giấc mơ trắng đen của mình. Không ai bảo ai, tự lúc nào, tay anh và tay Chiêu Loan đã tìm nhau, nắm quấn quýt không rời lúc hai người trở về khuôn viên đại học. Anh nghe như có một luồng điện mạnh mẽ chạy dài theo xương sống, rồi lan đến từng ngõ ngách trong cơ thể mình.

Các cuộc hội thảo xuất buổi chiều uể oải trôi qua. Anh không còn tâm trí nào cho những gì đang diễn ra chung quanh mình. Hình ảnh Chiêu Loan với đôi môi mời gọi cứ lởn vởn trong đầu anh. Cả người anh như sốt nặng. Hai tai anh nóng bừng. Da thịt anh nổi gai ốc một cách vô cớ. Chỉ đợi cho những người trong panel nói lời cám ơn và chào cử toạ xong, anh đã hấp tấp đi như bay ra khỏi phòng. Anh chạy dọc theo các phòng học, nhớn nhác tìm Chiêu Loan. Đến phòng gần chót của dãy lớp học, anh thấy cô vội vã đi ra, dường như cũng để tìm anh. Anh chạy vội đến, nắm tay cô và gần như lôi cô ra ngoài hiên sau, nơi nhìn ra một bãi cỏ xanh mướt và ẩm ướt trong mùa đông. Không nói gì cả, anh hối hả đặt lên môi cô những nụ hôn tới tấp, vụng về như lần đầu biết hôn. Chiêu Loan không chống cự gì. Cô cũng đáp trả những nụ hôn không dứt của anh một cách cuồng nhiệt. Hai người như không cần biết những gì đang xảy ra quanh mình nữa.

Anh dìu Chiêu Loan băng qua bãi cỏ, đi về toà nhà có dãy phòng dành cho những người tham dự hội thảo ở lại qua đêm. Bây giờ thì hai người đã nằm bên nhau trong phòng của anh. Dĩ nhiên đây không phải là lần đầu tiên anh nằm bên một người đàn bà. Nhưng không hiểu sao cả người anh cứ run lên bần bật và anh không tài nào kiềm hãm nổi. Chiêu Loan từ từ cởi áo quần của anh trước, rồi mới thong thả cởi quần áo của mình ra. Anh đắm chìm ngút ngàn trong cơn hoan lạc bất ngờ của thân xác, với những cảm giác mới mẻ và mãnh liệt, tưởng như là những cảm giác đầu đời. Những cảm giác ấy làm rung lên từng tế bào li ti, làm căng tất cả những mạch máu trong người của anh. Chưa bao giờ anh thấy được những cảm giác mạnh mẽ dường ấy với Thuỳ Nhung. Anh hoá thành một khối trong suốt và tê mê. Còn Chiêu Loan tan chảy thành một vùng cảm giác mênh mông bao bọc lấy anh, vừa quyến rũ, vừa làm anh sờ sợ. Có lúc anh chập chờn thấy cảm giác của mình không khác gì giấc mơ lúc mình bị bệnh hồi còn bé.

Đêm hôm ấy, bên cạnh Chiêu Loan ngủ say, lần đầu tiên anh nằm mơ thật lạ. Giấc mơ của anh đầy đủ màu sắc như những gì anh thấy ban ngày.

ANH – THUỲ NHUNG – CHIÊU LOAN

Trong suốt chuyến bay trở về nhà, hình ảnh của Chiêu Loan và những cảm giác của cô đem lại tràn ngập tâm trí anh. Có lúc chúng như bừng sống lại, chảy tràn ra chung quanh anh, lai láng trong thân máy bay. Anh ngập ngụa trong dư vị ngọt ngào của những cơn hoan lạc liên tiếp đêm qua. Đến khi máy bay đáp xuống phi đạo, anh mới từ từ hồi tỉnh. Lái xe trên xa lộ quen thuộc trên đường về nhà, anh thấy càng lúc càng gần với thực tế.

Bỗng dưng anh thấy hoàn toàn xa lạ với chính mình. Người đàn ông bốc đồng, gục ngã trước đam mê nhất thời một cách dễ dàng và chóng vánh ở Seattle là ai? Còn người đàn ông chừng mực, điềm đạm, từ trước tới giờ chỉ biết thương vợ, thương con, từ Việt Nam qua đến Mỹ là ai? Hay là mỗi người đàn ông đó là câu trả lời cho câu hỏi chưa bao giờ cần phải đặt ra của hai người đàn bà khác nhau? Với Thuỳ Nhung, anh đáp ứng những nhu cầu tinh thần sâu lắng nhất. Thuỳ Nhung là người bạn lớn của anh, người mà anh có thể nói hết những suy nghĩ, tâm tình sâu kín nhất của mình. Người đàn bà của Thuỳ Nhung ẩn sau một thân xác có phần lạnh lùng của cô. Còn với Chiêu Loan, người anh mới gặp, anh đã đáp trả bằng tất cả những háo hức của xác thịt hãy còn hừng hực của tuổi trung niên. Người đàn bà của Chiêu Loan lồ lộ ra hết bên ngoài, nóng bỏng, đối nghịch lại tất cả những gì Thuỳ Nhung không bày tỏ. Nếu Thuỳ Nhung là người bạn lòng của anh, một chỗ nương tựa tinh thần êm ái cho anh, thì Chiêu Loan là hiện thân của sắc đẹp, của một công trình sắc sảo mà Thượng Đế có thể đem lại cho nhân gian.

Ngày trước, anh từng làm thơ tặng Thuỳ Nhung, vì anh nghĩ không ai có thể thưởng thức những gì mình viết ra một cách trọn vẹn bằng cô. Bây giờ, trước vẻ đẹp kiêu sa của Chiêu Loan, anh lại cảm thấy thôi thúc muốn viết ra những vần thơ, không phải để dâng hiến, mà để thổ lộ sự khắc khoải của những cảm xúc mà chính anh không chế ngự được. Giữa hai người đàn bà, Thuỳ Nhung chưa bao giờ "đến" với anh, vì cô đã hiện diện bên anh từ đời thuở nào anh không còn nhớ nữa. Nhưng Chiêu Loan thì thật sự đã đến với anh, vừa tình cờ mà cũng như vừa có ai sắp đặt. Trong khi hầu như ai cũng chỉ cần một nửa kia trong cuộc sống là đã có thể mãn nguyện, dường như anh chỉ có thể tìm được một phần tư ở mỗi người đàn bà trong đời anh bây giờ. Nếu con người của anh dành cho Thuỳ Nhung tạm gọi là mẫu mực, thì con người của anh dành cho Chiêu

Loan có phải là con người xấu xa hay không? Anh có còn xứng đáng làm chồng, làm bố nữa hay không? Anh rầu rĩ thở dài với ý nghĩ này.

ANH – CHIÊU LOAN

Trở về Orange County, anh vẫn tiếp tục là người đàn ông ở Seattle. Chiêu Loan ở cách chỗ anh hai tiếng đồng hồ lái xe. Ngoài giờ làm việc ra, tất cả những giờ phút còn lại anh dành hết cho việc lái xe đến gặp gỡ Chiêu Loan. Có những hôm anh đi biền biệt hai ba ngày mới về nhà. Anh bỏ hết ngoài tai những lời chất vấn của Thuỳ Nhung, hay những thắc mắc của Bích Diệp, con bé lúc này đã vào trung học. Anh không còn là người đàn ông ở Orange County nữa. Anh không cần tự hỏi mình đang làm điều đúng hay sai. Anh không cần tính toán phải quyết định như thế nào. Anh chỉ biết được, ở bên cạnh Chiêu Loan là tất cả những gì anh muốn trong lúc này. Mỗi ngày của anh bây giờ là một giấc mơ hoang dại, cuồng nhiệt. Giấc mơ có đủ màu, dù ban ngày hay ban đêm.

Chiêu Loan đón nhận anh một cách vừa nồng nàn, vừa bình thản. Cô không thắc mắc đến gia cảnh của anh. Cô chỉ biết có anh. Cô cũng không cần phân tích bản chất của mối quan hệ giữa hai người là như thế nào. Cô yêu và thèm muốn anh. Cô chỉ biết có vậy. Còn anh, anh vừa yêu vừa thấy hụt hẫng. Anh thấy Chiêu Loan không chỉ là một thế giới, mà là cả một vũ trụ mênh mông, riêng biệt. Vũ trụ ấy, anh không thể nào thật sự bước vào. Nếu người đàn bà trong cô bước ra hẳn bên ngoài để chào đón anh, thì tâm hồn của cô như đóng kín trong thân xác nồng nàn đó. Với từng ngày trôi qua, những ham muốn xác thịt bồng bột của anh đối với cô đã dần dần dịu xuống, nhường chỗ cho niềm ao ước được khám phá tâm hồn của cô. Nhưng không, anh thấy đây là một điều tuyệt vọng. Anh có thể đem hết ngũ quan của mình phủ trùm lên thân thể cô. Thị giác. Thính giác. Xúc giác. Khứu giác. Vị giác. Nhưng tất cả những giác quan đó đều phải dừng lại trước ngưỡng cửa của thân thể cô. Những gần gũi của thân xác, cho dù có mãnh liệt đến chừng nào đi nữa, cũng đều thúc thủ trước những giới hạn sinh vật lý khả dĩ. Chiếm hữu thể xác đã hữu hạn, chiếm hữu tâm hồn càng thêm hãn hữu.

Bây giờ, sau mỗi lần gặp gỡ và gần gũi với Chiêu Loan, anh càng cảm thấy bất lực, hoang mang thêm một chút. Và những giấc mơ màu ban đêm của anh gần đây dường như cũng kém tươi hơn trước.

ANH – THUỲ NHUNG – BÍCH DIỆP

Một buổi chiều đi làm về, thay vì háo hức lái xe thẳng về phía thành phố của Chiêu Loan, không dưng anh lại muốn về nhà một hôm. Khi rẽ xe vào khu xóm quen thuộc, anh chợt thấy trước mặt mình là chiếc xe màu trắng của Thuỳ Nhung. Anh đi chậm lại để làm khoảng cách giữa hai chiếc xe mỗi lúc một xa hơn. Trên xe có cả Bích Diệp. Hai mẹ con mới đi đâu với nhau về. Từ phía sau, anh thấy xe của Thuỳ Nhung rẽ vào driveway của nhà anh. Hai mẹ con mở cửa xe bước xuống, đi ra phía sau thùng xe, lấy ra những gói giấy, chắc là mới mua ở chợ về. Hai người vừa xách đồ vào trong, vừa nói cười vui vẻ. Không hiểu sao, anh chợt bỏ ý định về nhà, đạp ga phóng tới, lướt ngang qua nhà mình. Anh chưa biết đi đâu. Anh cũng không cảm thấy hứng thú đến nhà Chiêu Loan trong lúc này nữa. Tự dưng anh thoáng thấy ức ức thế nào, rằng tại sao hai mẹ con chẳng tỏ vẻ gì là thiếu vắng anh cả. Lại còn cười cười nói nói ra cái điều chẳng ai cần ai. Anh bỗng thấy mình như cậu bé ngày xưa, làm một điều gì có lỗi với bố mẹ, bị la xong thui thủi ra ngồi ngoài vườn. Bây giờ anh không còn khu vườn thời thơ ấu đó để ngồi nghe tủi thân nữa, mà phóng lan man trong một chiếc xe giữa dòng lưu thông đông đúc, không biết đi về hướng nào.

Tối hôm ấy anh check in ở một cái motel gần nhà để ngủ qua đêm. Trên chiếc giường cũ kỹ và trong mùi chăn nệm ngai ngái, anh thiếp đi khi đêm đã thật khuya. Giấc mơ đêm ấy của anh không còn đủ màu sắc nữa. Nó nhuốm toàn một màu nâu đỏ kỳ dị.

ANH VÀ NHỮNG GIẤC MƠ

Trưa nay anh lấy giờ lunch để hẹn gặp Evan nói chuyện. Evan là anh bạn da trắng anh quen hồi anh đi học lại đại học lúc mới qua Mỹ. Hắn học về điện ảnh và hiện đang làm cho một đài truyền hình địa phương. Hai người quen nhau vì lúc đó lấy chung mấy lớp văn chương Anh. Anh thường lân la hỏi Evan về màu sắc trong phim ảnh, rất "đúng đài" của Evan. Anh kể cho hắn nghe về những giấc mơ đen trắng của mình. Về phần Evan, hắn rất thích thú với những giấc mơ trắng đen của anh, từ quan điểm của một người đam mê phim ảnh. Hắn giới thiệu cho anh một số phim trắng đen kinh điển như *Casablanca, Psycho, To Kill a Mocking Bird, Sunset Boulevard*, v.v. Hắn phân tích rất tỉ mỉ về những góc cạnh hay ánh sáng đẹp trong những cuốn phim trắng đen đó. Hắn bảo ước gì kỹ thuật tân tiến có thể cho phép gắn một cái chip vào đầu con người để quay lại những giấc chiêm bao. Được như vậy, những cuốn phim chiêm bao trắng đen của anh hẳn sẽ đem lại nhiều điều thú vị lắm, Evan bảo thế.

Hai người bạn học cũ ngồi đối diện nhau trong một tiệm ăn Ý gần bãi biển. Quán để nhạc rap hơi ồn ào nhưng anh vẫn thích không khí Âu tây của nó. Anh nói với Evan:

"Công việc ở đài truyền hình của ông ra sao? Khi nào thì trở lại truyền hình trắng đen đây?"

Evan nheo mắt:

"Câu hỏi của ông không phi lý lắm đâu. Càng ngày càng có nhiều nhiếp ảnh gia chỉ chụp hình trắng đen, và nhiều phim mới và hay sau này cũng quay bằng phim trắng đen đấy thôi. Còn ông thì sao, vẫn mơ bằng hai màu đó chứ?

"Một màu chứ không phải là hai màu,"—anh chỉnh Evan, ngụ ý những gì anh đã kể cho hắn nghe về người thầy dạy vẽ của mình—"Ông biết không, tôi hẹn ông hôm nay, trước hết là để mình catch up với nhau, sau nữa là để update với ông về những giấc mơ của tôi."

Evan tỏ vẻ chăm chú:

"Update à? Ông không không còn mơ trắng đen nữa hay sao?"

Anh cắn một miếng sandwich, nhồm nhoàm trả lời:

"Cũng khá rắc rối. Từ lúc chúng ta nói chuyện lần cuối tới bây giờ, các giấc mơ của tôi đã chuyển qua nhiều tông rồi."

"Nghĩa là sao"?

"Nghĩa là từ trắng đen, qua màu, rồi qua màu nâu đỏ."

"Màu *sepia*!"—Evan thốt lên—"Thú vị quá nhỉ!"

Anh hơi ngẩn người:

"Ông nói chữ gì? *Sepia* hả? Tại sao lại gọi màu nâu đỏ là *sepia*?"

"Danh từ nghề nghiệp mà,"—Evan cũng vừa ăn vừa đáp lại—"Chữ này lấy từ tiếng Hy Lạp có nghĩa là 'con mực'".

"Mực thì phun nước màu đen ngòm chứ đâu có màu nâu đỏ?"

"Nhìn cho kỹ thì nó màu nâu đỏ đậm đấy ông ạ. Trong nhiếp ảnh và điện ảnh, người ta dùng chữ *sepia* để chỉ những gam màu này."

Anh ngẫm nghĩ:

"Ông nói tôi mới nhớ ra là hồi khoảng lớp 9, lớp 10 ở Việt Nam, tôi có xem một phim Pháp với màu này, nhưng không nhớ tên phim. Nhưng người ta làm phim bằng màu *sepia* với mục đích gì?"

Evan nhún vai:

"Cũng tuỳ. Có khi người ta làm phim trực tiếp với màu này, có khi người ta lấy phim trắng đen nhuộm lại. Hình ảnh hay phim trắng đen có màu *sepia*, một là nhìn có vẻ cũ kỹ hay cổ kính, hai là nhìn cũng đỡ chán hơn là trắng đen. Hồi đó thì người ta cho là vậy. Còn bây giờ, trắng đen lại là thời thượng đấy."

Anh cười gượng gạo:

"Vậy là tôi không còn được thời thượng nữa rồi. Tôi không còn nằm mơ trắng đen nữa."

Evan thắc mắc:

"Ông bảo giấc mơ của ông chuyển từ trắng đen qua màu, rồi qua *sepia*. Có gì thay đổi trong cuộc sống của ông có thể làm ảnh hưởng đến hiện tượng này không?"

Anh nhìn Evan thán phục:

"Ông hỏi như là một nhà tâm lý chứ không phải là một nhà làm phim. Ông đoán đúng. Tôi mới bị một cú love at first sight, ông ạ. Thoạt đầu, những niềm vui mới lạ đã làm tôi nằm chiêm bao có màu, rồi từ từ mọi việc sink in, buồn nhiều hơn vui. Bây giờ tôi chỉ nằm mơ thấy màu *sepia* thôi."

Evan nói đùa:

"Nhưng lúc nào ông cũng mơ bằng *high definition* đấy chứ? Hay là 3D cũng nên?"

Chợt nhận thấy mình thiếu tế nhị, hắn vội vàng nói tiếp:

"Xin lỗi ông, tôi insensitive quá! Tôi hy vọng mọi việc trong gia đình ông được ổn thoả."

Anh không chú ý đến câu nói đùa hay câu xin lỗi của Evan cho lắm, mà chỉ bận tâm về một điều. Anh tư lự hỏi:

"Trong con mắt điện ảnh chuyên môn của ông, màu sepia diễn tả điều gì ?"

Evan nhắm hai mắt lại, cố tập trung để tìm câu trả lời cho anh:

"Nếu tôi chọn màu *sepia* để quay một cuốn phim của tôi, cuốn phim đó phải có nội dung diễn tả nhiều tình huống mâu thuẫn với nhau và tâm lý phức tạp của các nhân vật. Ông nghĩ coi, màu *sepia* như là một gam vừa dung hoà, vừa lập lờ giữa trắng đen và đủ màu. Một cuốn phim trắng đen có vẻ dứt khoát quá. Cũng như người Mỹ có thành ngữ *as clear as black and white* vậy. Còn một cuốn phim màu thì chẳng có một tâm điểm nào cả. Nhiều màu quá thì khó diễn tả được một điều gì rõ ràng. Tôi nghĩ chắc những giấc mơ *sepia* của ông đang phản ảnh hoàn cảnh phức tạp và tâm trạng bối rối của ông trong lúc này."

Evan còn nói thêm một hai câu gì đó nhưng anh không để ý nữa. Nhạc vẫn ồn ào chung quanh anh. Tiếng người nói cười xen lẫn vào tiếng chén đĩa lách cách. Tất cả tạo thành một mớ âm thanh hỗn độn bao phủ lấy anh. Thốt nhiên, anh đâm ra sợ cái thế giới quá thực này. Và anh cũng sợ cả thế giới mộng mị của mình ban đêm. Anh không thể, hay chưa thể, tìm ra một thế giới nào ngoài hai thế giới đó. Anh bị kẹt cứng giữa hai thái cực lạnh lùng, dửng dưng này. Anh sợ cái màu ủ dột, thê lương của *sepia* quá đỗi. Lần đầu tiên trong đời, anh ao ước được trở lại với những giấc mơ trắng đen như cũ.

HOA HẠC

Anh không mất công hay thì giờ gì mấy để làm quen với cô. Vài tuần trở lại đây, anh để ý thấy cô bắt đầu chạy trong công viên này và nhiều lần ngồi nghỉ ở cùng một chiếc ghế đá với anh. Cô không tỏ ra e dè gì khi phải chia chỗ ngồi với một người đàn ông xa lạ. Mỗi lần tình cờ cùng ngồi xuống băng ghế đá, cô đều nở một nụ cười khá thân thiện với anh. Nụ cười của cô đặc biệt ở chỗ là tuy rất dễ mến, nó không có vẻ gì mời gọi một cuộc nói chuyện nào cả. Nó không tắt ngúm ngay làm cho anh cụt hứng, nhưng cũng không kéo dài để anh có dịp bắt chuyện với cô. Tuy vậy, anh không muốn tỏ ra là một kẻ thiếu lịch thiệp, không phải đợi cơ hội mới cho thấy rằng mình cũng có khiếu ăn nói.

"Chào mừng cô đến với công viên Griffith,"—một hôm anh quyết định đi xa hơn những nụ cười xã giao.

"Cám ơn ông,"—cô cười đáp lại—"Ông cũng có tài quan sát đó. Công viên lớn thế này mà ông biết được tôi là một người mới đến."

"Có những người mà không cần ai có tài quan sát cũng tự nhiên gợi được sự chú ý như cô vậy. Tôi là Bình, hân hạnh được biết cô."

Cô chìa tay ra cho anh bắt rất tây:

"Còn tôi là Hallie."

"Cô có tên tiếng Việt không?"

"Có, nhưng tôi không dùng đến nữa."

Trong lúc anh còn nghĩ đến câu kế tiếp thì cô đã nói luôn:

"Tôi chỉ ở lại thành phố này một thời gian ngắn thôi."

Đoạn cô láu lỉnh tiếp:

"Để tôi phỏng vấn tôi giùm ông luôn nhé. Tôi đến thành phố Thiên Thần này làm gì vậy? Thưa ông, vì một lý do mà tôi cho rằng ít người nghĩ đến. Đó là vì thành phố này đã chọn hoa hạc làm biểu tượng chính thức."

"Hoa hạc?"

"Đúng ra trong tiếng Việt người ta thường gọi hoa này là *hoa thiên điểu* hay *chim thiên đường*, nhưng tôi thích tên *hoa hạc* hơn. Ông thấy công viên này cũng trồng đầy loại hoa này không? Ở Nam Phi, nơi xuất xứ của loài hoa này, người ta gọi nó là hoa hạc. Tôi thấy cái tên này rất dễ thương."

Anh gật gù:

"Kể cũng thú vị. Người ta thường đến một nơi vì công việc hay du lịch, còn cô đến đây chỉ vì một loài hoa. Tôi đồng ý với cô là tên hoa hạc rất gợi hình. Còn chim trên thiên đường thì biết bao nhiêu loại, cô nhỉ?"

Như vậy là anh và cô đã mở màn câu chuyện bằng một loài hoa. Ở những người con gái anh từng gặp, mỗi người có một vẻ lôi cuốn đàn ông một cách khác nhau. Qua những lần nói chuyện kế tiếp, anh nhận thấy vẻ lôi cuốn của cô không nằm ở sắc đẹp, sự duyên dáng hay cách ăn nói, mà ở cách cô dùng chữ nghĩa rất tự nhiên, đôi lúc đầy sáng tạo. Chẳng hạn như một hôm cô chợt thốt lên:

"Công viên này không chê vào đâu được. Chỉ có cái là lúc trời nóng sao mà lắm *con lững lờ* đến thế."

"Con lững lờ?"

Cô cười chỉ vào những con côn trùng bé xíu có cánh đang bay nhởn nhơ trước mắt hai người:

"Đó, ngay trước mặt ông và tôi đây thôi."

"Ai bảo cô đó là những con lững lờ?"

Cô mím môi, nói đầy vẻ tự tin:

"Không ai bảo cả. Tôi không biết chúng tên gì, nhưng thấy chúng bay mà như không bay, cứ như đứng một chỗ trong không trung, chờn vờn ngay trước mặt mình. Không gọi là lững lờ thì phải gọi là gì ạ?"

Anh cố nín cười, nghe cô giải thích thấy cũng có thể ghi cái tên này vào từ điển được. Anh hỏi lại:

"Cô không thích những con lững lờ trong công viên này, nhưng ở đây có điều gì làm cho cô thích không?"

Cô đảo mắt nhìn lên những hàng cây xanh mướt quanh hai người:

"Ngoài những bụi cây hoa hạc ra, tôi còn thích những *cây lá cười* nữa."

"Cây lá cười?"

Cô bật cười khúc khích về kiểu anh hỏi bằng cách lặp lại, pha lẫn một giọng đầy ngạc nhiên về những tên gọi độc đáo của cô.

"Ông không thấy sao? Những chiếc lá tròn trĩnh trên cây lúc nào cũng lao xao, lao xao một cách vui vẻ, chẳng khác gì những nụ cười dễ thương không bao giờ tắt."

Lần này thì anh cũng cười lớn. Anh nói bằng giọng hài hước:

"Tôi nghĩ cô nên soạn một cuốn từ điển về tên gọi mới của một số động vật và thực vật, chắc cô sẽ nổi tiếng."

Cô mơ màng:

"Tôi không có thì giờ làm từ điển, vì thì giờ tôi dành hết để làm thơ."

"Cô làm thơ?"

Cô lại bật cười:

"Ông có biết là ông rất thích dùng loại câu hỏi mà người ta gọi là "câu hỏi vọng" hay không?"

"Câu hỏi vọng?"

"Tôi tự dịch từ hai chữ *echo question* của tiếng Anh đó,"—cô thản nhiên đáp—"ông chỉ việc nói một câu khẳng định bằng ngữ điệu lên là thành câu hỏi rồi! À, tôi làm thơ nhiều lắm. Để tôi đọc cho ông nghe hai câu nhé. Cũng có liên quan đến cây lá đó."

Cô hắng giọng đọc:

buồn ta
mọc mộng
mọc mầm,
hôm nay
hoa nở ra
trăm đoá buồn.

Anh đăm chiêu nhận xét:

"Thơ gì mà nghe buồn quá! Buồn gì mà đến cả trăm đoá vậy?"

"Không buồn thì thôi, chứ buồn thì buồn cho tới nơi luôn, ông ạ."

Một hôm khác, khi hai người có vẻ sửa soạn có một cuộc đối thoại vui vui như những lần trước thì cô vào đề ngay:

"Ông à, nếu ông có định làm bạn lâu dài với tôi thì tôi xin nhắc là tôi chỉ ở đây một thời gian ngắn thôi đó."

Anh hơi khựng lại, nhưng lập tức nhún vai, ra vẻ bất cần đời:

"Ồ, thú thật tôi rất thích những lúc nói chuyện với cô ở công viên này, nhưng tôi không định gì lâu dài cả cô ạ."

Anh khoát tay nói tiếp:

"Tôi đang ở một giai đoạn mà mỗi ngày là một tâm điểm. Trước đó và sau đó không đáng kể."

Cô mỉm cười:

"Như vậy cũng thích hợp với thời điểm có tính chất ngắn hạn này của tôi. Tôi mê thành phố này chỉ vì những bông hoa hạc, đi đâu cũng thấy chúng. Những bông hoa này gợi nhớ đến thị trấn nhỏ của tôi. Thay vì tên chính thức của nó là *Vùng Đất Săn*, tôi gọi nó là *Thị Trấn Hoa Hạc*."

"Thị Trấn Hoa Hạc?"

"Là vì hoa hạc mọc rất nhiều nơi tôi sinh ra và lớn lên này."

"Tôi chắc là chỗ cô ở cũng có nhiều loài hoa khác, nhưng tại sao cô đặc biệt thích hoa hạc?"

"Nơi tôi ở, hoa hạc mọc nhiều đến nỗi chúng luôn luôn là hình ảnh của bông hoa mỗi khi tôi nghĩ đến hoa lá nói chung. Đối với tôi, mỗi đoá hoa hạc là một biểu tượng độc đáo của cái động và cái tĩnh giao hoà thành một. Đoá hoa là một con chim với dáng vẻ đài các đang xoải cánh tung bay, nhưng cũng là một hình ảnh ung dung tự tại của sự bất động. Tôi thấy giữa loài hoa này và mình có một mối liên lạc hết sức gần gũi."

"Gần gũi ra sao? Cô có thể nói thêm một chút không?"

"Cũng như hoa hạc, tôi rất năng động, thích tìm tòi, khám phá, phiêu lưu... nhưng đồng thời, tôi cũng tỉnh táo chấp nhận những gì mình biết không thể nào thay đổi."

"Còn về nơi cô lớn lên, nếu cần miêu tả nơi cô ở một cách cô đọng mà súc tích, cô sẽ nói như thế nào?"

"Thị trấn của tôi chỉ có vài trăm cư dân. Nơi đó có một dòng suối chảy qua và đổ vào *Dòng Sông Nga*."

"Dòng Sông Nga?"

"Nghe giọng ông hỏi vọng như thế là biết ông ít đi đâu ra khỏi Nam Cali. Dòng Sông Nga là dòng sông dài thứ nhì ở miền Bắc Cali, dài hơn cả trăm dặm và chảy qua chín quận hạt ở vùng vịnh San Francisco."

"Như vậy cô là một người làm thơ, sống ở một thị trấn nhỏ có một dòng suối chảy qua. Thật thơ mộng. Con suối này tên gì vậy?"

"Tên tiếng Anh của nó rất tầm thường, không có nghĩa gì cả. Gia đình tôi gọi nó là *Suối Mơ*."

"Gia đình cô đặt cái tên này?"

"Mẹ tôi là người đặt tên đó, ông ạ. Bà rất thích bài hát tiền chiến cùng tên này, thời bà lớn lên ở Việt Nam."

"Cô có viết bài thơ nào do Suối Mơ đem cảm hứng lại không?"

Cô nhún vai:

"Cũng có đôi ba bài, nhưng là một cách gián tiếp thôi. Dòng Sông Nga, trái lại, đã gợi hứng cho tôi làm một bài thơ khác với lời thơ liên quan trực tiếp hơn. Có lần tôi quyết định đi dọc theo Suối Mơ để xem nó đổ vào dòng Sông Nga chỗ nào. Ông không thể hình dung ra cảnh tượng một dòng suối chảy ra sông như thế nào đâu. Ngôn ngữ không diễn tả được hết nét đẹp thiên nhiên này. Tôi chỉ mượn hình ảnh dòng sông để vẽ lại cảm xúc riêng của tôi mà thôi."

"Vẽ cảm xúc?"

Cô thở dài:

"Trong bài thơ đó, có những câu như sau, ông nghe nhé:
dâng lên đi,
hỡi cơn sầu
ngạo nghễ,
ta sẽ nằm
như
thân bướm mong manh,
cho da hồng
mang nặng
dấu rêu xanh,
cho nước mắt
thành
sóng đời
vỗ bến"

Anh khẽ nhíu mày, bình phẩm:

"Thơ của cô hết buồn lại đến sầu, nghe rầu quá!"

Cô hơi vênh mặt:

"Thơ phải buồn chứ làm sao mà vui được hở ông? Con người khi buồn mới trở nên thâm trầm, mới làm ra được những vần thơ có ý nghĩa. Khi vui mình cảm thấy rỗng tuếch."

Anh nheo mắt:

"Cô có chắc thơ vui không hay được không? Thế mấy câu này thì sao?"

Anh đổi giọng, ngâm nga:
Kiểm soát kỹ có khi còn thiếu sót,
Rương chật rồi khó nhốt cả niềm vui,

Tay bắt tay, hồn không chút bùi ngùi
Các bạn hỡi, trời mai đầy ánh sáng.

Cô bĩu môi:

"Ông đừng nhận vơ là tác giả của mấy câu thơ này, kẻo ông Thâm Tâm kiện ông đấy nhé. Hồi trước, ba tôi hay đọc thơ xưa cho tôi nghe lắm. Tôi biết mấy câu này mà. Ông không thấy ngay cả ý thơ vui mà giọng thơ nghe cũng buồn man mác đó hay sao?"

"Ý cô bảo là 'người buồn thơ có vui đâu bao giờ,' phải không?"

Cô cười xoà:

"Ông dám sửa lời thơ của cụ Nguyễn Du, tối cụ về cụ vặn cổ ông không biết chừng,"—cô chợt đổi giọng nghiêm nghị—"Thật ra thì thế này, thơ tôi buồn nhưng tôi lại có một cuộc sống hạnh phúc. Tôi có một người chồng thương tôi rất mực, người mà dân Mỹ gọi là *người tình ngọt ngào thời trung học* ấy mà! Tôi có hai cháu gái sinh đôi dễ thương lắm."

Anh thắc mắc:

"Gia đình cô vui vẻ thế, tại sao cô lại đến đây một mình?"

Cô hơi ngập ngừng một chút rồi mới trả lời:

"À, cũng vì tình trạng mà dân viết lách gọi là *người viết bí đề tài* nên tôi mới đến đây vài hôm để đi tìm *yên-sĩ-phi-lý-thuần* đó ông ạ."

Lần nói chuyện vẩn vơ đó giữa cô và anh là lần cuối cùng, vì hôm sau, rồi hôm sau nữa, anh không còn thấy cô chạy trong công viên. Anh cứ thầm mong rằng cô vẫn chạy đâu đó trong công viên rộng lớn này, rồi cuối cùng cũng sẽ đến ngồi nghỉ nơi băng ghế của anh, nhưng chờ mãi từ ngày này sang ngày nọ không thấy bóng dáng cô đâu. Anh chợt nhận ra rằng lâu nay mình vẫn đợi đến từng buổi chạy trong công viên như thế này để được cùng cô đối đáp vu vơ qua lại. Rồi anh tự an ủi bằng một ý nghĩ cao thượng, rằng anh mừng cho cô chắc đã tìm lại được chàng thơ thất lạc, để có thể quay về với gia đình nhỏ êm ấm của cô và tiếp tục dệt những vần thơ, hy vọng là sẽ không buồn thảm nữa. Chạy một mình trong công viên, rồi ngồi nghỉ lẻ loi trên băng ghế đá, bỗng dưng anh có cảm tưởng như mình vừa mới trở lại cuộc sống độc thân, mặc dù từ trước tới giờ anh chưa bao giờ không độc thân cả.

Mùa hè năm đó, Huy, người bạn từ thời tiểu học, rủ anh lái xe lên miền Bắc Cali chơi, không định sẵn đến nơi nào cả. Tuy vậy, cả hai cũng muốn ghé qua một trong những vùng sản xuất rượu vang nổi tiếng để thăm thú xem người ta trồng nho, làm rượu ra sao. Cả hai trải qua những ngày lái xe miên man từ thành phố này qua thành phố khác, lúc thì thấy biển cả xanh dờn một bên, lúc thì ngắm núi xanh ngắt ở bên kia. Đôi bạn thơ thẩn đi vào những khu vườn nho ngút ngàn, ghé qua nhiều quán rượu, cuối cùng dừng lại ở hạt Sonoma và ngủ qua đêm ở một thành phố nhỏ. Sáng hôm sau, hai người tiếp tục lái xe thám hiểm vùng đất thôn dã chung quanh, trải dài như không bao giờ chấm dứt. Lúc xế trưa, Huy và anh ghé lại một thị trấn nhỏ để kiếm món gì lót dạ. Vào một quán bên đường, anh hỏi ra mới biết thị trấn này tên *Cazadero*. Cái tên đối với anh nghe quen quen. Nghĩ một lúc anh mới vỡ lẽ ra nó chính là *Vùng Đất Săn* mà Hallie, cô gái anh gặp trong công viên đã nhắc đến. Huy và anh gọi hai cái sandwich và hai ly nước. Vừa ăn, anh vừa hỏi cô gái người Việt vừa mang thức ăn ra cho hai người, trông cũng hao hao giống cô gái anh gặp ở công viên:

"Thị trấn này chỉ có vài trăm cư dân thôi, phải không cô? Cô có biết cô nào tên Hallie không?"

Cô gái nhìn anh một cách nghiêm trang:

"Có, nhưng... ông có chắc là ông muốn gặp cô Hallie đó không?"

Anh hơi ngạc nhiên:

"Ồ, sao vậy? Nếu gặp được cô ấy thì cũng hay chứ ạ."

Cô gái cười bí mật:

"Vậy thì ăn xong, ông đi theo tôi đến chỗ cô Hallie."

Huy ăn uống khá khề khà, còn anh thì chỉ cố ăn cho nhanh để được đi theo cô gái đến gặp Hallie. Khi hai người ăn xong xuôi, cô gái bước ra khỏi quán, thoăn thoắt đi trước dẫn đường cho anh và Huy. Càng đi, anh nhận thấy cả ba càng đi ra khỏi nơi có nhà cửa và hướng ra chỗ đồng không mông quạnh. Cô gái cứ cắm cúi đi, không nói lời nào với hai người cả. Cuối cùng, anh rụng rời nhận ra cả ba người đang tiến vào một khu nghĩa trang. Huy quay qua ngó anh với cặp mắt đầy thắc mắc. Anh thấy toàn thân người như tê dại hẳn đi. Đến trước một ngôi mộ nhỏ, cô gái nói:

"Hallie đây nè ông!"

Anh lắp bắp:

"Cô Hallie chết hồi nào vậy cô?"

Cô gái thoáng nhíu mày:

"Cũng bốn, năm năm rồi."

Anh run rẩy nói:

"Không thể có chuyện như thế này được! Tôi vừa gặp cô Hallie ở Los Angeles cách đây vài tháng thôi mà."

Cô gái hỏi:

"Cô Hallie mà ông gặp nói với ông những gì?"

"Cô ấy nói mình là một người làm thơ, có chồng và hai đứa con sinh đôi."

Cô gái chỉ tay vào ngôi mộ:

"Người làm thơ, có chồng, là cô Hallie nằm trong ngôi mộ này đây. Nhưng cô ta không có con cái gì hết. Có điều là khi cô ta mất, cô ta đang có bầu song sinh."

Anh cắn môi suy nghĩ:

"Nếu vậy thì cô gái tôi đã gặp chính là..."

"Chắc là cô Holly, em của cô Hallie,"—"cô gái mỉm một nụ cười khó hiểu."

"Cô Holly? Tại sao cô ấy lại nhận mình là Hallie, người chị đã mất?"

Cô gái không trả lời anh mà hướng mắt về phía nấm mộ và nói:

"Ông ra đây để thăm cô Hallie phải không? Ông chào cô ấy một tiếng đi rồi chúng ta về."

Anh nhìn nấm mộ lạc loài trong khu nghĩa địa, vì nó nằm xa hẳn những nấm mộ khác. Anh thoáng nhớ những câu thơ buồn bã mà cô gái đã đọc cho anh nghe ở công viên ngày nào. Huy nhìn bâng quơ ra tận xa xa, không mảy may xúc động trước nấm mồ của một người không quen biết.

Khi anh đưa tay ra dấu muốn về, cả ba người im lặng quay trở ra. Khi đi ngang qua những dãy mộ, cô gái cất giọng kể:

"Cô Holly là em gái song sinh với cô Hallie. Hai chị em thương nhau lắm. Tính tình của cô Holly trái ngược hẳn với chị. Cô ấy không có nghề nghiệp gì nhất định, làm đủ thứ việc. Ngoài ra, cô chỉ thích tập võ hay cưỡi ngựa, trong khi cô Hallie là cô giáo, thích làm thơ, viết văn. Về phần cô Holly, trước khi cô ấy bỏ nơi này ra đi, cô còn độc thân. Nhà các cô ấy là người Á châu duy nhất trong thị trấn này. Gia đình lúc đó rất yên ấm. Cho đến một hôm, cô Hallie phát giác ra rằng chồng mình đã ngoại tình với cô em gái. Hôm sau, cô ấy quyết định..."

Cô gái thở dài như để thay lời kết cho câu chuyện.

Buổi chiều ngắc ngoải trên từng ngôi mộ. Những tia nắng mỏng manh cuối cùng trong ngày nhẹ nhàng phủ xuống vùng đất tha ma. Lúc này, anh thấy trong người lẫn lộn thật nhiều cảm xúc khác nhau. Đưa mắt nhìn quanh, bây giờ anh mới nhận ra từng bụi, từng bụi hoa hạc dại mọc rậm rạp, chập chùng trên vùng đất mênh mông bao quanh thị trấn Vùng Đất Săn này.

Cô gái đột ngột rảo bước, vượt qua anh và Huy, lầm lũi đi như bị ma đuổi. Anh ngó qua bạn, xúc động nói:

"Hoa hạc quanh đây nhiều quá, ông thấy không? Đây là loài hoa cô Hallie lúc còn sinh thời rất thích."

"*Bird of Paradise* ấy à?—"Huy lơ đãng nói—"Hoa này ở đâu chẳng có."

Đoạn anh đưa tay xoa xoa bụng:

"Tôi lại đói rồi, ông ạ!"

Anh bật cười:

"Thế thì chúng ta ghé lại cái quán ban nãy kiếm gì ăn trước khi ra về vậy."

Anh ngó về phía trước. Cô gái đã mất hút. Chắc cô đã về lại quán ăn.

Lúc hai người bạn bước vào quán, bàn ghế vắng tênh, không có thực khách nào khác. Nơi quầy bây giờ là một người đàn ông Mỹ, có vẻ là chủ quán, đang lúi húi tính tính toán toán trước một chồng giấy dày cộm. Thấy anh và Huy đang ngồi xuống cái bàn gần cửa ra vào, ông rời quầy, tiến đến gần.

"Hai anh dùng gì?"—ông hỏi, giọng mỏi mệt.

Huy nhanh nhẩu đáp

"Hồi sớm chúng tôi đã đến đây ăn sandwich rồi. Chắc phải gọi món khác."

"Xúp và khoai chiên nhé?"—ông chủ quán gợi ý.

"Vâng, vậy ông cho hai phần xúp và khoai chiên,"—anh nhanh chóng tán đồng.

Lúc người đàn ông vừa dợm quay đi, anh chợt hỏi:

"Cô... gì đó... về rồi hở ông?"

Người chủ quán đứng lại:

"Ông nói cô nào?"

"Cô bồi bàn đã đem sandwich ra cho chúng tôi hồi nãy đó,"—Huy đỡ lời.

"Không có cô nào như vậy hết,"—người chủ quán nhíu mày—"Quán chúng tôi chỉ có hai người, vợ tôi và tôi, nhưng hôm nay bà ấy bận việc, không ra ngoài này."

Đến lượt anh cũng nhíu mày theo:

"Không thể như thế được! Chính cô ấy đã mang thức ăn ra, rồi sau đó còn đưa chúng tôi ra thăm mộ cô Hallie nữa mà."

“Cô Hallie?”—chủ quán hỏi lại, giọng như lạc đi.

“Phải,”—anh khẳng định—“Ông biết cô Hallie chứ?”

Người đàn ông quay hẳn người lại, đối diện anh và Huy, run run nói:

“Tôi biết cô ấy, biết rất rõ là đằng khác. Lúc còn sống, cô ấy làm việc tại quán này.”

Huy chen vào, bắt đầu chú ý đến diễn tiến của sự việc. Giọng hắn không còn bình tĩnh như trước:

“Thế thì cô gái ban nãy là ai mới được?”

Người chủ quán không trả lời. Ông ta như kiệt sức, không thể xoay lưng đi lại nữa. Cứ trong tư thế đó, ông loạng choạng lùi dần, lùi dần về phía quầy, hai mắt lạc thần hẳn. Anh và Huy nhìn nhau, rồi không ai bảo ai, cả hai cùng xô ghế đứng dậy, chạy ào ra khỏi quán.

Ra đến bên ngoài, hai người tiếp tục chạy thục mạng về phía chỗ đậu xe lúc mới đến. Chiếc xe nằm im lìm trong một góc, giờ đây như một chỗ nương tựa đáng tin cậy trong thời khắc gấp rút này. Huy lẹ làng bấm remote control mở cửa xe, chui tọt vào bên trong. Anh bám chặt vào bên hông xe, thở hào hển.

Buổi chiều đang nặng nề xuống, bóng tối bao phủ mọi vật thật nhanh chóng. Anh xoay người lại, nhìn cái quán mình vừa tháo chạy ra. Đèn đóm trong quán đã tắt ngúm tự lúc nào. Cái quán bây giờ đã trở thành một khối đen ngòm, trông vô cùng quái dị. Trong cơn hoảng loạn, anh thấy cái khối đen đó bỗng như cựa mình, nhão nhoẹt ra, rồi mơ hồ uốn éo, biến thành hình dạng một đóa hoa hạc khổng lồ, nổi bật trên nền trời tím sẫm của buổi hoàng hôn đang hấp hối.

QUA SÔNG MÊ

Tính ra, từ trước đến giờ, tôi đã chuyển ngữ được hàng chục truyện ngắn và kịch từ nhiều thứ tiếng, nhiều tác giả, nhiều thể loại, nhiều đề tài, và từ nhiều nước khác nhau, rải rác từ Bắc Mỹ, châu Mỹ La-tinh, qua đến châu Âu, thậm chí cả châu Phi nữa. Tôi đã được chìm đắm vào thế giới ngôn ngữ và văn hoá muôn màu muôn vẻ của những miền đất xa lạ, vui buồn với cuộc đời của các nhân vật trong những tác phẩm đó, và nghiệm ra rằng, ở đâu đi nữa, ai cũng san sẻ với nhau thân phận con người. Thế nhưng, ngoài sự đồng cảm đó, tôi vẫn thấy thiêu thiếu một điều gì mà chưa định nghĩa rõ ràng được.

Mới đây, tôi tìm ra được một truyện ngắn của nhà văn Silvestri Beltrán, rất đỗi tình cờ. Tôi quyết định dịch câu chuyện này ở đây, vì nhiều lý do. Thứ nhất, sau khi tìm hiểu thêm về gốc gác của truyện ngắn này, tôi được biết đây là truyện ngắn đầu tiên và duy nhất được viết bằng tiếng Palenquero, thổ ngữ của người dân sống trong một ngôi làng nhỏ nằm về phía tây bắc của xứ Colombia ở Nam Mỹ. Chi tiết về ngôn ngữ này, tôi sẽ trình bày sau. Thứ đến, khác những câu chuyện mà đa số chúng ta đã từng đọc, thường nói về tình yêu của nhân vật chính, những mơ mộng về tình yêu của họ, hoặc những gì họ phải làm để nuôi dưỡng tình yêu, thì câu chuyện này như một tấm gương phản chiếu mặt trái của tất cả những điều ấy. Cuối cùng, nhưng không kém phần quan trọng, thật lạ lùng, tôi cũng là một nhân vật trong câu chuyện đó.

Yếu tố đầu tiên cuốn hút tôi vào truyện này là tên tác giả của nó. Cái tên khá lạ, vì mới nhìn vào tôi đã ngỡ rằng đó là một cái tên Tây Ban Nha. Song nhìn kỹ hơn, và sau khi truy tầm từ nguyên, tôi mới khám phá ra tên Silvestri vốn được dùng làm họ của người Ý; còn gốc gác của cái họ Beltrán lại còn ly kỳ hơn nữa. Thoạt kỳ thuỷ, Beltrán là một cái tên, không phải họ, có nguồn gốc Đức, dưới dạng Berhathraban. Có lẽ là qua những đợt di cư của một số người từ nước này qua nước nọ, cái tên gốc Đức này trở thành họ của một gia tộc ở vùng Bologna bên Ý Đại Lợi, được phát âm và viết là Beltran. Tiếp nối nhiều cuộc di cư khác, họ Beltran qua đến tận Tây Ban Nha, nơi nó mang thêm dấu sắc để chỉ trọng âm, theo chính tả của ngôn ngữ này, để trở thành Beltrán. Chưa hết, cuối cùng, cái họ "di cư" này tập trung phần lớn ở Cataluña, miền đất phía đông nam của Tây Ban Nha, nơi dân cư có riêng ngôn ngữ Català của họ (ngoài tiếng Castellano được dùng chính thức khắp nước Tây Ban Nha, nên thường được biết đến là tiếng Español hơn là tiếng Castellano). Ở vùng đó, cái họ tha hương này được viết là Beltrà.

Dịch truyện ngắn này, tuy vậy, không phải là chuyện dễ. Sau mấy phút háo hức đọc vài đoạn đầu, tôi chỉ nhận ra được lõm bõm một số chữ tiếng Tây Ban Nha mà mình đã quen thuộc, còn kỳ dư là toàn những chữ xa lạ tôi chưa từng thấy bao giờ. Trong số những chữ không quen ấy, tôi thấy nhiều chữ mang âm hưởng và hương vị của một vài thứ tiếng Phi châu mà tôi đã đôi ba lần trích dẫn trong những bài giảng về cú pháp hay âm vị học của mình ở trường đại học. Tôi nhận thấy trong nhiều đoạn văn, chữ palenquero được lặp đi lặp lại. Tôi chợt nhớ lại một điều quan trọng. A! Chắc đây là tiếng Palenquero mà vị giáo sư đầu tiên về ngôn ngữ học của tôi đã dày công nghiên cứu. Ai tìm hiểu tiếng Palenquero đều phải biết qua tên vị giáo sư của tôi, một trong những học giả hiếm hoi nghiên cứu về ngôn ngữ này.

Thế là tôi vội vàng ngồi xuống viết ngay cho ông một cái email, nói về truyện ngắn này.

Ông giáo sư vừa về hưu năm ngoái. Khi tôi trở về trường xưa để dạy, tôi đã gặp lại ông. Hai thầy trò tay bắt mặt mừng. Ông mời tôi đến nhà để thưởng thức rượu vang và làm cái chuyện mà người Mỹ gọi là catching up, sau năm năm tôi rời trường để đi học thêm. Sau đó, tôi có cùng ông giảng dạy vài lớp ngữ âm học mà ngày xưa tôi đã từng là học trò của ông, cũng dùng cuốn sách giáo khoa do ông soạn từ đó đến giờ, tất nhiên là qua ấn bản đã hiệu đính đợt mới nhất.

Thư tôi được ông trả lời ngay, chỉ nội ngày hôm đó. Ông bảo tôi ghé qua nhà, đưa cho tôi nhiều tài liệu của ông nghiên cứu về tiếng Palenquero, cùng một cuốn văn phạm và một cuốn từ điển Palenquero-Español của hai tác giả khác. Tôi cám ơn ông rối rít rồi chạy vội về nhà, đọc thật nhanh qua những tài liệu ông đưa để tìm hiểu những chi tiết chính về thứ tiếng này. Ngày trước, khi còn là sinh viên trong lớp của ông giáo sư, tôi đã từng nghe ông nhắc đến tiếng Palenquero nhiều lần nhưng không nhập tâm. Có ngờ đâu hôm nay tôi có duyên gặp lại thứ tiếng này qua truyện ngắn tôi vừa tìm được.

Tiếng Palenquero là thứ tiếng creole duy nhất ở Nam Mỹ (một loại ngôn ngữ lai tạp giữa tiếng bản địa và tiếng của một cộng đồng di dân), dựa vào tiếng Tây Ban Nha, với cú pháp chịu ảnh hưởng của tiếng Kikongo, một thứ tiếng châu Phi nói ở Congo và Angola. Ngoài ngữ vựng gốc Phi châu và Tây Ban Nha, tiếng Palenquero còn có một số từ ngữ Bồ Đào Nha. Ngày nay, chỉ còn trên dưới 4.000 ngàn người còn dùng tiếng Palenquero như tiếng mẹ đẻ, tập trung ở ngôi làng mang tên San Basilio de Palenque. Dân cư ở đó vốn ít học và nghèo khổ. Đó là lý do tại sao truyện ngắn viết bằng thứ tiếng này lại có ý nghĩa đáng kể về ngôn ngữ, văn hoá và văn chương như vậy.

*Mấy tuần sau đó, tôi ngấu nghiến đọc cuốn văn phạm tiếng Palenquero cùng các tài liệu nghiên cứu mà ông giáo sư đã đưa. Rồi một buổi chiều nọ, tôi trịnh trọng ngồi xuống trước bàn làm việc có cái máy điện toán, cuốn từ điển, cuốn sách văn phạm và vô số tài liệu tôi đã tìm được thêm trên Internet, in ra và chất đầy trên bàn, bắt tay vào việc chuyển ngữ truyện ngắn của nhà văn Silvestri Beltrán có tựa đề **Krusá loyo ri sueño**, mà tôi tạm dịch là "Qua Sông Mê".*

Buổi trưa còn rực rỡ nắng trên dòng sông Caquetá. Tôi đứng bên bờ sông mà ngỡ như đang ở trong một giấc mơ. Hồi nhỏ, tôi có dịp thấy hình những dòng sông có cây cối mọc từ dưới nước lên, không hiểu sao hình ảnh đó trở thành một ám ảnh trong trí óc non nớt của tôi, cho mãi đến bây giờ. Vậy mà ngay lúc này, tôi đang tận mắt thấy hình ảnh sống động đó. Dòng sông rộng mênh mông, hai đầu hun hút dài, không thể tưởng tượng được nó bắt đầu từ đâu và sẽ chấm dứt ở đâu, tuy trước khi đến đây tôi đã tìm hiểu khá nhiều về con sông này và biết nó chảy về hướng đông rồi nhập vào dòng sông Amazon dài nhất thế giới. San sát ven bờ là vô số những cây cao mọc từ dưới lòng sông lên, giống hệt như hình ảnh tôi đã từng thấy lúc còn nhỏ. Tự dưng tôi thấy trong lòng ấm áp lạ thường, cơ hồ có một đoạn đời nào đó, tôi đã từng sống ở đây; cảm giác thật thân quen, gần gũi.

Tiếng nước bì bõm chợt vang lên làm tôi giật mình quay qua bên phải của mình. Một con thuyền nhỏ đang lướt về phía tôi đang đứng. Trên thuyền là một người đàn ông da đen, như hầu hết những người dân sống trong vùng này, hiếm lắm mới thấy một người da trắng hay lai da trắng. Ông ghì nhẹ mái chèo, cho thuyền tấp vào bờ, lên tiếng chào:

"Boa tarde, senhor!"

"Boa tarde!"—tôi ấp úng chào lại bằng tiếng Bồ Đào Nha, ít khi có dịp dùng thứ tiếng này.

Ông lái thuyền lập tức xí xa xí xô một tràng dài, lúc này chỉ còn xen lẫn một vài chữ Bồ Đào Nha mà tôi có thể hiểu. Tôi vội dùng tiếng Tây Ban Nha, kêu lên:

"Ồ, ông ơi! Ông nói được tiếng Tây Ban Nha chứ? Tôi không rành tiếng Bồ Đào Nha đâu!"

"Claro que sí, señor,"—ông lái thuyền chuyển sang nói tiếng Tây Ban Nha thật trơn tru—"tôi chào ông bằng tiếng Bồ Đào Nha vì tưởng ông cũng biết nói. Về sau là tôi nói bằng tiếng Tupí-Guaraní, thổ ngữ của vùng biên giới Colombia-Brasil này đó ông."

"May là ông cũng nói tiếng Tây Ban Nha!"—tôi thở phào nhẹ nhõm—"Tôi đã dặn đi dặn lại anh nhân viên ở văn phòng du lịch là kiếm cho tôi người lái thuyền nào nói được tiếng Tây Ban Nha, chứ không thì..."

Tôi bỏ lửng câu nói, vì người lái thuyền đã ngắt lời:

"Trông ông rõ ra là người thành phố. Ông cần gì mà đến tận chốn xa xôi hẻo lánh này?"

"Tôi muốn đem vài món đồ đến cho một người ở làng Peña Roja,"—vừa nói tôi vừa chỉ cái va-li lớn để dưới chân.

"Vậy thì chúng ta phải đi về hướng bắc, theo nhánh phải của dòng sông này, khoảng hai tiếng đồng hồ mới đến."

Hai tiếng đồng hồ! Tôi lo lắng liếc nhìn đồng hồ đeo tay của mình. Đã hơn hai giờ rồi. Như vậy, lúc tới nơi trời vẫn còn sáng. Người lái thuyền nhanh nhẹn nhảy xuống bờ, giúp tôi xách hành lý lên thuyền.

"Tôi là Silvestri,"—tôi tự giới thiệu—còn ông là...?

"Tôi tên Amaru,"—người lái thuyền đáp, bắt đầu khua mái chèo dưới nước.

Thuyền lướt nhanh trên dòng sông tĩnh lặng. Mới đầu, tôi thấy hơi say sóng một chút, nhưng chỉ lát sau là tôi đã tỉnh táo trở lại, bắt đầu thưởng thức phong cảnh hai bên bờ. Những hàng cây mọc dưới nước vẫn tuần tự hiện ra, y như trong trí nhớ của tôi ngày xưa. Amaru yên lặng chèo thuyền, không có vẻ vồn vã như lúc ban đầu. Thấy vậy, tôi cũng ngồi im lặng ngắm cảnh. Chỉ nghe tiếng mái chèo kêu róc rách trong làn nước, lâu lâu chen vài tiếng chim kêu hay vượn hú vọng xuống từ hai bên bờ sông.

Một hồi sau, Amaru mới cất tiếng trở lại:

"Ông ở miền nào đến? Và làm sao lại biết được một người ở xa xôi như thế này?"

"À, chuyện là như thế này,"—tôi vui vẻ đáp—"Số là tôi mới từ California ở Mỹ sang không lâu, hiện dạy ở trường Đại Học Mỹ Thuật và Khoa Học Bolívar ở Cartagena...

... Ở trường tôi, có rất nhiều nhân viên chăm lo vệ sinh trong các toà nhà, lớp học, hay trồng tỉa cây cỏ trong khuôn viên. Trong số đó có một phụ nữ gốc Phi châu khoảng ba mươi mấy tuổi, làm vệ sinh ở khoa tôi dạy. Sáng nào, khi gặp cô ở hành lang văn phòng, tôi cũng cất lời chào cô "Buenos días", và cô cũng nhã nhặn chào lại tôi bằng tiếng Tây Ban Nha, tuy tôi nghe như có âm hưởng khang khác của một vùng nào đó. Mối quan hệ của tôi và cô ta mới đầu chỉ đến đó thôi, qua những câu chào hỏi ngày nào cũng giống ngày nào.

Cho đến một Giáng Sinh nọ, khi thấy cô vào văn phòng mình để đổ rác, tôi lấy trên bàn một món quà nhỏ đã gói sẵn để dành và đưa cho cô, kèm theo một nụ cười và lời chúc "Feliz Navidad". Cô ta ngạc nhiên lắm, đưa tay đỡ lấy gói quà, lắp bắp mấy lời cám ơn, giọng đầy xúc động. Lúc ấy, lần đầu tiên chúng tôi mới chính thức tự giới thiệu với nhau, và tôi được biết tên cô là Flo. Tôi hỏi tên cô là từ ngôn ngữ nào và có nghĩa là gì.

"Thưa giáo sư,"—cô lễ phép trả lời—tên em nghĩa là 'đoá hoa', từ tiếng Palenquero đó ạ."

"Tiếng Palenquero?"—tôi hơi nhíu mày—"Hồi giờ tôi chỉ nghe nói đến thứ tiếng này một cách thoáng qua, bây giờ mới gặp một người bản ngữ là cô. Cô có thể cho tôi biết thêm một ít chi tiết về ngôn ngữ này không?"

Bằng tiếng Tây Ban Nha, và với một âm hưởng "lạ" mà bây giờ tôi mới hiểu từ đâu mà có, Flo rụt rè nói:

"Dạ, thứ tiếng nửa Tây Ban Nha, nửa gốc Phi này người ta nói trong làng nơi em sinh ra, cách thành phố Cartagena này khoảng 50 cây số về phía đông nam. Đây là ngôi làng đầu tiên của người nô lệ gốc Phi được quyền tự trị, sau khi trốn chạy thực dân Tây Ban Nha vào thế kỷ thứ 17. Tên 'Palenque' có nghĩa là 'ngôi làng có tường thành bao bọc.'"

Méo mó nghề nghiệp, nghe Flo nói chỉ trong vòng mấy câu mà đã tóm tắt được những ý chính quan trọng, tôi thầm cho cô điểm A, nếu cô ở trong lớp tôi! Nhưng đó là tất cả những gì tôi biết được về người đàn bà trẻ này, mà từ lúc đó trở đi khiến tôi chú ý đến nhiều hơn trước.

Một buổi sáng đi làm sớm, vừa bước lên tầng thứ nhì, từ xa xa tôi đã thấy Flo đứng ở đầu bên kia của tầng lầu, đang nói chuyện qua cái điện thoại cầm tay. Tôi ngó quanh quất thấy một cái ghế gần đó, nhẹ nhàng ngồi xuống, không muốn làm đứt quãng cuộc điện đàm nghe có vẻ đang khá sôi nổi của Flo với người nào đó. Giọng Flo rất lớn, có lẽ cô nghĩ bấy giờ hãy còn sớm nên không cần giữ kẽ.

...Vài con cá búng mình tanh tách lên khỏi mặt nước rồi lại rơi tõm xuống sông, khiến tôi thích thú ngắm nhìn, bỏ dở câu chuyện đang kể.

"Lâu lắm rồi tôi mới được nghe một người kể chuyện,"—Amaru bình phẩm—"Lần cuối cùng tôi được nghe kể chuyện là lúc bà nội tôi còn sống. Bà thường kể về những ngày tháng cơ cực của mình, thêm thắt những chi tiết ly kỳ để lôi cuốn lũ con cháu, trong thời kỳ tranh tối tranh sáng, lúc Brasil mới giành lại độc lập từ tay người Bồ Đào Nha."

Thấy tôi ngồi yên nghe và mắt mơ màng nhìn phong cảnh, Amaru sốt ruột nhắc:

"Nhưng kìa, câu chuyện của cô Flo sau đó đi đến đâu hở ông?"

Tôi giật mình, mỉm cười, rồi cao giọng kể tiếp:

... *Flo đang nói một thứ tiếng lạ, mà bây giờ tôi đã biết là tiếng Palenquero. Vì ngồi xa, tôi chỉ nghe tiếng được tiếng mất. Có chữ nghe na ná như chữ Tây Ban Nha, còn đa số là những chữ lạ tai, đúng là có âm hưởng Phi châu. Có vài chữ mà tôi nghe Flo lặp đi lặp lại trong suốt cuộc nói chuyện, chẳng hạn như "burú", "ceddo" hay "posá", mà tôi không đoán được nghĩa là gì.*

Đợi đến khi Flo chấm dứt cuộc điện đàm, tôi mới đứng lên, lững thững đi vào văn phòng của mình. Flo đi ngang qua lúc tôi vừa mới bước vào trong, đang quay mặt ra, định đóng cửa lại. Giáp mặt tôi, cô lúng túng cúi chào, vừa kịp để tôi thấy hai mắt cô đỏ hoe như mới khóc xong. Tôi cũng vội chào lại để đáp lễ rồi quay vào trong, cho cô khỏi ngượng.

Vài hôm sau, Flo khẽ khàng gõ cửa văn phòng. Tưởng cô xin vào để dọn rác như mọi lần, tôi nhẹ gật đầu đồng ý. Tuy nhiên, lần này cô lại lễ mễ mang một cái dĩa, không biết đựng món gì vì cô đã phủ lên trên một lớp lá chuối.

"Mời giáo sư,"—Flo e dè nói—"Đây là món bánh chuối làm từ plátano, một trong những đặc sản từ ngôi làng nghèo khổ của em. Mong giáo sư đừng chê."

Tôi vốn không ăn ngọt, nhưng không muốn làm Flo buồn nên vui vẻ nhận lấy dĩa bánh và cám ơn cô. Loay hoay kiếm được một con dao nhựa trong ngăn kéo, tôi cắt bánh ra, thử ngay một miếng cho cô vui, đồng thời cũng mời lại cô một miếng.

"Ồ, bánh có vị đặc biệt lắm!"—nếm qua, tôi thích thật tình—"Không quá ngọt, và dẻo một cách đặc biệt. Hồi ở làng cô thường làm bánh này à?"

"Dạ phải,"—Flo đáp, nhưng với vẻ buồn rầu—"nhưng em đã bỏ ngôi làng đó đi từ lâu rồi."

Tôi chưa biết nói gì thì Flo đã nhìn lên bàn làm việc bề bộn giấy tờ của tôi và hỏi:

"Giáo sư có bận lắm không? Em muốn nói chuyện với ông một chút."

Tôi còn hai xấp bài chưa chấm! Nhưng không muốn Flo cụt hứng, tôi kéo cái ghế trong phòng lại gần cô, mời cô ngồi xuống.

Flo bắt đầu kể lể:

"Em chỉ phiền ông một vài phút thôi, rồi em cũng phải tiếp tục làm việc. Mấy hôm trước, em biết là ông có thấy em nói điện thoại, và chắc là ông cũng biết em khóc nữa, nên em mới nói chuyện với ông hôm nay là vậy. Hồi em còn ở làng Palenque, em có thương một thanh niên trong đội đánh trống vào những dịp lumbalú, tức là lễ tống táng những người mới qua đời. Anh ấy tên là K'an. Lúc còn nhỏ, anh bị một cơn bệnh ngặt nghèo nên sau đó không tự đi đứng được, phải dùng nạng. Gia đình em cấm đoán chuyện của hai đứa, nên một hôm, được người giúp đỡ, hai đứa em bỏ làng trốn đi về phía biên giới Colombia-Brasil, đến một ngôi làng mang tên Peña Roja. K'an bệnh hoạn liên miên, mà tụi em thì vô cùng nghèo túng. Em được một người quen trên Cartagena này nhận cưu mang, sau giới thiệu em vào làm ở đây mới có chút tiền tháng tháng gởi về cho chồng em có tiền thuốc thang."

"Thỉnh thoảng cô có về thăm anh ấy không?"—tôi ái ngại hỏi.

"Lâu lắm rồi em chưa về lại. Đường xa diệu vợi, giáo sư à. Hôm bữa em đang nói chuyện điện thoại là với một người quen trong làng. Họ phải lên thành phố mới gọi cho em được để báo cho em biết là K'an đang bệnh khá nặng. Giáo sư có nghe em nói gì bữa đó không?"

"Tôi có nghe loáng thoáng vài ba tiếng mà mình có thể nhớ được như 'burú', 'ceddo' và 'posá' thì phải."

"Ba chữ đó có nghĩa là 'tiền', 'heo' và 'nhà'. Chắc em nói đi nói lại hoài mấy chữ đó nên ông nhớ được. Em nhắn người đó giúp bán giùm mấy con heo K'an nhờ hàng xóm nuôi; còn nếu không đủ chắc phải cầm luôn cái nhà ọp ẹp của tụi em, rồi em liệu kiếm việc làm thêm ở đây để gởi về chuộc lại."

"Tôi có thể giúp cô được gì không?"—tôi lại hỏi, ái ngại như lần đầu.

"Dạ, cám ơn giáo sư. Em tâm sự với ông vì thấy ông tử tế, không coi thường những người làm các việc hèn mọn ở đây như một số người khác, chứ em không định xin ông điều gì cả."

"Nếu cô có thể tặng K'an một món quà, nhân dịp Giáng Sinh chẳng hạn,"—tôi muốn tìm hiểu—"thì đó sẽ là món gì?"

"Quà cáp gì, giáo sư!"—Flo cười buồn—"Ở ngôi làng mới của em, Giáng Sinh là dịp để mọi người ca hát, nhảy múa, ăn uống để mừng ngày Chúa ra đời. Tặng quà nhau chỉ là một tập tục của người thành phố thôi."

Chợt mắt cô trở nên mơ màng:

"Nhưng nếu có thể gọi là quà, thì thật ra em đang dành dụm tiền để mua cho K'an một cái andador cho anh ấy đi lại dễ dàng hơn, chứ chống nạng thì đi lụm cụm lắm. Bây giờ thì số tiền để dành đó em phải gởi về để anh ấy uống thuốc thôi."

Nói đoạn Flo cám ơn tôi đã lắng nghe cô và đi thật nhanh ra khỏi phòng. Tôi thẫn thờ ngồi xuống bàn, không có hứng để bắt đầu chấm bài nữa...

Chiều đã xuống khá thấp. Amaru thong thả chèo theo nhịp của câu chuyện tôi kể. Tự nhiên tôi nghĩ, chắc ai cũng có nhiều câu chuyện về đời mình để kể cho người khác nghe, miễn là họ nghe với một tấm lòng, một trái tim rộng mở. Câu chuyện về Flo của tôi đã chiếm gần hết cuộc hải trình, mà Amaru cũng không có vẻ gì muốn trải lòng ra với một người da trắng xa lạ như tôi, nói tiếng Tây Ban Nha với giọng ngoại quốc, chữ nghĩa dùng lắm khi cũng còn cứng nhắc, nghe không như người bản xứ.

"Vậy cô Flo về đây khi nào mà hôm nay ông phải tìm đến?"—Amaru hỏi, tay vẫn đều đặn chèo.

"Mấy hôm sau đó, tôi không thấy Flo nữa. Hỏi ra thì mấy người trong nhóm làm ở toà nhà của khoa cho biết là cô ấy xin nghỉ phép để về thăm chồng đang bệnh nặng. Sẵn vừa đến kỳ nghỉ xuân, tôi quyết định về đây thăm vợ chồng cô ấy, sẵn dịp để biết cuộc sống quanh vùng sông Amazon ở đây ra sao."

Từ lúc đó, hai chúng tôi cùng im lặng, mỗi người theo đuổi một ý nghĩ riêng. Khi chiếc thuyền tấp vào bờ, Amaru mới lên tiếng:

"Làng Peña Roja đây rồi. Chúc ông một chuyến thăm viếng vui vẻ! Ngày mai tôi sẽ quay lại đón ông ngay chỗ này nhé."

Mặc dù đã thanh toán tiền chuyên chở cho Amaru trước qua công ty du lịch, tôi vẫn giúi vào tay ông ta hai tờ giấy bạc 50.000 *peso*. Ông ta cười rạng rỡ:

"Mil gracias, señor. Que Dios le bendiga."

Tôi xách va-li xuống bờ, đi vào ngôi làng đìu hiu, nằm lặng lờ bên dòng sông, chừng như thế giới bên ngoài đã quên mất nơi chốn này từ bao đời nay. Lác đác trong làng là những ngôi nhà cũ kỹ, tồi tàn. Vài đứa bé nhếch nhác, ăn mặc rách rưới, đang chơi đùa trên con đường đất, mở to mắt nhìn người khách da trắng áo quần tươm tất như từ một hành tinh xa lạ nào đến. Ngôi làng này thuộc về Colombia, nhưng nằm gần biên giới với Brasil nên dân làng nói lẫn lộn nhiều thứ tiếng. Vài người tôi gặp đầu tiên nói một thứ thổ ngữ nghe như Bồ Đào Nha nhưng thật lạ tai, khiến tôi cứ phải nói đi nói lại:

"Desculpe, não falou português. Fala você espanhol?"

Cuối cùng, người thứ năm tôi hỏi thăm mới nói được tiếng Tây Ban Nha. Tôi mừng húm, hỏi người đó tới tấp:

"Chào bà, tôi đến tìm cô Flo, trước đây là người làng Palenque, có chồng tên là K'an."

Người đàn bà nhìn tôi soi mói một hồi lâu rồi mới thủng thỉnh nói:

"Cô Flo? Có chồng là K'an? Tôi mới thấy cô ấy đây."

Bà ta xoay người lại, chỉ về phía xa xa:

"Ông thấy chòm cây rậm rạp tận đằng kia không? Ông đi đến đó, rẽ phải thì sẽ gặp cô Flo."

"Buena suerte,"—bà ta nói thêm, trước khi biến mất vào dãy nhà gần đó.

Tôi khấp khởi mừng thầm. Chiếc va-li tôi đang kéo theo bỗng nhẹ hẫng, như cũng san sẻ niềm vui với tôi. Trong va-li, ngoài hai bộ quần áo và vài đồ dùng lặt vặt mang theo, tôi đã cẩn thận xếp vào đó cái *andador* bằng kim loại tốt, xếp lại được, để dành tặng cho K'an. Riêng với Flo thì tôi đã đặt mua một cái bánh phó-mát, đặc sản của Mỹ Quốc, bán tại một tiệm bánh do người Mỹ làm chủ ở Cartagena, gọi là để đáp lễ lại với Flo. Tôi nâng niu cho cái bánh trong hộp giấy vào trong một cái hộp thiếc để nó khỏi bị dập vùi suốt cuộc hành trình xa ngái. Chẳng bao lâu nữa, tôi sẽ mang lại một niềm vui nho nhỏ cho hai người, và tôi sẽ là người thứ ba chung vào niềm vui đó.

Đến chòm cây cao rậm rạp theo lời người đàn bà chỉ, tôi nhìn qua bên phải, và rụng rời tay chân khi thấy đó là một bãi tha ma, tiêu điều, xơ xác. Các ngôi mộ nằm không thẳng hàng, vôi vữa, nước sơn đều bạc phếch, như thể lâu rồi ít được ai chăm sóc. Nắng chiều phủ lên các ngôi mộ, càng làm tăng thêm vẻ thê lương của nơi chốn cô quạnh này. Từ chỗ đang đứng, tôi có thể thấy, ở dãy mộ xa xa, cái lưng nhỏ nhắn của Flo, cô nhân viên vệ sinh trong trường của tôi. Flo đang quỳ trước một ngôi mộ, chắc là đang quên hết tất cả những gì đang diễn ra trên thế giới này, quên những căn phòng, những bậc thang, những hành lang, và cả những bao rác do các giáo sư, các nhân viên văn phòng thải ra hằng ngày, có khi làm oằn cả đôi vai yếu đuối của cô.

Thốt nhiên, tôi quay nhìn xuống cái va-li hiệu *Samsonite* của mình. Trong khung cảnh này, bỗng dưng trông nó hào nhoáng một cách lố lăng, kệch cỡm vô cùng. Bây giờ tôi phải làm gì đây? Bước vào nghĩa trang để phá tan giây phút trầm mặc của Flo, hay quay trở ra bờ sông... mà để chờ ai mới được! Amaru sáng sớm ngày mai mới quay lại.

Thình lình, tôi quyết định thật nhanh. Tôi để yên cái va-li ngay chỗ nó đang đứng trên mặt đất, quay trở lại lối cũ, rảo bước về phía đầu làng. Cắm cúi đi một đỗi, khi ngẩng lên tôi mới thấy ra là hai bên lối đi bây giờ toàn là những chòm cây rậm rạp như phía trước khu nghĩa trang ban nãy. Tôi ngoảnh nhìn lại, phía sau cũng vậy, không thể nào nhận ra chỗ tôi vừa đứng lúc nhìn thấy cô Flo nữa. Hai bên đường bây giờ toàn là nghĩa trang, với các ngôi mộ thấp thoáng sau các lùm cây. Không còn thấy nhà cửa gì hai bên như lúc ban đầu. Tôi đi nhanh hơn, tâm thần bấn loạn.

Một lúc sau, tôi gặp lại người đàn bà chỉ đường cho tôi lúc mới đến. Mừng rơn, tôi tiến tới gần bà, vừa thở hào hễn vừa hỏi:

"Đi lối này ra lại bờ sông, phải không bà?"

"Sông nào? Làm gì có sông nào ở đây?"—người đàn bà thờ ơ đáp.

"Sông Caquetá ấy mà,"—tôi nghe mình như không thở nổi nữa.

"À, sông Caquetá,"—bà ta nhẩn nha nhắc lại—"con sông này cách đây dễ phải đến ba, bốn mươi cây số!"

Tôi thấy lạnh cả xương sống, cố vớt vát:

"Bà nói làm sao ấy, ban nãy tôi mới vừa trên thuyền xuống cơ mà!"

Người đàn bà không buồn cãi lại, nhìn bâng quơ lên trời.

"Thật vô lý!"—tôi tiếp tục nói, tuyệt vọng—"Làng mạc nào cũng phải ở gần sông nước mới có sự sống, mới sinh hoạt được chứ. Cả ngôi làng Peña Roja này cũng vậy."

"Ai bảo ông đây là làng Peña Roja?"—người đàn bà cao giọng, đầy vẻ thách thức—"Ông nhìn quanh đây xem. Sự sống nào? Sinh hoạt nào?"

Tôi đảo mắt nhìn theo lời bà ta nói. Lạy Chúa cao xa! Rõ ràng là mới lúc nãy bà ta còn đứng nói chuyện với tôi giữa hai dãy nhà tồi tàn, ọp ẹp, trên con đường đất còn có mấy đứa bé đang chơi đùa. Giờ đây, hai bên chỉ toàn là những mộ là mộ, chập chùng lên nhau, tưởng như không bao giờ dứt. Không gian lặng lờ đến rợn người, không còn tiếng cười, tiếng đùa giỡn của những đứa bé như trước.

Toàn thân tôi như hoá đá, chỉ còn có cái đầu là vẫn nhúc nhích được, giúp tôi ngoảnh lại, định hỏi người đàn bà thêm một câu, thì vừa thấy bà đang đi lẫn vào dãy mộ bên tay trái, rồi biến mất như lúc ban đầu.

RANH GIỚI

Lúc ngồi trong xe với Hiệp rồi, anh vẫn còn thắc mắc:

"Tôi vẫn không hiểu tại sao ông lại cùng nhận tin Lê mất. Ông đâu có biết hắn là ai."

Hiệp ngồi thẳng người, chăm chú nhìn ra phía trước. Gương mặt hắn bình thản như một ngày biển lặng. Lần chót anh gặp hắn là lúc hai người đang đi ngược phía với nhau trong khuôn viên đại học, vội vã đến lớp cho kịp giờ dạy. Sau hai năm đại dịch, cả hai mới gặp lại nhau, hứa hẹn sẽ lại cùng đi uống cà-phê hay ăn phở như ngày trước. Thế mà một năm học đã trôi qua, không ai gọi ai, hẹn hò gì cả. Anh buồn buồn nghĩ, mỗi người ai cũng bận bịu với vợ con, làm gì mà có thì giờ nhàn rỗi để tán dóc với nhau.

"Tôi có hỏi Văn làm sao biết được số điện thoại của ông mà kèm chung trong tin nhắn cho tôi,"—anh lại nói—"Hắn cũng không buồn giải thích."

Thật ra, anh "biết" Lê mà cũng như không biết. Lê là chồng của một người cháu họ của anh. Nói chi tiết theo kiểu dây mơ rễ má của người Việt, anh ta là *cháu rể họ* của anh. Anh có đến nhà cô cháu họ vài lần, gặp hai ba chục người trong những buổi ăn uống đông đúc, náo nhiệt đó. Nhưng đến bây giờ, nhận được tin Lê mất, anh mới giật mình nhớ ra rằng chưa bao giờ mình thật sự "thấy" Lê trong những dịp đó cả, chứ đừng nói đến có chuyện trò với anh ta lần nào chưa.

"Mình có đi ăn đám cưới cháu của anh mà,"—vợ anh nhắc.

"Ồ, vậy hả,"—anh nhíu mày suy nghĩ—"Đã bao nhiêu lần mình đi ăn đám cưới mà không nhớ mặt cô dâu hay chú rể há."

Khi cả hai ra khỏi xe, anh vừa bước xuống vừa bảo Hiệp:

"Cám ơn ông đã chịu đi với tôi hôm nay. Bà xã tôi đã nói nhất định sẽ cùng đi. Vậy mà vào xe rồi tôi ngó qua thì thấy là ông chứ không phải cô ấy."

Cả hai im lặng đi qua bãi đậu xe rộng. Trời buổi trưa nắng chiếu thẳng đứng. Ở mặt tiền ngôi nhà thờ đối diện là một cảnh tượng quen thuộc trong một tang lễ. Từng nhóm người tụm năm tụm ba đang rầm rì nói chuyện. Vài ba người dừng lại gần cửa ra vào để ghi tên vào sổ thăm viếng. Hiệp đại diện cả hai ghi tên vào sổ. Anh để ý thấy người nhà của Lê tỏ ra rất nồng hậu khi đón tiếp anh, tuy không giấu được vẻ đau buồn. Nhưng đối với Hiệp thì họ có vẻ rất thờ ơ, thậm chí có phần lạnh nhạt, làm như không thấy hắn. Anh hơi khó chịu, liếc nhanh qua Hiệp thì thấy hắn vẫn giữ nét mặt thản nhiên. Hình như lúc nào hắn cũng có sẵn một nụ cười thật nhẹ, sẵn sàng cho bất cứ tình huống nào. Chắc nụ cười cố hữu đó là một trong những điều đầu tiên làm cho anh muốn trở thành bạn với hắn.

Anh và Hiệp tiến vào bên trong, ngồi xuống một băng ghế không có ai khác, tuy các chỗ còn lại trong nhà thờ đã gần như đầy người tham dự. Kiều, vợ Lê, hôm nay đẹp não nùng trong chiếc áo dài đen ôm sát người, nét mặt lạnh như băng, chạy tới chạy lui, chào chào hỏi hỏi khách khứa một cách máy móc, vô hồn. Nhưng ai nỡ trách một người còn đang bàng hoàng, sững sờ trước một điều không bao giờ có thể hiểu được.

Buổi lễ bắt đầu đúng giờ. Người Mỹ có khác. Chẳng bù với câu tục ngữ tân thời của người Việt hải ngoại *"Không ăn đậu không phải người Mễ, không đi trễ không phải người Việt"*! Người mục sư da trắng bảnh bao, trẻ măng, nói lời khai mạc, tiếp theo là những ý tưởng cao đẹp về Chúa Trời, về tình yêu của ngài, về sự sống và cái chết, về một cõi trời không còn sinh diệt.

Anh nhìn chiếc áo quan của Lê phủ đầy hoa. Chung quanh còn rất nhiều hoa khác, mặc dù tang gia đã nhắc đi nhắc lại là không nhận phúng điếu hay vòng hoa. Anh cố hình dung ra Lê nằm trong áo quan, qua bức ảnh đặt bên cạnh. Nhưng càng cố hình dung, anh lại càng thấy ra gương mặt của Tấn. Ngay lúc đó, anh chợt giật mình vì một ý nghĩ thoáng qua trong đầu. Ý nghĩ đó thật mãnh liệt, thôi thúc anh phải quay qua nói với Hiệp, trong không khí nghiêm trang, im lặng của thánh đường:

"Thôi chết, tôi đã không đi đám tang của Tấn, ông à."

Nụ cười cố hữu của Hiệp dường như tươi hơn một chút. Tại sao hắn đáp lại lời anh vừa nói với thái độ như vậy, anh thật tình không hiểu nổi. Trong người anh bây giờ dào dạt nhiều cảm xúc khác nhau. Ân hận. Tiếc nuối. Tuyệt vọng. Buồn bã. Cùng một lúc, anh như bừng hiểu ra là Lê không thật sự nằm trong cái áo quan đó. Tấn cũng không có trong đó. Vì, như anh còn nhớ, Tấn mất ở Texas chứ không phải ở California. Và Tấn mất cách đây gần hai năm rồi, vì Covid.

Rồi, anh chợt nghiệm ra, Tấn đang ở bên kia bức màn nhung to lớn màu xanh tím trên sân khấu, sau lưng vị mục sư trẻ vẫn đang thao thao lời Chúa. Anh thấy mình cần phải gặp Tấn ngay bây giờ. Anh đứng bật dậy khỏi băng ghế. Hiệp nhìn anh, không có vẻ gì là ngạc nhiên. Anh đi như chạy về phía sân khấu, leo lên các bậc thang. Cử toạ trong nhà thờ nhốn nháo hẳn lên. Anh đi qua mặt vị mục sư trẻ. Anh ta hơi giật mình, nhưng vẫn tiếp tục nói. Nhà thờ bây giờ ồn ào với nhiều tiếng động khác nhau.

Anh chạy ào tới tấm màn, vén nó qua một bên rồi lao tiếp về phía trước, bỏ lại tất cả những huyên náo ở đằng sau. Quả như anh nghĩ, Tấn đang đứng sau tấm màn. Trước mặt hai người là một vùng biển xanh ngát. Có một pha trộn huyễn hoặc giữa tiếng rì rào của biển và một im lặng tuyệt đối ở nơi hai người đang đứng. Tấn ngó anh cười, nét cười thân quen anh vẫn còn nhớ trong những lúc hai đứa ngồi hút thuốc, uống cà-phê với nhau ngày xưa. Dường như Tấn vẫn chờ đợi anh từ lâu nay, và không có vẻ gì giận anh cả. Gương mặt hắn có một màu trắng lạ lùng, hồi giờ anh chưa bao giờ thấy một màu trắng như vậy. Hồi còn sống hắn có nước da ngăm ngăm đen.

"Biển này giống biển Nha Trang của mình ngày xưa quá, phải không?"—Tấn nói với anh, tay loay hoay rút trong túi ra một điếu thuốc. Nhưng hắn thở dài vì không thể nào mồi lửa được trong làn gió biển mạnh mẽ.

"Ông không giận tôi chứ?"—anh rụt rè hỏi— "Tôi đã không đi đám tang ông được."

"Ồ, tôi phải hỏi ông có còn giận tôi không mới phải."— Tấn vẫn mỉm cười.

"Nếu hai đứa mình cùng hỏi nhau câu đó thì chắc không có gì đáng ngại!"—anh thở hắt ra, nhẹ nhõm.

"Để xem..."—anh lẩm nhẩm tính—"Lần cuối cùng ông và tôi gặp nhau ở Houston tới bây giờ đã hơn 20 năm. Tôi chỉ muốn gặp lại ông để nói rõ một điều. Năm tháng trôi qua, cuối cùng tôi đã định nghĩa được cảm xúc của mình, cảm xúc mà đã đưa đến chỗ chúng ta không còn liên lạc với nhau nữa, cho đến khi ông..."

"Cho đến khi tôi chết, phải không?"—Tấn cười nửa miệng—"Vậy thì, ông đã tìm được định nghĩa gì cho cảm xúc đó của ông, nếu không phải là giận hờn, vì người yêu của ông cuối cùng đã thành vợ của tôi?"

"Cũng may đó không phải là thù hằn!"—anh ấp úng nói—"Mới đầu tôi vẫn nghĩ là tôi "giận" ông, giận lắm lắm. Nhưng về lâu về dài, tôi thấy ra rằng đó chỉ là một nỗi thất vọng sâu xa. Tôi thất vọng về chính mình, không đủ bản lãnh để giữ Kim. Nếu phải giận ai, chắc tôi nên giận tôi thì đúng hơn."

"Tôi rất tiếc vì chuyện về Kim đã làm chúng ta xa nhau,"—tiếng Tấn lẫn vào từng luồng gió mang vị mằn mặn của đại dương—"Qua đến chốn này, tôi mới hiểu được về Kim nhiều hơn."

"Ông hiểu gì về Kim?"

"Ngày trước, ông và tôi đều thấy Kim là một đối tượng để chiếm hữu. Bây giờ, tôi mới biết rằng thực thể mà chúng ta "giành giật" với nhau không phải là chính Kim, mà chỉ là những luồng điện từ cô ấy toả ra, đáp ứng được những luồng điện từ chúng ta, đi tìm những luồng điện thích ứng với chúng."

Tấn xoay người nhìn anh:

"Nói khác đi, nếu có một sự giành giật nào đó ngày xưa thì chỉ là chuyện xảy ra giữa những giòng điện mang đầy cảm ứng."

Gió càng lúc càng thổi mạnh. Hai người nghe nhau khó khăn hơn. Tấn tiếp tục nói, giọng trộn lẫn vị mặn của biển và hương tanh nồng của rong rêu.

"Vậy nhé. Giận hờn, nếu có đi chăng nữa, rốt cuộc cũng chỉ là những hiệu ứng của sự tương tác hay đối chọi giữa những dòng điện với nhau. Ông và tôi, chúng ta thắc mắc không biết người này có giận người kia hay chăng. Bây giờ thì chúng ta hiểu ra hết rồi đó."

Giọng Tấn càng lúc càng xa vắng hơn:

"Tôi đi đây. Ông đừng đi theo tôi nhé. Chưa đến lượt ông đâu. Ông đợi cho tôi đi khuất hẳn rồi hẵng về."

Tấn quay đi, bước những bước thật nhẹ nhàng, nhưng anh thấy dường như hắn đi rất nhanh, nhanh một cách dị thường. Cả vùng biển chợt dâng đầy sương mù dày đặc. Sóng vỗ dồn dập hơn, tung toé bọt trắng xoá khi va vào bờ cát lạnh lẽo. Anh đứng im như một tảng băng, buốt giá, nhìn theo Tấn mãi, cho đến lúc bóng của hắn tan biến tận xa xa, không biết vì hình bóng tự mất đi, hay vì bị sương mù xoá nhoà miên viễn.

Anh thẫn thờ quay lại phía sau, đối diện mặt trái của tấm màn nhung. Không biết giờ này tang lễ đã chấm dứt chưa. Anh khó nhọc vén tấm màn nặng nề, lách người qua bên kia. Vừa lúc đó, từ bên kia sân khấu, Kiều bước đến nắm lấy tay anh, giọng lo lắng:

"Cậu có sao không cậu? Cậu đi đâu ra đằng sau đó vậy?"

Anh đi theo Kiều băng qua sân khấu, bước xuống mấy bậc thang như kẻ mất hồn. Cử toạ, trái với ban nãy, bây giờ im lặng một cách lạ thường. Anh có cảm tưởng hàng trăm con mắt đang dán vào mình trong gian thánh đường cũng lạnh lẽo không khác gì vùng biển anh vừa đến.

"Hiệp đâu rồi, Kiều?"—anh ngơ ngác hỏi.

"Hiệp nào, cậu?" —Kiều cũng ngơ ngác hỏi lại.

"Hiệp là người đi với cậu, ngồi cạnh cậu hồi nãy đó."

Kiều ngập ngừng nói:

"Lúc cậu mới bước vào, cháu thấy cậu đi một mình. Lúc cậu ngồi xuống băng ghế, cháu cũng thấy không có ai ngồi cạnh cậu cả."

Anh lắc đầu, không biết nói sao. Anh ôm lấy vai Kiều, nói lời chia buồn với cô, rồi lẩm bẩm thêm vài chữ tiếng Anh mà anh cho rằng sẽ không được tự nhiên khi diễn tả bằng tiếng Việt:

"Be brave."

Kiều nói cám ơn như một phản xạ. Anh thất thểu quay đi. Trời bên ngoài đầy mây mù, khác hẳn với cơn nắng giòn giã lúc anh đến. Hiệp ra về khi nào mà không chờ anh. Hắn làm sao đi bộ về nhà từ đây đến tận San Clemente. Anh đi mãi mà không sao tìm ra chiếc xe mình đã lái đến với Hiệp. Trời bỗng đổ cơn mưa bóng mây. Nước mưa ào ạt tuôn xuống, tràn ngập trong không gian, phủ trùm toàn thân anh như một cái áo choàng khổng lồ. Gương mặt anh ướt đẫm, trong lòng anh nghe thổn thức bất ngờ. Từng hàng nước mát lạnh thi nhau chảy dài xuống hai má anh. Anh nghĩ, ngay lúc này, cũng khó mà phân biệt đâu là nước mưa, đâu là nước mắt.

KHI ĐÀN BƯỚM VỀ

Tim đứng tần ngần trước cổng nhà giáo sư Bình, chưa muốn bấm chuông vội. Anh lùi lại một chút để phóng tầm mắt nhìn qua cánh cổng vào tận bên trong. Toàn cảnh khu nhà có một nét gì lạnh lùng và buồn bã. Từ chỗ Tim đứng, bên phải là căn nhà hai tầng bằng gỗ nâu. Tầng dưới là nhà xe. Có một cầu thang nằm lộ ra bên ngoài dẫn lên tầng hai. Một cây thông to mọc gần bên căn nhà, chia hẳn không gian chung ra làm hai phần tương đối đều nhau. Về phía tay trái của Tim là khoảng sân lát những miếng đá xám từ đậm đến nhạt, với nhiều hình thù và kích thước khác nhau. Ngoài ra, không có hoa lá gì khác nữa. Khoảng trống còn lại của không gian cho phép Tim nhìn thẳng ra tận phía sau, nơi có một hàng rào gỗ nâu cao đến khoảng nửa căn nhà. Bên kia hàng rào thấp thoáng làn nước trắng đục của một con sông, tiếp giáp với màu xanh thật nhạt, trong trẻo của nền trời. Lùi lại một chút nữa, Tim thấy toàn cảnh khu nhà của giáo sư có một bố cục làm anh liên tưởng đến một con bướm khổng lồ được ráp nối lại bằng những đường nét kỷ hà. Cây thông chính giữa là thân bướm, căn nhà bên phải là chiếc cánh màu nâu, còn khoảng không gian bên trái là chiếc cánh kia, nửa dưới màu nâu, nửa trên màu trắng với nhiều sắc đậm nhạt khác nhau.

Cuối cùng, Tim tiến gần lại cái chuông của và bấm nhẹ vào nút. Không lâu lắm, giáo sư Bình xuất hiện ở khung cửa chính trên tầng hai rồi khoan thai bước xuống từng bậc thang để ra mở cổng cho anh. Hai thầy trò chào hỏi nhau rồi cùng im lặng đi vào nhà. Giáo sư Bình ở tận cuối khu xóm, không có tiếng động của xe cộ hay những sinh hoạt nào khác vào đến tận đây. Không gian thơm nhè nhẹ mùi lá thông và những trái thông còn xanh trên cành.

Được giáo sư Bình mời ngồi, Tim đặt cái cặp đen của mình xuống bàn và lấy ra một cái máy ghi âm nhỏ. Anh vừa ngồi xuống vừa nói:

"Cám ơn thầy đã cho phép em đến thực hiện buổi phỏng vấn này".

Giáo sư Bình mỉm cười:

"Tôi cám ơn em mới phải chứ. Lúc biết em chọn đề tài về một chứng sợ hãi cho một bài tiểu luận cuối khoá của em, tôi nghĩ đây là một cơ hội tốt cho tôi có dịp nói về chứng sợ loài bướm của tôi."

"Em có tìm hiểu tên của chứng sợ hãi này. Nó vừa dài, vừa khó hiểu và khó nhớ. Có phải là *lepidopterophobia* không thầy?"

"Đúng vậy. Tôi tự đặt ra một cái tên khác ngắn và dễ nhớ hơn: *butterflobia!*"

"Nghe có lý lắm, thầy ạ,"—Tim cười và hỏi lại giáo sư Bình—"Trong suốt cuộc phỏng vấn, em sẽ gọi thầy là giáo sư, thi sĩ hay nhà thơ ạ?"

"Em hãy gọi tôi là ông và xưng là tôi. Còn tôi sẽ gọi em là anh nhé."

Tim khẽ gật đầu rồi bấm nút record trên chiếc máy nhỏ.

CUỘC PHỎNG VẤN

Tim   Chào ông. Trước khi bắt đầu, xin phép ông cho tôi được nhắc lại mục đích của cuộc phỏng vấn hôm nay. Mùa học trước, tôi học với ông trong lớp Comparative Literature, ông có kể cho sinh viên trong lớp về chứng sợ bươm bướm của ông. Nhân mùa này tôi đang hoàn tất lớp Psycholinguistics và phải viết một bài tiểu luận cuối khoá về ảnh hưởng của tâm lý đối với ngôn ngữ, tôi có xin phép ông và được ông ưng thuận cho tôi làm cuộc phỏng vấn này. Trước hết, xin ông nói tổng quát về chứng sợ loài bươm bướm của ông và những chi tiết nào ông nghĩ là đặc biệt mà ông muốn thêm vào đó.

GS Khi một cảm xúc được xác định là phobia rồi, nó không phải là một sự sợ hãi bình thường mà đã trở thành một nỗi ám ảnh thường trực cả về sinh lý lẫn tâm lý. Bươm bướm là nỗi sợ hãi, nỗi ám ảnh của tôi trên nhiều bình diện khác nhau trong cuộc sống, ngày cũng như đêm, kể cả trong nhiều tác phẩm của tôi nữa. Đặc biệt, tôi còn bị một chứng kỳ lạ khác. Đó là cơ thể tôi có một sức thu hút loài bướm hết sức mạnh mẽ. Có lần tôi phải tháo chạy khỏi một công viên vì có hàng chục con bướm bám vào người tôi. Điều này càng làm tôi sợ loài bướm nhiều hơn trước.

Tim Ông có tìm hiểu vì sao cơ thể của ông lại có một sức hút lạ lùng như thế không?

GS Tôi có hỏi một vị bác sĩ về chuyện này. Ông nghĩ rằng tôi có một mùi cơ thể đặc thù hay cấu tạo mồ hôi của tôi có một hấp lực đặc biệt đối với loài bướm.

Tim Chứng bệnh này, xin lỗi ông, nếu chúng ta có thể gọi như thế, đã ảnh hưởng đến ông như thế nào trong sinh hoạt hằng ngày?

GS Tất nhiên là nó có ảnh hưởng rất nhiều đến đời sống hằng ngày của tôi. Chẳng hạn như anh thấy ngoài sân nhà tôi không hề có một cây hoa nào cả, để không có con bướm nào có thể đi lạc vào đây. Hay những nơi công cộng như công viên, vườn tược, cánh đồng hoa cỏ, bất cứ chỗ nào có hoa và có bướm là tôi tránh hết, không để thêm một lần bỏ chạy ra khỏi công viên như lần đó nữa. Còn nhiều chi tiết lắm, nhưng đại thể là lúc nào trong đầu tôi cũng thắc thỏm về cái phobia của mình ở mọi nơi, mọi lúc.

Tim   Mọi người biết đến ông như là một giáo sư văn chương, nhưng cũng rất nhiều người biết ông qua những bài thơ mà ông đã đăng trên nhiều tạp chí văn chương có uy tín. Đặc biệt, ông thường nói về loài bướm trong một số bài thơ của ông, đến nỗi có nhiều người còn đặt cho ông biệt danh là *"nhà thơ bướm"* nữa.

GS   ... mà không biết rằng tôi bị chứng sợ bươm bướm, phải không? Đúng vậy, loài bướm ám ảnh tôi vào đến tận thế giới thi ca của tôi. Đâu đó trong những câu thơ của tôi thường thấp thoáng hình ảnh của loài bướm, dưới nhiều hình thức mỹ từ pháp khác nhau. Lúc thì so sánh, lúc thì ẩn dụ, có khi là miêu tả trực tiếp hoặc dưới dạng dụ ngôn.

Tim   Xin lỗi phải ngắt lời ông nơi đây một chút. Tại sao ông sợ bướm ở ngoài đời nhưng lại gần như tận dụng hình ảnh và ngôn ngữ về loài bướm trong thơ của ông? Điều đó có gì mâu thuẫn không ạ?

GS   Điều này thì chính tôi cũng không hiểu nổi. Hy vọng bài tiểu luận có tính chất nhập môn của anh sẽ được một nhà nghiên cứu về các chứng phobia để mắt đến và biến nó thành một case study để phân tích rõ hơn. Anh nói đúng, chính tôi cũng thấy có sự mâu thuẫn. Trước đây, tôi có biết một đồng nghiệp có chứng bệnh sợ mèo. Ông ta sợ đến nỗi phải yêu cầu sinh viên của mình khi viết bài đừng bao giờ nhắc đến loài mèo cả, vì ông có thể bị tác động tiêu cực, ảnh hưởng đến việc đánh giá, thưởng thức và chấm điểm những bài luận của họ. Về phần tôi, tôi chỉ sợ những con bướm thật hay những hình chụp của chúng thôi. Còn những hình có tính chất minh hoạ hay trang trí thì tôi lại thấy bình thường, thậm chí còn thấy thích một vài hình nữa mới lạ. Chẳng hạn như tôi đặc biệt rất thích hình vẽ một con bướm có hai cánh là hình trái tim. Trong rất nhiều câu thơ, tôi đã dùng hình ảnh của bướm để làm cho chúng đẹp thêm, ít nhất là theo ý của riêng tôi.

Tim   Những câu thơ của ông có diễn tả tính chất phức tạp của chứng *butterflobia* không, theo như chữ ông dùng, hay là như thế nào?

GS   Cố nhiên là rất phức tạp. Nếu miêu tả một phobia nào đó một cách đơn giản là sự sợ hãi không thôi thì rất thiếu sót. Có thể nói nó như là một viên thuốc đắng bọc đường, đem lại vị ngọt ngào lẫn đắng chát, mà cũng cả những cảm giác xoa dịu, êm ái khi nó giúp chữa được một cơn bệnh nào đó. Chứng sợ hãi còn tuỳ thuộc vào nhiều yếu tố khác nhau. Ví dụ như nó được thể hiện ở những không gian và thời gian nào, hoặc là cảm xúc thay đổi của chính người mang chứng sợ hãi đó.

Tim   Ông có thể trích dẫn một vài câu thơ nói lên những biến thiên đó hay không ạ?

GS   Ồ, tôi rất sẵn lòng. Này nhé, nỗi sợ của tôi đối với loài bướm không phải lúc nào cũng làm tôi tránh né chúng, mà nhiều lúc tôi còn tìm đến hình ảnh của chúng để ví von với một thực thể nào đó, như thể tôi cố tình mơn trớn nỗi sợ hãi của chính mình vậy.

Tim   Ông có viết câu thơ nào nói về sự ám ảnh thường xuyên của loài bướm trong cuộc sống của ông không ạ?

GS   Không những trong cuộc sống ban ngày mà cả cuộc sống về đêm, nghĩa là trong giấc ngủ của tôi nữa:

> *nhiều lần*
> *bướm ngập vườn đêm*
> *là lần*
> *thảng thốt*
> *oan khiên mộng hờ*

Tim   Bộ phận nào của con bướm làm ông kinh sợ nhất?

GS Tất nhiên là đôi cánh của nó. Nỗi sợ hãi đó không chỉ thuần là một sự sợ hãi vật lý. Nó còn làm tôi thắc mắc tại sao lại có nỗi sợ đó. Có sự liên quan nào giữa kiếp này với kiếp trước hay không? Nếu có sự luân hồi, kiếp trước đã có gì xảy ra giữa tôi với loài bướm để kiếp này lại có cơ sự như vậy? Cái sợ của tôi đối với đôi cánh bướm tăng theo cấp số nhân đối với kích thước, màu sắc và hoạ tiết của chúng. Đôi cánh bướm càng to, càng có nhiều màu sặc sỡ hay nhiều hoạ tiết chi li càng làm tôi kinh sợ và ghê tởm:

> *những đôi cánh bướm khổng lồ*
> *mang hình mặt nạ*
> *cười man rợ hay nham nhở*
> *từ tiền kiếp nào xa lăng lắc*
> *về đòi lại chiêm bao*

Tim Ông nhắc đến sự ghê tởm đối với đôi cánh bướm. Ngoài ra, ông còn những cảm xúc hay cảm giác gì khác nữa?

GS Nhiều, nhiều lắm. Đối nghịch lại, một cách lạ kỳ, sở thích của tôi là dùng hình ảnh bướm để trang trí câu thơ, tôi lại còn dùng chính những lời thơ của mình để giúp giải toả nỗi sợ hãi đến thù ghét loài bướm nữa. Đặc biệt là mùi phấn bướm, nó làm tôi nhờm tởm khôn xiết. Ngoài ra, tôi còn có một cảm giác là mình sẽ được thoả mãn một cách độc ác nếu tôi giết được chúng. Chỉ tưởng tượng thôi là tôi đã thấy rạo rực lên với nhiều cảm xúc thật mãnh liệt pha trộn với nhau rồi:

> *không gian sặc sụa mùi phấn bướm*
> *xác bướm lớp lớp hàng hàng*
> *dàn trải đến vô biên*
> *từng thân bướm vỡ tung ra*
> *nhầy nhụa*
> *be bét*
> *dưới đôi chân*

Tim Cám ơn ông đã cho những chi tiết và trích dẫn làm người đọc có thể hiểu thêm về tính phức tạp, thậm chí chất chứa nhiều mâu thuẫn, trong sự tương tác giữa chứng phobia và ngôn ngữ trong thơ của ông. Bây giờ, tôi xin được phép hỏi ông một câu hỏi có tính chất cá nhân.

GS Anh cứ hỏi.

Tim Thưa ông, ông đang ở giai đoạn nào của cuộc sống, tất nhiên không phải về phương diện tuổi tác mà là về nhận thức?

GS À, tôi nghĩ hai điều đó thường đi đôi với nhau chứ, ít nhất là đối với tôi. Tôi đang ở giai đoạn nào ư? Có thể nói giai đoạn sống này của tôi là lúc tôi suy nghĩ thật nhiều về chuyện có không. Không phải nói một cách huề vốn như ông Phật là *sắc tức thị không, không tức thị sắc*, mà là phải hiểu rõ muốn có cái có cũng phải biết là tới lúc nào đó nó sẽ trở thành cái không, chứ hai khái niệm không nhất thiết phải tồn tại cùng một lúc. Nếu hiểu được như vậy thì cứ việc mà đi tìm cái có, để lúc nó thành cái không thì mình đã được chuẩn bị rồi.

Tim Như vậy sự suy nghĩ của ông có dựa vào một triết lý sống cá nhân nào không?

GS Triết lý rất quan trọng. Nó là một cái phao cho người sắp chết đuối. Tôi nghĩ, ngay đến những kẻ vô thần, họ có sống sót được chắc cũng nhờ có một triết lý nào đó cho riêng mình. Nói khác đi, nếu trong tôn giáo chúng ta tin vào một đấng vô hình thiêng liêng, thì trong triết lý, chúng ta đinh ninh về một quan niệm đã chọn để theo đó mà sống cho đến cuối đời. Về phần tôi, tuy thấy ông Phật thường huề vốn qua những lời ông dạy dỗ chúng sanh, triết lý cá nhân của tôi cũng rất ư là huề vốn: nó là chủ nghĩa trung dung.

Tim   Xin ông cho một ví dụ.

GS   Chẳng hạn như sự tranh giành thắng thua trong một cuộc thảo luận hay đấu khẩu. Chúng ta có thể chọn làm kẻ thua cuộc nếu không bênh vực nổi một lý lẽ. Nếu lý lẽ đó là chân lý, thì dù chúng ta không bênh vực nó được, nó cũng chẳng mất đi đâu cả. Trong một ý nghĩa nào đó, chúng ta thắng trong cái thua vì đã kiếm được sự bình an khi chọn cách làm thinh.

Tim   Nghe như ông đã ngộ được mọi sự rồi.

GS   I wish! Anh biết không, đây cũng là giai đoạn đen tối nhất của cuộc đời tôi đó. Nãy giờ anh không để ý thấy gì sao? Căn nhà tôi to lớn, rộng thênh thang, mà chỉ có một mình tôi trong đó. Vợ con tôi đã bỏ tôi đi cả rồi.

Tim   Xin mạn phép được hỏi ông, nhưng lỗi là của ai ạ?

GS   Tôi cũng xin mượn lời Chúa dạy: *Lỗi tại tôi mọi đàng*. Tôi buồn phiền, yếu đuối (chắc là giống loài bướm), uống rượu nhiều đến nỗi trở thành kẻ nghiện. Trong lớp các anh chị thấy tôi chỉnh tề, đàng hoàng, nhưng không thể nào biết được khi ở nhà, tôi chỉ là một thằng nát rượu. Vợ tôi đã từng cho tôi *bao nhiêu cái tối hậu thư* (an oxymoron!), mà tôi vẫn chứng nào tật nấy. Nói ra thì phản ngôn ngữ, nhưng vợ tôi đã bỏ cuộc sau cái *tối hậu thư cuối cùng*!

Tim   Ông buồn phiền gì đến nỗi phải tìm đến rượu? Gia đình ông có điều gì ngang trái để làm ông phải đến chỗ đó ạ?

GS   Đã bảo là lỗi tại tôi mọi đàng mà lị. Nguyên do của nỗi buồn phiền của tôi nói ra thì vô cùng xấu hổ, anh ạ. Nhưng thôi, tôi coi buổi phỏng vấn này là những phút nói thật đầu tiên của tôi, mà cũng có thể là lần cuối cùng cũng nên. Anh có nghe biết đến Hội Nhà Thơ Đương Đại không?

Tim   Thưa có. Và ông cũng là một hội viên trong đó chứ ạ?

GS   Again, I wish! Không. Tôi chưa được, hay chắc là sẽ không bao giờ được hân hạnh trở thành hội viên của cái hội đầy đặc quyền đặc lợi trong cả nước này. Anh đã biết thể lệ gia nhập hội chưa? Mỗi nhà thơ phải được ba nhà thơ hội viên giới thiệu vào hội. Nhà thơ đó phải từng được xuất bản trên tạp chí cũng như thành những tuyển tập thơ. Hội đồng xét tuyển hội viên mới gồm có mười người. Nếu ai đã được giới thiệu và xét tuyển mà không được thu nhận, phải đợi đến năm năm sau mới được giới thiệu lại. Anh biết tôi đã được giới thiệu mấy lần không? Bốn lần! Hai mươi năm. Anh nghe rõ đó. Mà vẫn chưa được. Và tôi còn mấy lần hai mươi năm nữa? Dê-rô! Anh biết tôi có một cái blog chứ? Trên cái blog đó, tôi có để hai câu thơ này ở trang chính, như một tiểu đề để nói lên điều tôi suy nghĩ về thời gian nói riêng và cuộc sống nói chung:

mỗi lần ngó lại, mười năm
mười lần ngó lại, hồng trần phôi pha

Xin mở ngoặc chỗ này một chút cho vui. Ông bác sĩ nha khoa làm răng cho tôi cũng là một người sính chữ nghĩa, thơ văn. Một hôm ông tình cờ đi lạc vào cái blog của bệnh nhân thường xuyên của ông tức là tôi đây, và đọc được hai câu thơ đó. Ông ta tức... thơ sinh tình, bèn text cho tôi hai câu tiếp mà ông ta sáng tác như sau:

Hoá ra có người còn bi quan—một cách tiếu lâm—hơn tôi nữa, anh thấy không? Nhưng chuyện thơ thẩn này thì dính líu gì đến việc nghiện rượu của tôi hả? Có gì đâu, tôi đâm ra thất chí vì thấy mình sao lận đận trên con đường thi nghiệp quá. Đành rằng tôi không trực tiếp đứng ra làm đơn xin vào hội, nhưng được giới thiệu đến bốn lần mà người ta vẫn từ nan thì thật là mất mặt cho tôi. Mà tôi có tệ lắm đâu? Thơ tôi từng xuất hiện trên hầu hết những tạp chí thơ và văn chương uy tín. Tôi đã được ba nhà xuất bản có máu mặt cho ra mắt ba tập thơ của mình trong vòng mười năm. Đọc thơ của những tay hội viên, kỳ cựu lẫn tân tòng, thì thấy chữ nghĩa, tư tưởng của họ cũng có đặc sắc gì hơn tôi đâu? Thế là những lúc buồn giận vì chuyện này, tôi đều mượn tay lưu linh để giãi sầu.

Tim Ông có bao giờ cố thoát ra khỏi chính mình để nhìn nhận và đánh giá mình về vấn đề hay không?

GS Anh hỏi mà nghe như anh nói cho tôi biết đó là cách anh thường giải quyết vấn đề cá nhân khi cần thiết vậy. Có chứ! Và đây chính là điều dằn vặt tôi nhất. Chủ nghĩa trung dung của tôi đã làm tôi hổ thẹn khi soi rọi vào cái mơ ước tầm thường đó của tôi. Thèm muốn một điều mà đã biết một ngày nào đó nó sẽ không còn là cái gì cả. Thật xấu hổ. Nó chỉ là một cái danh xưng không hơn không kém. Nó chẳng làm những lời thơ của tôi trở nên sâu sắc hơn một tị nào. Ngược lại, nó còn làm cho con người của tôi trở nên phiến diện, rỗng tuếch. Tôi đã cho phép nó định nghĩa con người tôi, kể cả sự nghiệp của tôi. Thế có đáng buồn không? Vì vậy, nỗi buồn của tôi bị nhân đôi. Buồn vì mình không được điều đó. Và buồn vì tại sao phải buồn như vậy. Không, hình như nó còn bị nhân ba mới đúng. Nỗi buồn thứ ba của tôi là, những lúc tỉnh táo như lúc này, tôi trách mình sao quá yếu đuối, để rượu chè làm chủ mình. Rồi cuối cùng tôi vẫn không giải quyết được điều gì. Và chỉ có những ly rượu nồng nàn là đủ sức giúp tôi quên đi những gì tôi muốn quên, và nhớ những gì tôi muốn nhớ mà thôi.

Tim Ông có hy vọng một ngày nào vợ con ông sẽ tha thứ cho ông không?

GS Con cái thì may ra, vì chúng chỉ đi theo mẹ chúng để được lo toan, săn sóc, chứ chúng chẳng hề ly dị tôi. Còn vợ tôi thì xong rồi. Tờ giấy đã xé nát ra còn làm sao ráp nối lại được nữa.

Tim Theo ông, chứng sợ loài bướm của ông có tác động nào đến tình trạng trầm uất và chứng nghiện rượu của ông?

GS Tôi nghĩ là có, nhưng nó không dựa vào một căn bản khoa học nào cả. Có thể nói một cách mỉa mai rằng nhờ loài bướm mà thơ tôi làm nhiều người chú ý đến. Nhưng bên cạnh đó, cũng có thể nói một cách xuẩn ngốc và dị đoan rằng cũng vì chúng mà tôi lận đận hoài. Có thể là những hình tượng về bướm lúc nào cũng thấp thoáng trong những bài thơ của tôi đã thành một lời nguyền, một sức mạnh vô hình nào đó đã ngăn cản ước mơ cuối cùng của đời tôi là được trở thành hội viên của Hội Nhà Thơ Đương Đại. Nghe cũng buồn cười ra phết! Và ngớ ngẩn nữa. Cuộc sống này tự nó đã là một giấc mơ dài. Vậy mà ai trong chúng ta cả đời vẫn cứ loay hoay đi tìm những giấc mơ nhỏ trong đó. Rốt cuộc rồi cũng ta cứ để tình trạng dằng dai ấm ớ đó xảy ra mãi cho đến ngày nhắm mắt xuôi tay: mộng lồng trong mộng, mộng lồng trong mộng, mộng lồng trong mộng, mộng lồng trong mộng, mộng lồng trong mộng...

Tim   Cám ơn ông đã thổ lộ rất nhiều tâm tình. Cuộc phỏng vấn đã khá dài. Ông còn muốn nhắn nhủ gì nữa không?

GS   Tôi muốn nhắn nhủ điều này, không phải cho những ai sẽ đọc bài tiểu luận của anh, nếu một ngày nào đó nó sẽ được xuất bản, mà là cho chính anh. Tôi mong rằng bài tiểu luận của anh, một khi đã được hoàn tất, không chỉ chứa đựng những dữ kiện, phân tích và bình luận như hầu hết những bài tiểu luận mà tôi đã từng đọc. Tôi ao ước anh sẽ trình bày nó, không đơn thuần về một trường hợp cá biệt, không phải chỉ về một chứng sợ hãi, mà tất cả những điều đó được minh chứng như là một phần không tách rời của nhân loại. Hơn thế nữa, tôi còn mong anh có thể, bằng cách nào đó, thể hiện những nhược điểm của tôi—do ảnh hưởng của *butterflobia*, sự thất chí và rượu—sao cho chúng trở thành những ảnh hưởng tốt đẹp cho người đọc.

Tim tắt máy ghi âm, thở dài thật nhẹ:

"Em còn đang rối bời với nhiều ý nghĩ, làm sao để lồng cuộc phỏng vấn thầy vào bài tiểu luận của một cách tự nhiên, với trọng tâm là ảnh hưởng của tâm lý đối với ngôn ngữ. Chỉ vậy thôi đã là một thử thách quá lớn cho em rồi. Nay thầy lại đặt cái trọng trách nhân bản lên vai em, chắc em chết mất!"

"Em đừng nói đến chữ chết với một ý nghĩa vu vơ như thế."

Giáo sư Bình nói một cách buồn bã và nhìn Tim một hồi lâu. Đôi mắt ông chợt trở nên thăm thẳm. Lần đầu tiên Tim mới để ý đến hai con mắt của ông. Đôi đồng tử của ông to và đen đến nỗi chúng làm cho anh quên mất phần tròng trắng còn lại. Hàng mi rậm, dài và cong vút. Hai lông mày của ông của rậm và đen không kém. Rậm, đen và buồn.

Tim đứng lên cám ơn giáo sư Bình một lần nữa v từ giã ông ra về. Giáo sư ân cần tiễn anh ra đến tận cổng rồi mới quay trở vào. Trời đã sụp tối. Màu trắng của con sông và bầu trời phía sau căn nhà đã tan biến mất. Tim quay lại nhìn cảnh vật một lần nữa. Lúc này, toàn thể khu nhà của giáo sư Bình đã hiện nguyên hình thành một con bướm đen khổng lồ.

KHI ĐÀN BƯỚM VỀ

Sau hôm đó, Tim lao vào với sách vở để hoàn thành chương trình cử nhân văn chương Anh và nộp đơn xin vào các trường luật anh chọn. Bài tiểu luận anh viết về trường hợp của giáo sư Bình đã giúp anh được điểm khá cao trong lớp ngôn ngữ tâm lý học của anh. Nhưng anh cũng mau chóng quên nó đi vì những điều mới lạ đang chờ anh trước mắt. Anh được nhận vào một trường luật tư khá nổi tiếng trong vùng. Ba năm trôi qua, thấy như vừa nhanh chóng, vừa chậm chạp. Ngoài bài vở và những kỳ thi, anh còn tập sự không công trong toà án của quận hạt nơi anh cư ngụ. Giáo sư Bình và anh, tuy có số điện thoại của nhau, đã không còn liên lạc với nhau như trước nữa. Thỉnh thoảng, anh có chợt nhớ đến ông, không biết bây giờ ông ra sao. Anh cũng muốn gặp ông để thăm hỏi và chuyện trò qua ly cà-phê hay tách trà nóng, nhưng quả tình thời khoá biểu quá bận rộn của anh không cho phép. Ngày anh làm lễ ra trường, cầm tấm bằng trong tay giữa bao nhiêu người nói cười huyên náo chung quanh, anh chợt bâng khuâng nhớ đến giáo sư Bình. Mới đó mà đã ba năm rồi. Bỗng dưng anh nhớ đến hai câu thơ trên blog của ông và muốn biến nó thành

mỗi lần ngó lại, ba năm
mười lần ngó lại...

Tuần trước, như một trùng hợp ngẫu nhiên, thình lình anh nhận được một tin nhắn của giáo sư Bình, sau khoảng thời gian không liên lạc đó:

Khá bất ngờ với thời gian tính của cái text và nội dung của nó, Tim chỉ biết gởi lại cho ông một cái bitmoji mà anh tìm vội trong phone:

Rồi bị cuốn hút trong công việc, nhất là việc chuẩn bị khai trương văn phòng pháp lý của mình, Tim quên bẵng cái tin nhắn đó. Một buổi chiều trong tuần lễ kế tiếp, sau khi ghé thăm văn phòng còn thơm nức mùi sơn và bàn ghế mới, anh vui vẻ lái xe về nhà, không bận tâm đến dòng xe cộ đang nhích từng chút một mà thường ngày vẫn làm anh phát cáu. Ở nhiều đoạn xa lộ, anh phải dừng xe hẳn lại, nhưng anh vẫn mải mơ màng nghĩ đến căn phòng làm việc mới tinh tươm của mình. Chỉ thứ hai tuần tới thôi là anh sẽ xách cái cặp, cũng mới tinh, hân hoan đi vào văn phòng đó, rồi sẽ ngồi chễm chệ nơi cái bàn bằng gỗ mahogany như những luật sư khác mà anh từng chiêm ngưỡng. A dream has really come true for me.

Đột nhiên, anh thấy nhiều con bướm nhỏ đang lượn lờ trước kính xe của mình. Nhìn quanh, anh thấy nhiều con bướm nữa cũng đang bay khắp xa lộ. Ban đầu, lũ bướm còn bay chập chờn và lác đác, chừng như còn bỡ ngỡ, ngại ngùng trong thế giới văn minh của con người. Chỉ một lúc sau, đàn bướm trở nên bạo dạn hơn với thêm nhiều con khác về nhập cuộc. Chúng có kích thước to hơn những con anh thấy ban đầu. Cuối cùng, tuy trời vẫn còn sớm, đoạn xa lộ mà anh đang lái xe qua chợt tối sầm đi vì đàn bướm càng lúc càng đông, giống như những đám mây che khuất ánh mặt trời. Đột nhiên, anh thảng thốt la lên trong xe với chính mình:

"Giáo sư Bình!"

Anh vội vã tìm lối ra gần nhất của xa lộ. Phải len lỏi một hồi lâu anh mới đi vào được đường trong. Lúc này cả thành phố đã tràn ngập những đàn bướm. Xe cộ trên đường phố như cũng hoảng hốt, nháo nhác ai chạy về nhà nấy. Tim nghiến răng cho xe chạy nhanh về hướng nhà giáo sư Bình, hai bên là lũ bướm im lặng và lạnh lùng bay theo nhiều hướng khác nhau. Thành phố y hệt như trong một cảnh phim giả tưởng.

Dừng xe lại trước nhà giáo sư, Tim cho xe đậu sát vào cổng. Anh hấp tấp nhảy xuống xe, leo lên phần mũi xe và nhảy vào phía bên trong. Đàn bướm đã vào tận khu nhà của giáo sư Bình. Chúng đậu kín hết cả cây thông cao vút giữa nhà và cả hai bên bức tường vốn không có hoa lá gì. Tim chạy như bay lên cầu thang mà song sắt hai bên cũng đầy những bướm là bướm. Cánh cửa chính của nhà giáo sư đang đóng kín. Anh đập mạnh cửa mấy lần mà không nghe tiếng trả lời từ bên trong. Tim dùng hết sức bình sinh lấy thân mình tống cửa vào nhà. Cửa bật mở ra. Cảnh tượng trước mắt làm anh thấy lợm giọng ngay lập tức. Cửa sổ bên trái đang mở tan hoang. Chắc đàn bướm đã ùa vào theo ngả đó. Phòng khách của giáo sư tràn ngập bướm, trên vách, trên các tấm màn cửa, trên bàn, trên ghế, trên dãy kệ sách và trên cả sàn nhà. Tim bước đi và có thể nghe những thân bướm liên tiếp bị vỡ ra, nổ lốp bốp dưới từng bước chân của mình. Một số khác lượn qua lượn lại, chao đảo khắp gian phòng. Mùi phấn bướm bay sặc sụa khắp không gian ngột ngạt.

Trên chiếc sofa, có một hình thù đang nằm bất động mà Tim đoán là giáo sư Bình. Giáo sư nằm vắt vẻo trên chiếc ghế dài, tay phải và chân phải buông thõng xuống một bên, gần chạm đến nền nhà. Toàn thân ông bị cả trăm con bướm bao phủ kín mít. Lũ bướm chậm rãi bò trên người ông, tạo thành một hình ảnh kỳ dị của một tấm thảm đủ màu, chuyển động tại chỗ. Dưới chân sofa, anh thấy nằm vương vãi—lẫn vào những con bướm đang tha thẩn bò trên sàn nhà—những chai rượu đã uống cạn, những lọ thuốc rỗng hay còn một phần, và những viên thuốc nằm lẻ tẻ chung quanh.

Tim nhìn quanh quất. Anh vớ một tờ tạp chí nằm trên bàn, quạt mạnh vào đàn bướm đang lúc nhúc trên người giáo sư Bình. Lũ bướm bay lên tán loạn. Giáo sư nằm như đang ngủ nhưng gương mặt nhăn nhúm lại, xám xịt, không có chút thần sắc nào. Anh run rẩy đưa tay sờ vào cánh tay giáo sư. Cánh tay của ông cứng đờ, lạnh ngắt như bị đông đá, không có dấu hiệu nào của sức sống. Tim để bàn tay ngang mũi của giáo sư, không cảm thấy có hơi thở nào. Anh vừa rụt tay lại, đàn bướm đã xấn xả vào thân hình gầy gò của giáo sư, phủ kín lại như trước một cách chóng vánh.

Tim cảm thấy ngộp thở, cả người bải hoải như muốn ngất xỉu. Anh vùng chạy ra khỏi căn nhà, hấp tấp nhào xuống cầu thang. Anh rút cái điện thoại trong túi ra, và lần đầu tiên trong đời, anh run rẩy bấm ba số 911. Chuông điện thoại reo dài không dứt. Không có ai bắt máy cả. Chẳng lẽ giờ này trung tâm điện thoại cấp cứu đang tràn ngập hàng ngàn cú phone chỉ vì đàn bươm bướm? Tim đứng sững người trong vài phút. Anh không còn can đảm nào để lên trở lại phòng khách của giáo sư Bình. Bóng tối đã phủ ngập không gian, không biết vì đêm đã xuống hay vì đàn bướm đã bao trùm tất cả. Anh lao về phía cổng, cuống quýt mở cái then ra và vội vã leo lên xe, nhấn ga chạy như bị ma đuổi.

Đường phố đã bắt đầu lên đèn. Đàn bướm dường như có thưa thớt đi đôi chút. Xe cộ vẫn chạy hối hả trên đường. Hai bên phố xá vắng vẻ, không thấy một bóng người đi bộ nào. Lúc đó Tim mới cảm thấy hơi thở của mình điều hoà lại phần nào. Nhưng anh chợt nôn thốc tháo trong xe. Anh quặn người theo từng đợt nôn mửa, nhăn mặt đau đớn vì anh nôn đến mật xanh mật vàng, không còn gì để nôn ra nữa. Hai tay anh ghì chặt lấy tay lái, mắt cố nhìn ra phía trước trong khi chiếc xe vẫn chạy một cách khó nhọc. Nước mắt sống chảy dầm dề trên hai má anh. Người anh đẫm mồ hôi, lạnh toát như một cái xác. Anh rùng mình liên tục, người vẫn còn run lên từng hồi.

Tim tiếp tục cho xe lao đi, không biết mình đang chạy về hướng nào. Đầu óc anh rối loạn, chập chờn như đang mê ngủ. Trong cơn hốt hoảng, anh vẫn tự hỏi, không biết giáo sư Bình đã chết vì uống quá nhiều rượu với thuốc, vì uống thuốc quá liều, vì cố tình quyên sinh, hay chỉ đơn giản là vì khiếp sợ tột cùng. Hình ảnh giáo sư Bình bị đàn bướm phủ kín cứ lởn vởn trong đầu anh, chẳng khác nào hình ảnh của một xác ướp Ai Cập trong viện bảo tàng. Một xác ướp nhúc nhích vì chuyển động của đàn bướm. Một xác ướp đủ màu sặc sỡ một cách tởm tuốc. Chợt anh vô tình ngẩng nhìn vào tấm gương chiếu hậu. Qua tấm gương, anh thấy một con bướm khá lớn đang bám vào phía trong tấm kính sau của xe. Chắc nó đã lọt vào xe lúc anh mở cửa. Con bướm màu đen tuyền, nổi bật trên nền sáng của những ánh đèn đủ màu ở đường phố hai bên phía sau. Tim thở hắt ra, đạp ga mạnh cho xe lao tới, nghe như có một tảng đá vô hình nào đang đè nặng lên ngực mình.

BỜ DỐC

Quý tặng nhà văn Đặng Thơ Thơ

KỊCH BỐN MÀN BA CẢNH

NHÂN VẬT

Người đàn ông	*Người thích viết kịch*
Albert Camus	*Nhà văn, kịch tác gia*
Hoàng Thuỷ	*Người yêu cũ của người đàn ông*
Khởi Tâm	*Con trai của Hoàng Thuỷ*
Ngộ Lan	*Em họ của người đàn ông*

Màn I

Không gian: Nghĩa trang Lourmarin, nằm ở ven ngôi làng cùng tên thuộc vùng Provence, miền tây nam nước Pháp.
Thời gian: Cuối thập niên thứ nhì của tiền bán thế kỷ XXI. Một buổi chiều mùa thu đang dần tắt nắng.

Cảnh duy nhất

*Người đàn ông, tay xách một cái cặp da cũ, đi quanh quất, đưa mắt tìm kiếm một ngôi mộ nào đó trong khu nghĩa trang. Cuối cùng, ông dừng lại và quỳ xuống trước một ngôi mộ có dòng chữ ghi sơ sài trên tấm bia: **Albert Camus, 1913-1960**.*

NGƯỜI ĐÀN ÔNG

(*Lẩm bẩm*) À, đây rồi!

Ngôi mộ nổi bật lên giữa những ngôi mộ chung quanh vì sự đơn giản đến độ xuềnh xoàng của nó. Điểm nổi bật khác là một lùm cây cao bằng một người tầm thước, như chỉ đủ để toả một ít bóng mát xuống tấm bia đá dựng chênh chếch về phía sau. Lá cây trông như lá trúc đào, nhưng tuyệt nhiên không thấy một bông hoa nào trên cây cả. Chung quanh ngôi mộ tuyền một màu xanh ngắt, lạnh lùng. Cỏ dại mọc lan tràn. Vươn lên từ đám cỏ là nhiều khóm lá hình lưỡi lê viền quanh ngôi mộ. Cũng như cái cây lớn, trong khóm lá không có một đoá hoa nào. Đan xe kẽ vào đám cỏ dại là những nhánh thảo hương màu xanh đậm, tương phản với sắc xanh nhạt của đám cỏ và các khóm lá. Vài hòn đá nhỏ màu trắng bám đầy rêu nằm rải rác quanh mộ.
Người đàn ông lấy trong cặp ra vài cây nhang, bật quẹt lửa để mồi vào nhang. Ông cắm nhang vào một kẽ đá trước ngôi mộ.

NGƯỜI ĐÀN ÔNG

(*Chắp hai tay lại, nói với người nằm dưới mộ*) Chào ông Camus! Chắc đây là lần đầu tiên có người thắp nhang cho ông. Người Việt chúng tôi dùng hương khói làm chất xúc tác cho mối liên lạc giữa người sống và người chết.

Người đàn ông ngồi bệt hẳn xuống đất, hai tay bó lấy gối, nhìn làn khói nhang bay lững lờ rồi theo nhau tan biến vào gió chiều hiu hiu trong khu nghĩa trang. Đâu đây có một vài tiếng chim heo hút gọi đàn. Người đàn ông ngồi yên trong tư thế đó thật lâu, thật lâu, cho đến khi nắng chiều tắt hẳn. Ông rút trong cặp ra một tấm bảng cầu cơ và một miếng gỗ nhỏ hình trái tim, đặt xuống thềm đá trước ngôi mộ. Đoạn ông lấy một cây nến đã mang theo sẵn, dùng bật lửa để thắp nến lên. Ông nhỏ một vài giọt nến lỏng xuống nền đá rồi gắn chân cây nến lên đó. Ông dựng cái cặp về phía chiều gió để che cho nến khỏi bị thổi tắt. Xong xuôi, ông trịnh trọng bắt đầu cuộc cầu cơ.

NGƯỜI ĐÀN ÔNG

(*Nhắm nghiền hai mắt, miệng lẩm nhẩm*) Kính lạy hương hồn ông Albert Camus, sống khôn thác thiêng. Xin kính mời ông về đây chứng giám cho lòng thành của tôi và nhập vào con cơ này để tôi xin được hầu chuyện cùng ông.

Một lúc sau, người đàn ông cảm thấy có một luồng điện chạy rần rần trong cơ thể, rồi cuối cùng chuyền xuống cánh tay phải của ông. Con cơ bắt đầu chuyển động. Tiếng côn trùng đêm nghe rền rĩ khắp nghĩa trang.

NGƯỜI ĐÀN ÔNG

(*Giọng kính cẩn*) Thưa hồn, hồn có phải là nhà văn Albert Camus không ạ?

CAMUS

(*Theo đường chạy của con cơ*) Tôi đây. Anh tìm gặp tôi có việc gì vậy?

NGƯỜI ĐÀN ÔNG

(*Mừng rỡ*) Dạ, kính chào ông. Tôi tìm đến ông, trước hết, là để nói với ông một lời tạ ơn. Sau đó là để thỉnh cầu một số ý kiến của ông về phương pháp viết kịch.

CAMUS

Tạ ơn? Anh muốn tạ ơn tôi về chuyện gì?

NGƯỜI ĐÀN ÔNG

Tôi xin tạ ơn ông vì đã có cơ duyên được đọc vở kịch "Le Malentendu" của ông qua bản dịch "Ngộ Nhận" của thi sĩ Bùi Giáng.

CAMUS

Thế thì anh phải tạ ơn ông Bùi Giáng chứ?

NGƯỜI ĐÀN ÔNG

Ông nói phải. Tôi sẽ tìm một dịp khác để tạ ơn ông Bùi Giáng. Nhưng không có vở kịch của ông thì sẽ không có bản dịch của Bùi Giáng.

CAMUS

Trong đời của anh, chắc anh đã đọc nhiều tác phẩm khác rồi. Không lẽ cứ đối với mỗi tác phẩm, anh lại phải lặn lội tìm cho ra tác giả của nó để tạ ơn sao? Tại sao anh không tìm gặp Beckett hay Ionesco chẳng hạn, mà lại tìm tôi? Tôi có viết vài vở kịch thật, nhưng tôi không chuyên về kịch như những tác giả kia.

NGƯỜI ĐÀN ÔNG

(*Mỉm cười*) Tôi muốn đặc biệt tạ ơn ông về vở kịch của ông vì nhờ nó mà tôi mới có cảm hứng để viết nên vở kịch đầu tiên của tôi.

CAMUS

Anh có thể nói rõ hơn không? Cảm hứng đó đến từ bản dịch hay từ nguyên tác của tôi?

NGƯỜI ĐÀN ÔNG

Từ cả hai, ông ạ. Một phần của cảm hứng đó đến từ bản dịch tài hoa, phiêu hốt của Bùi Giáng, với những ngôn từ hoang dại, phóng túng và đầy màu sắc của ông ta trên từng trang giấy; phần khác, cố nhiên là từ nội dung độc đáo của vở kịch bi tráng của ông. (*Giọng trở nên miên man*) Ông biết không, tôi mê vở kịch đến nỗi đã chép tay lại hết bản dịch bằng tiếng Việt ra một cuốn vở học trò. Sau đó, tôi tìm đọc bản tiếng Pháp của ông, để rồi lại ngây ngất thêm một lần nữa vì được thưởng thức vở kịch qua vẻ đẹp thanh thoát của ngôn ngữ Pháp.

CAMUS

Đọc xong vở kịch, anh có những cảm tưởng nào?

NGƯỜI ĐÀN ÔNG

Tôi đọc nó không chỉ một mà đến bao nhiêu lần không đếm xuể. Đã mấy mươi năm rồi mà tôi vẫn còn nhớ nằm lòng nhiều câu nói của nhân vật Martha, nhân vật nổi loạn trong tấn bi kịch của ba mẹ con. Tôi nhớ nhất câu này của cô ta: *"Một đời ta mong đợi cái giờ sóng dâng rào rạt, sẽ lôi cuốn ta bồi phong tẩy địa, đưa ta đến những bờ xanh bến lục lai láng hồng vàng..."*. Suốt cuộc đời, cô chỉ mơ có được *"một căn nhà để thỉnh thoảng có thể bơ thờ ngủ vùi đi một lúc"*. Tuy ước mơ của cô ta không thành, nó cũng dễ thực hiện hơn so với mơ ước của tôi, nếu cô ta biết hành động đúng đắn. Còn đối với tôi, lúc tôi nhận diện được ước

mơ của mình thì cũng là lúc tôi thấu hiểu nó sẽ không bao
giờ xảy đến.

CAMUS

Có hai Martha: một Martha tiền-thảm-kịch và một Martha
hậu-thảm-kịch. Anh đồng cảm với nhân vật thứ hai này
như thế nào?

NGƯỜI ĐÀN ÔNG

Tôi đã hầu như hoá thân thành nhân vật này ở cả hai giai
đoạn trong cùng một lúc. Trong khi Martha thất vọng, tôi
đã hoàn toàn tuyệt vọng. Lòng tôi tan nát theo những lời
kêu rêu thịnh nộ và ai oán của cô sau khi mọi sự đã vỡ lỡ,
thấy rằng *"... mộng đời đã tàn phai dưới bụi, thoát tơi bời
nách thước tay đao..."* Tôi đã thực sự hoà nhập thành một
với Martha khi cô não nề than vãn: *"...Ôi, ôi ta thù ghét cái
cõi đời lây lất chốn này..."*

CAMUS

Nghe anh đọc lại những lời của Martha qua giọng văn của
Bùi Giáng mà tôi cảm thấy ước mơ và nỗi thất vọng của cô
ta còn hừng hực gấp bội so với trong nguyên tác. Khi nào
anh gặp thi sĩ Bùi Giáng, anh nhớ chuyển lời cám ơn và
niềm thán phục của tôi đến ông ấy giùm nhé. Ngay cả tựa
đề "Ngộ Nhận" mà ông ấy chọn cũng đã mở ra nhiều cánh
cửa hơn là nhan đề bằng tiếng Pháp "Le Malentendu" của
tôi. Tôi nghĩ tài chuyển ngữ của Bùi Giáng đã chứng minh
được một điều mà tôi vẫn hằng tâm đắc: Dịch thuật đích
thực chính là sáng tạo thêm một lần nữa! *(Con cơ chợt
dừng lại. Im lặng kéo dài trong một phút)*. À, thế còn cảm
hứng mà vở kịch của tôi đã truyền qua cho vở kịch của anh
thì như thế nào?

NGƯỜI ĐÀN ÔNG

(*Say sưa kể lể*) Lúc đó, tôi nghĩ, nếu chỉ đọc một vở kịch mà tôi đã có thể tìm thấy tôi một cách thú vị như thế, thì chắc tự viết ra một vở kịch sẽ còn hào hứng hơn nhiều. Khi đọc vở kịch của ông, tôi chỉ mới khám phá ra con người tôi một cách thụ động. Viết ra một vở kịch, tôi sẽ có thể dàn trải lòng mình ra nhiều hơn, và như thế sẽ có dịp tìm hiểu chính mình một cách chủ động hơn. Thế là, chỉ trong hai tuần lễ, tôi đã cặm cụi viết xong vở kịch đầu tay của mình. Vở kịch tất nhiên là được chép tay, chỉ một bản duy nhất, chiếm hai phần ba cuốn vở học trò mà tôi đã dùng để viết. Tôi còn nhớ mình đã tháo cái bìa vở ra để thay thế nó bằng một cái bìa trắng khác, trên đó tôi tự tay vẽ một bức tranh lập thể, nhìn vào chẳng ai hiểu mô tê gì cả.

CAMUS

Vở kịch đó có nhan đề là gì và nội dung ra sao?

NGƯỜI ĐÀN ÔNG

Tên vở kịch là "Bờ Dốc", nói về một người đàn bà mang chứng *masochisme*, ngoại tình với một người đàn ông. Hai người hẹn gặp nhau trong một căn phòng khách sạn để cùng nhau đi đến một nơi khác. Qua cuộc nói chuyện trong căn phòng, bỗng dưng người đàn bà thấy ra trước một cuộc sống gần như lặp lại những gì mình đã có, hay còn có phần tệ hại hơn thế. Cuối cùng, bà xé nát hai chiếc vé xe lửa sẽ mang hai người đến một nơi đã định trước. (*Ngập ngừng trong giây lát*) Tôi muốn viết lại vở kịch này. Ngày đó, tuổi mới mười chín, hai mươi, tôi còn non nớt quá. Nghĩ lại, tôi thấy vở kịch ngày đó của mình còn thiếu chất kịch.

CAMUS

Theo anh, chất kịch phải như thế nào?

NGƯỜI ĐÀN ÔNG

Tôi thấy vở kịch đầu tay đó của tôi còn thiếu cao trào, thiếu yếu tố bất ngờ, thiếu nút thắt, nút mở.

CAMUS

Ai bảo với anh là một vở kịch phải có cao trào, phải có yếu tố bất ngờ, phải có nút thắt, nút mở?

NGƯỜI ĐÀN ÔNG

(*Ấp úng*) Ông là một kịch tác gia nổi tiếng, nên ông đã hỏi như thế thì tôi không biết cách nào trả lời được. Ông có thể giải thích thêm cho tôi rõ một chút không?

CAMUS

Theo tôi, kịch là cuộc sống được đóng khung lại. Nó có thể được gọt giũa, thêm thắt, cắt bỏ nhiều chi tiết, nhưng tựu trung vẫn phải phản ảnh cuộc sống một cách trung thực. Anh nghĩ xem, nếu một vở kịch kể lại một cuộc đời phẳng lặng, làm sao nó có thể có một cao trào, yếu tố bất ngờ, nút thắt, nút mở? (*Con cơ dừng lại một lát*). Về vở kịch đầu tay của anh, anh nên tự hỏi mình những câu hỏi này: Tôi đã phó thác ít nhiều tâm tình vào vở kịch của mình chưa? Tôi muốn gởi những thông điệp nào đến người đọc? Tôi đã làm gì để nói lên một phần, dù rất nhỏ, của thân phận con người? Suy nghĩ của nhân vật trong kịch về đời sống là gì? Họ tương tác ra sao đối với những cảnh ngộ khác nhau trong cuộc sống? Trả lời được những câu hỏi trên, anh đã có một vở kịch rồi đấy. (*Con cơ dừng lại trong giây lát*) À, còn điều này nữa. Những ẩn dụ mà tôi sử dụng đều nằm bên trong vở kịch của tôi chứ không ở nhan đề, còn dường như anh đã dùng ẩn dụ ngay cả với cái tên "Bờ Dốc" rồi, phải không? Tại sao lại là *bờ dốc*?

NGƯỜI ĐÀN ÔNG

(*Mỉm cười*) Nghĩ lại, thời mới đôi mươi mà tôi đã bày đặt triết lý vụn! Tôi dùng nhan đề ấy để ngụ ý rằng con đường mà nhân vật người đàn bà ngoại tình đã chọn để cùng tình nhân trốn chạy một cuộc hôn nhân không tình yêu—như bà ta đã may mắn nhận nhìn ra trước—rốt cục rồi cũng chỉ là một cái bờ dốc đưa bà đến một vực thẳm kinh hoàng nào chưa lường đến được... (*Ngập ngừng một lát*) Câu chuyện về vở kịch của tôi, thưa ông, hãy còn nhiều rắc rối lắm.

CAMUS

Rắc rối là thế nào?

NGƯỜI ĐÀN ÔNG

(*Ngập ngừng*) Bản thảo của vở kịch đó đã bị mất cách đây hơn ba mươi năm rồi.

CAMUS

Mất trong trường hợp nào? Cháy nhà? Làm rớt ở đâu đó? Không lẽ ai lại đi lấy trộm một vở kịch viết tay của...

NGƯỜI ĐÀN ÔNG

...một kẻ vô danh tiểu tốt, phải không ông? Đúng thế. Nhưng tức lắm, ông ạ. Hồi đó, trong nhà tôi chưa hề bị mất một thứ gì, từ lớn tới nhỏ. Thế mà chỉ có cuốn kịch đó là biến đi một cách khó hiểu. Giống như có ai cố tình lấy nó vậy.

CAMUS

Ai là ai? Lúc đó anh có nghi người nào lấy không?

NGƯỜI ĐÀN ÔNG

(*Đăm chiêu*) Tôi nghi hai người. Một người là cô bạn gái của tôi thời đó. Còn người kia là một cô em họ rất thân với tôi.

CAMUS

Anh có bao giờ hỏi họ về chuyện đó không?

NGƯỜI ĐÀN ÔNG

Chưa bao giờ cả.

CAMUS

Chuyện xảy ra lâu quá rồi, và anh không còn manh mối gì nữa. Vậy anh đem ra nói với tôi để làm gì?

NGƯỜI ĐÀN ÔNG

Số là mới tuần trước thôi, tôi nhận được hai lời nhắn mà tôi nghĩ là có liên quan đến vở kịch đã mất.

CAMUS

Của hai người đàn bà đó?

NGƯỜI ĐÀN ÔNG

Phải. Sự trùng hợp lạ kỳ là họ gởi lời nhắn đến tôi chỉ cách nhau có vài ngày, sau mấy chục năm không liên lạc với tôi.

CAMUS

Tại sao lại ngay lúc này?

NGƯỜI ĐÀN ÔNG

Cả hai người đàn bà đó đều đang lâm trọng bệnh. Có lẽ họ muốn gặp tôi lần cuối. Nhưng điều này mới là điều lạ lùng nhất: Hai người đều nhắn là họ muốn trả lại cho tôi một món gì đó trước khi qua đời.

CAMUS

Vở kịch của anh? Thế thì vô lý quá. Anh đã bảo là anh chỉ viết tay có một bản thôi mà.

NGƯỜI ĐÀN ÔNG

Vô lý thật, phải không ông? Nhưng tôi phải tìm cho ra sự thật. Ngày mai tôi sẽ đi thăm cô bạn gái cũ của tôi trước, vì cô ấy ở tận Việt Nam, tôi sợ không kịp. Cô em họ của tôi thì ở Texas, gần hơn, nên tôi sẽ qua thăm cô ấy khi trở về Mỹ.

CAMUS

Câu chuyện của anh quả là rắc rối. Tôi cũng muốn biết nó sẽ đi đến đâu.

NGƯỜI ĐÀN ÔNG

Cám ơn ông đã trò chuyện với tôi. Bây giờ tôi xin tạm biệt ông. Tôi sẽ trở lại thăm ông sau hai chuyến đi sắp tới.

Cây nến cũng vừa tàn. Đêm đã thật khuya. Sương lành lạnh, phủ mịt mờ mọi vật chung quanh. Người đàn ông lặng lẽ cho tấm bảng cầu cơ vào trong cặp. Ông lững thững bước ra khỏi khu nghĩa trang chìm đắm trong tiếng côn trùng ai oán.

Màn II

Không gian: Một vùng quê miền Trung nước Việt.
Thời gian: Ngay sau khi người đàn ông đến thăm mộ của nhà văn Albert Camus bên Pháp.

Cảnh 1

Gian phòng khách rộng rãi trong ngôi nhà bề thế của Hoàng Thuỷ. Khoảng mười giờ sáng. Người đàn ông ngồi trên chiếc sofa trong phòng khách. Đối diện ông là Khởi Tâm.

KHỞI TÂM

Cám ơn bác đã về đây thăm mẹ cháu. Phiền bác ngồi nói chuyện với cháu một chút. Mẹ cháu đang ngủ, cháu không nỡ đánh thức dậy. Mẹ cháu rất khó ngủ nên bà ngủ được lúc nào là mừng lúc đó.

NGƯỜI ĐÀN ÔNG

Ồ, tôi phải cám ơn cậu đã tiếp đón tôi tử tế như thế này chứ. Tôi rất buồn vì gặp lại mẹ cậu trong tình huống không hay này...

KHỞI TÂM

Cháu biết bác là ai rồi. Ngày xưa bác là người yêu của mẹ cháu.

NGƯỜI ĐÀN ÔNG

(*Cười gượng gạo*) Ba cậu mất rồi nên giờ này cậu mới có thể ngồi đây mà nói với tôi câu đó. Dẫu sao, nghe câu nói của cậu ngay trong ngôi nhà này, ngôi nhà của ba cậu xây dựng nên, cũng làm cho tôi cảm thấy áy náy.

KHỞI TÂM

(*Giọng thản nhiên*) Có gì đâu mà bác phải áy náy. Ba mẹ cháu lấy nhau sau khi bác đã đi rồi, có gì lấn cấn giữa ba cháu và bác đâu.

NGƯỜI ĐÀN ÔNG

Chắc mẹ cậu đôi khi cũng có nhắc đến tôi...

KHỞI TÂM

Dạ, rất nhiều lần là đằng khác. Bác quên rằng ba cháu cũng biết bác và biết chuyện ngày xưa giữa bác và mẹ cháu sao? (*Đổi giọng nghiêm trang*) Thưa bác, cháu có thể xin bác một ân huệ được không?

NGƯỜI ĐÀN ÔNG

(*Hơi giật mình*) Chuyện gì mà ân với huệ nghe to tát vậy cậu?

KHỞI TÂM

(*Nhìn thẳng vào mắt người đàn ông*) Mẹ cháu vẫn còn yêu bác, yêu nhiều lắm. Bà hầu như không cần che giấu điều đó đối với ba cháu. Về phần ba cháu, cháu thấy ông vẫn hằng đau khổ trong suốt mấy mươi năm qua, từ khi cháu bắt đầu tìm hiểu về câu chuyện ngày xưa của bác và mẹ cháu. Ba cháu đã đau khổ đến ngày cuối cùng của ông, nhưng hình như giữa ông và mẹ cháu đã có một thoả hiệp nào đó lúc hai người trở thành vợ chồng.

NGƯỜI ĐÀN ÔNG

(*Tỏ vẻ sốt ruột*): Còn chuyện mà cậu gọi là ân huệ?

KHỞI TÂM

Mẹ cháu không còn bao nhiêu thời gian nữa đâu, bác ạ. Bệnh tình của bà đã đến giai đoạn chót rồi. Bác sĩ nói bà có thể đi bất cứ lúc nào. Trong giờ phút này, cháu thấy chẳng có chuyện gì là hệ trọng nữa, ngoài điều mong muốn của cháu là mẹ cháu được nhắm mắt một cách thanh thản và không còn buồn khổ vì mối tình không trọn vẹn đối với bác. Bác, bác có thể, bằng một cách nào đó, cho mẹ cháu biết là bác vẫn còn ít nhiều tình cảm dành cho bà không?

NGƯỜI ĐÀN ÔNG

(*Thở dài, nhắm hai mắt lại*) Cậu cũng biết là tôi đã có gia đình rồi chứ? Tôi chỉ muốn nói những gì thật với lòng mình... (*Chợt đổi giọng quả quyết*) Nhưng được rồi, tôi sẽ giúp cậu. Tôi sẽ nói với mẹ cậu tất cả những gì tôi cảm thấy trong lòng, qua bao nhiêu năm nay. A, tôi vẫn còn nghe được ít nhiều âm vang trong tôi về chuyện cũ. Cậu biết đó, những âm vang của ngày xưa...

KHỞI TÂM

Vậy thì cháu cám ơn bác nhiều lắm!

NGƯỜI ĐÀN ÔNG

Tôi muốn hỏi cậu điều này. Cậu là người chuyển lời nhắn của mẹ cậu đến cho tôi. Trong lời nhắn đó, mẹ cậu có nói là muốn trao trả lại cho tôi một vật gì. Cậu có biết chuyện này không?

KHỞI TÂM

(*Khẽ lắc đầu*) Dạ không. Lúc mẹ cháu nói lời nhắn gởi đến bác, cháu cũng có hỏi bà muốn trả bác món gì, nhưng bà không chịu nói.

Có tiếng chuông rung lên từ phòng bên trong. Cả hai đều quay lại về hướng đó.

KHỞI TÂM

(*Đứng dậy*) Chắc mẹ cháu thức giấc rồi đó bác. Để cháu đưa bác vào trong thăm bà.

Người đàn ông đứng lên theo. Khởi Tâm đi trước dẫn lối, người đàn ông đi theo sau.

Cảnh 2

Phòng ngủ rộng rãi nhưng không đủ ánh sáng. Các cửa sổ đều đóng kín. Trên chiếc giường lớn kê giữa phòng, nằm im lìm một người đàn bà dưới lớp chăn mỏng. Hai người đàn ông tiến gần đến bên giường.

KHỞI TÂM

(*Đưa tay vuốt mấy sợi tóc loà xoà trên trán mẹ*) Mẹ dậy rồi hở mẹ? Có bác Huy về thăm mẹ nè! (*Ngó qua người đàn ông, chỉ vào một cái ghế cạnh giường*) Mời bác ngồi xuống đây để nói chuyện với mẹ cháu. (*Quay gót trở ra phòng ngoài*).

NGƯỜI ĐÀN ÔNG

(*Xúc động mạnh, vừa ngồi xuống vừa nói*) Hoàng Thuỷ! Anh đây. Anh về thăm em đây.

HOÀNG THUỶ

(*Giọng yếu ớt, hai hàng nước mắt lăn dài trên má*) Anh Huy! Cám ơn anh đã về đây thăm em. Em mệt lắm.

NGƯỜI ĐÀN ÔNG

(*Cười héo hắt*) Lúc này mà nói chuyện ơn nghĩa gì hở em? Về đây, được gặp lại em sau ba mươi mấy năm là anh mừng lắm rồi. (*Cầm lấy tay Hoàng Thuỷ*) Anh chỉ muốn nói với em điều này, là cho dù bao nhiêu năm tháng đã qua, bao nhiêu chuyện đã thay đổi, trong tim anh vẫn có riêng một ngăn dành cho em. Em biết đó, con tim người ta có nhiều ngăn lắm... Những gì đã có giữa hai chúng ta ngày xưa, tự chúng đã là một phần đời của mỗi đứa; không ai, kể cả chính chúng ta, có thể xoá nhoà đi cả.

HOÀNG THUỶ

(*Mỉm một nụ cười mong manh*) Anh đang nói thật lòng mình, phải không?

NGƯỜI ĐÀN ÔNG

(*Siết chặt tay Hoàng Thuỷ*) Anh nói thật. Những lời này anh nói ra từ ngăn tim dành cho em đó.

HOÀNG THUỶ

(*Giọng xa xăm*) Những lời anh nói như một chất gì lạ lùng, êm ái, đang thẩm thấu vào khắp người em. Em chỉ muốn nói với anh là em vẫn yêu anh, trong bao nhiêu năm qua, thật nhiều, thật nhiều, nhiều hơn cả ngày xưa lúc em đang còn có anh nữa. (*Chợt thở dốc lên*).

NGƯỜI ĐÀN ÔNG

(*Giọng nhẹ nhàng*) Thôi em nằm nghỉ cho khoẻ, đừng nói nhiều mất sức. Giờ này chúng ta còn nhìn thấy nhau, còn cầm tay nhau như thế này là vui lắm rồi. (*Sực nhớ ra điều gì*) À, em có nói là sẽ trả lại cho anh một món gì. Có phải đó là vở kịch của anh hồi xưa không? Em là người lấy nó à?

HOÀNG THUỶ

(*Nhắm mắt lại*) Cuốn kịch "Bờ Dốc", phải không? Không, em đâu có lấy nó! Hồi đó anh cho em mượn đọc; em đọc xong trả lại cho anh rồi mà. Sau khi anh đi vượt biên, em đến nhà xin má anh tập thơ "Vô Ngâm Khúc" của anh thì có, nhưng em có chép ra hẳn một cuốn vở gởi cho ba anh đem qua, còn bản chính của anh thì em giữ lại, anh còn nhớ không?

NGƯỜI ĐÀN ÔNG

(*Vuốt ve bờ vai của Hoàng Thuỷ*) Anh nhớ. Thôi, em đừng bận tâm đến cuốn kịch đó nữa làm gì. Lâu nay anh cũng quên bẵng nó đi rồi. Chỉ vì em nhắn là sẽ trả lại anh cái gì đó nên anh mới sực nhớ ra nó mà thôi. Nhưng... thế thì em định trả cái gì khác cho anh chứ?

HOÀNG THUỶ

(*Cố mở to mắt nhìn người đàn ông*) Anh Huy! Anh không đoán ra được gì sao? Khởi Tâm là con của anh đó! Em trả lại nó cho anh, để nó có một chỗ nương tựa tinh thần khi em không còn nữa, mặc dầu nó đã thành nhân rồi. (*Xúc động mạnh, thở hào hển, khó nhọc*).

NGƯỜI ĐÀN ÔNG

(*Chết lặng đi trong kinh ngạc, mãi một lúc sau mới lắp bắp*) Khởi Tâm là... con của anh? Sao bao nhiêu năm nay... em không cho anh biết? (*Vò đầu đau khổ*) Trời ơi, tại sao... anh không nghĩ ra được nhỉ? Tuổi của nó... cũng là ngần ấy năm anh bỏ nước ra đi. Khởi Tâm... nó có biết chuyện này không?

HOÀNG THUỶ

(*Nói như mê sảng, rời rã*) Chưa... nó chưa biết gì hết. Em định... nói cho anh biết rồi... mới cho nó biết.

Cả thân hình Hoàng Thuỷ chợt run lên từng hồi không dứt. Gương mặt cô đổi màu tái ngắt, hai môi nhợt nhạt hẳn ra.

NGƯỜI ĐÀN ÔNG

(*Thảng thốt đứng bật dậy, kêu to*) Khởi Tâm! Khởi Tâm!

Khởi Tâm từ bên ngoài chạy ào vào. Anh vớ lấy cái điện thoại trên bàn ngủ, bấm liên tiếp vài con số. Người đàn ông đứng sững, không biết phải làm gì. Từng phút dài dằng dặc trôi qua. Cuối cùng, tiếng còi xe cứu thương kêu inh ỏi từ bên ngoài vọng vào. Vài nhân viên mặc đồng phục hối hả bước vào với cái cáng và một số dụng cụ y khoa. Từ đó về sau, đối với người đàn ông, mọi việc chỉ còn là một mớ hỗn độn của âm thanh, hình ảnh nhoè nhoẹt, không còn nghĩa lý gì nữa.

Màn III

Không gian: Một thành phố nhỏ ven biển của tiểu bang Texas.
Thời gian: Ngay sau khi người đàn ông gặp lại Hoàng Thuỷ ở Việt Nam.

Cảnh duy nhất

Căn phòng nhỏ trong một bệnh viện. Người đàn ông đứng bên cạnh chiếc giường trên đó Ngộ Lan đang nằm, tóc xoã trên mặt gối màu trắng.

NGỘ LAN

(*Giọng mừng rỡ*) Anh Huy! Cuối cùng rồi cũng gặp lại anh.

NGƯỜI ĐÀN ÔNG

(*Ân cần nắm tay Ngộ Lan*) Lâu quá rồi phải không Ngộ Lan? Đến nỗi anh không còn nhớ lần chót anh em mình gặp nhau là lúc nào hay ở đâu nữa.

NGỘ LAN

(*Giọng trách móc*) Anh thì nhớ cái gì! (*Nhìn chằm chằm vào mặt người đàn ông*) Nhìn anh không được khoẻ đấy nhé.

Mặt anh xanh xao lắm đó. (*Chợt mỉm cười*) Ồ, mà thật ra người bệnh là em chứ đâu phải là anh.

NGƯỜI ĐÀN ÔNG

(*Giọng cố cho thật nhẹ nhàng*) Tình hình sức khoẻ của Ngộ Lan thế nào?

NGỘ LAN

(*Giọng bình thản*) Ngay bây giờ thì trong người em thấy khoẻ, thấy bình thường lắm. Lâu lâu lại có những cơn đau thống thiết, làm oằn cả người em, tưởng như không chịu nổi. Cứ lúc này lúc kia như thế. Có điều là mấy ông bác sĩ chê em hết rồi, vì căn bệnh của em thuộc loại không thể giải phẫu được. Nay mai là em sẽ về nhà, chờ... (*giọng không còn bình thản nữa*) không biết chính xác là bao lâu... ba tháng... sáu tháng... hay một năm... không biết chừng...

NGƯỜI ĐÀN ÔNG

Anh chỉ mong em có thật nhiều nghị lực trong lúc này. Còn nước còn tát, Ngộ Lan à. (*Đổi giọng vui vẻ*) À, Tiến và cháu Nghi vẫn thường cả chứ?

NGỘ LAN

(*Giọng bình tĩnh trở lại*) Dạ, cháu Nghi học gần ra trường rồi anh ạ. Còn anh Tiến thì mấy tháng nay cực với em ghê lắm. Tội nghiệp, anh ấy mới chạy về nhà tắm rửa và ngủ một giấc cho lại sức đó anh. Cũng may là em sắp về nhà lại rồi.

NGƯỜI ĐÀN ÔNG

Anh có thể giúp gì cho Ngộ Lan không?

NGỘ LAN

Anh qua đây được với em là giúp cho em nhiều lắm rồi, để em được gặp lại anh lần...

NGƯỜI ĐÀN ÔNG

(*Vội vã ngắt lời*) Ngộ Lan đừng có bày đặt nói lần đầu với lần cuối nghe! Đời này cũng chưa chắc ai chết trước ai nữa đó nghe.

NGỘ LAN

(*Cười thành tiếng nhỏ*) Anh ngăn cho em đừng nói gở mà anh lại là người nói tới chuyện chết chóc trước.

NGƯỜI ĐÀN ÔNG

Xin lỗi Ngộ Lan, anh vô ý quá! Mấy hôm nay, anh đang bị ám ảnh về sự ra đi của Hoàng Thuỷ, vẫn chưa hoàn hồn lại.

NGỘ LAN

(*Giọng mơ màng*) Anh chị vừa gặp nhau lại thì chị ấy mất hở anh? Anh Huy biết không, có một điều chắc chắn là chị Hoàng Thuỷ sẽ không bao giờ chết nữa.

NGƯỜI ĐÀN ÔNG

(*Cố ý đổi đề tài*) Sao, Ngộ Lan nhắn anh qua để trả lại cái gì đây? Cuốn kịch "Bờ Dốc" của anh, phải không?

NGỘ LAN

(*Hơi ngạc nhiên*) Sao anh Huy biết em lấy cuốn kịch đó?

NGƯỜI ĐÀN ÔNG

(*Tinh nghịch nheo mắt*) À, hoá ra thủ phạm là Ngộ Lan đó há! Có gì đâu, chỉ có hai kẻ tình nghi mà một người đã chính thức phủ nhận thì hẳn nhiên phải là người còn lại mà thôi.

NGỘ LAN

(*Nắm lấy tay người đàn ông*) Em nợ anh hai lời xin lỗi về vụ này. Lời xin lỗi thứ nhất là về việc em đã trót lấy cuốn kịch của anh. Còn lời xin lỗi thứ hai là em đã không mang được nó qua đây để trả lại cho anh.

NGƯỜI ĐÀN ÔNG

(*Giọng mơ màng*) Thật tình thì anh đã quên cuốn kịch đó từ lâu rồi. Chỉ thỉnh thoảng khi viết một vở kịch mới thì anh lại thoáng nghĩ đến nó, rồi thôi. Hồi đó, Ngộ Lan một thân một mình đi vượt biên mà thoát được bọn công an biên phòng trong đường tơ kẽ tóc là hay lắm rồi, còn lòng dạ nào mà mang theo những thứ vớ vẩn như cuốn kịch của anh. (*Đổi giọng đùa*) Nhưng anh bằng lòng tha lỗi cho Ngộ Lan đó! (*Sực nhớ ra điều gì*) Ủa, như vậy thì Ngộ Lan định trả lại cho anh cái gì khác đây?

NGỘ LAN

(*Buông tay người đàn ông ra, đặt hai tay mình lên ngực, thở một hơi dài trước khi nói*) Em sắp trả anh một thứ mà ý nghĩa của nó nằm ở phần trả hơn là ở phần nhận. Nói khác đi, em làm việc này là cho chính em chứ không phải cho anh.

NGƯỜI ĐÀN ÔNG

(*Hồi hộp lắng nghe*) Cái gì mà Ngộ Lan nói nghe quan trọng dữ vậy?

NGỘ LAN

(*Nhìn thẳng lên trần nhà, tiếp tục nói, như thể người đàn ông không còn đứng ở đó nữa*) Anh Huy, điều em sắp nói ra đây, em nghĩ là anh cũng đã rõ từ lâu. Tình cảm của em dành cho anh, từ lúc chúng ta mới mười mấy tuổi, đã vượt quá giới hạn của tình anh em họ hàng. Nhưng chưa bao giờ em làm gì sai trái đối với tình cảm bất bình thường đó, anh cũng biết vậy, phải không? Nhưng tình cảm đó đã giày vò em trong bao nhiêu năm trời. Nó đã chiếm mất chỗ của tình cảm mà đáng lẽ ra em phải có để dành cho anh Tiến. (*Ngừng lại một lát. Người đàn ông vẫn đứng nghe, ngây người như một pho tượng*). Trong mấy tháng vừa qua, em nằm đây, nghiền ngẫm về rất nhiều điều về mình: căn bệnh quái ác này, tình cảm của em đối với anh, những thiếu sót của em đối với anh Tiến, và về những ngày ngắn ngủi còn lại của mình... Em đã quyết định rồi đó. Em đã thú thật hết với anh. Anh Huy, em trả lại cho anh cái tình cảm tội nghiệp đó, để em có thể thanh thản sống bên anh Tiến, từ giờ đến những giây phút cuối, để được nhìn thẳng vào mắt anh ấy mà không thấy ngại ngùng, để nếu không thể nào yêu anh ấy thì ít nhất em cũng không còn tơ tưởng đến ai khác nữa.

NGƯỜI ĐÀN ÔNG

(*Giọng xa vắng*) Cám ơn Ngộ Lan đã nói hết cho anh nghe. Anh nghĩ em vẫn có quyền hy vọng, có quyền tin tưởng vào phép lạ, để can đảm sống những ngày sắp tới. Anh nói những lời này không những dành cho Ngộ Lan mà còn dành cho chính anh. Một khi không còn hy vọng, không còn niềm tin vào bất cứ điều gì thì người ta cũng chẳng còn lý do gì để sinh tồn nữa...

Buổi chiều đang xuống dần bên ngoài những khung cửa sổ bệnh viện. Ngộ Lan nhắm mắt, không nói gì nữa. Người đàn ông đứng lóng ngóng một hồi, cuối cùng nhẹ nhàng đặt tay lên bờ vai của Ngộ Lan như để thay cho một lời từ biệt. Ông quay bước trở ra, bước chầm chậm từng bước chân vô định.

Màn IV

Không gian: Nghĩa trang Lourmarin, làng Lourmarin, Provence, miền tây nam nước Pháp. Buổi tối, khoảng chín giờ.

Thời gian: Ngay sau khi người đàn ông đi thăm Ngộ Lan ở Texas về.

Cảnh duy nhất

Người đàn ông ngồi trước mộ của nhà văn Albert Camus, sửa soạn buổi cầu cơ. Ông thắp nhang, khấn vái hồi lâu. Đoạn ông đốt nến rồi đặt tay vào con cơ đang nằm trên mặt ván, miệng lâm râm đọc lời mời gọi. Con cơ bắt đầu chuyển động.

NGƯỜI ĐÀN ÔNG

Xin chào nhà văn Camus. Tôi trở lại đây để xin hầu chuyện với ông một lần nữa.

CAMUS

Chào anh. Sau hai chuyến đi vừa qua, anh trở lại đây với tâm trạng như thế nào?

NGƯỜI ĐÀN ÔNG

Tôi cảm thấy như mình vừa tuột xuống một bờ dốc, không thoai thoải, mà gần như thẳng đứng! Tôi vừa ngoi trở lên được đây, nhưng đầu óc vẫn còn bàng hoàng, hoang mang, chếnh choáng...

CAMUS

Mọi sự diễn ra không đúng như anh dự kiến, phải không?

NGƯỜI ĐÀN ÔNG

(*Lắc đầu ngao ngán*) Hoàn toàn bất ngờ. Tôi ra đi với hình ảnh của vở kịch "Bờ Dốc" lởn vởn mãi trong tâm trí, thế mà cuối cùng nó lại trở thành điều vô nghĩa nhất sau hai chuyến đi đó.

CAMUS

Ở độ tuổi nào người ta cũng vẫn có thể gặp nhiều chuyện đáng ngạc nhiên như vậy.

NGƯỜI ĐÀN ÔNG

Nếu cảm xúc của tôi sau mỗi chuyến đi là một lần tuột dốc thẳm, thì cảm xúc sau cùng lúc trở về là sự ngộ nhận về những thực tế quanh tôi.

CAMUS

(*Có lẽ đang cười thích thú*) Về điều anh vừa thổ lộ, tôi phải dùng tiếng Tây để nói: "*Ça vous pouvez le dire!*"

NGƯỜI ĐÀN ÔNG

Vở kịch của ông ám ảnh tôi trên đường trở về nhà, sau khi gặp lại Ngộ Lan. Ngày xưa, tôi thấy mình là cô Martha nổi loạn, muốn đạt đến mộng ước của mình bằng bạo lực, bằng những suy nghĩ xốc nổi của tuổi trẻ. Còn bây giờ, tôi lại thấy mình như nhân vật người đàn ông, quay về nhà với mẹ và em gái, những tưởng sẽ đem lại hạnh phúc vật chất cho hai người đàn bà mà anh ta thương yêu.

CAMUS

Anh và anh ta giống nhau ở chỗ nào?

NGƯỜI ĐÀN ÔNG

Ở chỗ chúng tôi vừa khờ khạo, vừa ích kỷ. Anh Jan trong vở kịch của ông nghĩ rằng anh ta đang toan tính một việc hết sức vị tha, mà kỳ thực chỉ là một việc vô cùng vị kỷ. Như để thoả mãn một ước muốn tinh nghịch, tiềm tàng nào đó. Thay vì nhận nhìn mẹ và em gái ngay từ ban đầu, anh ta lại vờ vịt bày ra trò chơi cút bắt, để phải đóng kịch, phải nói bóng nói gió, rồi cuối cùng tự đưa mình vào cái chết.

CAMUS

Còn anh thì sao?

NGƯỜI ĐÀN ÔNG

Tôi à? Tôi đã tìm đến với hai người đàn bà đó không phải vì thực lòng muốn ở bên họ trong những giờ phút cuối của họ, mà đáng hổ thẹn thay là vì lòng hiếu kỳ muốn tìm lại một điều gì đã mất của riêng mình. Chẳng khác gì anh Jan, tôi thấy mình đang trả một cái giá đắt đớm cho sự khờ khạo và ích kỷ của mình. Mỉa mai thay, bây giờ Hoàng Thuỷ mất rồi, Ngộ Lan đã quay lưng lại với tôi, và bỗng dưng tôi có một đứa con trai... giống như đâu từ trên trời rơi xuống!

CAMUS

Anh đã nói sự thật đó cho cậu ấy biết chưa?

NGƯỜI ĐÀN ÔNG

Tôi chưa nói, vì nghĩ con tôi không thể nào kham nổi hai cú sốc xảy ra cùng một lúc. Nó cần một thời gian để khóc thương mẹ nó trước đã. Vả chăng, ngồi trước mặt nhau để nói ra một điều như thế cũng không phải dễ dàng gì. Tôi định chờ một thời gian nữa rồi mới viết thư cho nó để nói về chuyện này.

CAMUS

Anh nghĩ là anh còn nhiều thời gian lắm à?

NGƯỜI ĐÀN ÔNG

Tôi không hiểu tại sao ông lại hỏi tôi câu đó. Cho dù tôi không còn nhiều thời gian, tôi nghĩ là mình vẫn có thể làm ít nhất là hai việc. Việc đầu tiên là liên lạc với con tôi, báo cho nó biết sự việc, để cha con chúng tôi tìm lại nhau.

CAMUS

Còn việc thứ hai?

NGƯỜI ĐÀN ÔNG

Tôi sẽ viết lại vở kịch "Bờ Dốc". Tôi không cần bản thảo cũ nữa. Tôi vẫn còn nhớ rõ cốt truyện và những tình tiết của nó. Tôi sẽ làm nó trở thành một vở kịch hoàn chỉnh, lôi cuốn, dày dặn, sâu sắc...

CAMUS

Anh chỉ còn hai việc đó để làm thôi à? Còn nghề nghiệp, gia đình của anh thì sao?

NGƯỜI ĐÀN ÔNG

(*Ra chiều nghĩ ngợi*) Công việc của tôi ư? Ông nhắc tôi mới giật mình. Dạo sau này tôi bị cuốn hút vào những cuộc phiêu lưu kỳ lạ đến nỗi quên bẵng mất công việc của mình, không còn nhớ việc cuối cùng của mình là làm gì nữa. (*Thở dài*) Còn gia đình? Tôi có một cuộc hôn nhân không con cái. Bức tranh chưa trọn vẹn nên tôi không dám đặt tên nó là gia đình.

CAMUS

Anh chưa bao giờ nhắc đến vợ anh, người đàn bà thứ ba trong đời anh. Hiện giờ cô ấy ở đâu?

NGƯỜI ĐÀN ÔNG

Ông làm tôi rối trí quá. Vợ tôi đang ở đâu nhỉ? Tôi không rõ nữa. Cô ấy không còn bên tôi hay tôi không còn bên cô ấy?

CAMUS

Một điều đơn giản như vậy anh cũng không biết được ư? (*Con cơ thình lình chạy càng lúc càng nhanh*) Còn khái niệm về không gia và thời gian của anh về những việc vừa xảy ra với anh thì sao? Mấy chuyến đi xa của anh, anh còn nhớ được chi tiết nào về chúng không? Ví dụ như chuyến bay về Việt Nam của anh là của hãng nào? Hay từ chỗ anh ở đi qua Texas, anh đã đi bằng phương tiện gì? Rồi từ đó anh đi thẳng qua Pháp hay trở về nhà trước?

NGƯỜI ĐÀN ÔNG

(*Hai tay ôm lấy đầu*) Tôi không biết! Tôi không nhớ gì hết. (*Rên rỉ*) Mọi thứ đều mờ mờ ảo ảo trong đầu tôi. Tâm trí tôi bây giờ vô cùng bấn loạn.

CAMUS

(*Con cơ vẫn chạy vun vút*) Ai đã chỉ đường cho anh đến ngôi làng Lourmarin này? Tới làng này, anh ngụ tại đâu? Mấy ngày nay anh đi lại, ăn uống, ngủ nghỉ ra sao? Anh có nói chuyện với người nào trong đám dân làng ở đây ngoài tôi ra chưa?

NGƯỜI ĐÀN ÔNG

Tại sao ông lại hỏi tôi về những điều đó? Tôi có cần làm những việc đó đâu cơ chứ? (*Giọng thảng thốt*) Ông đặt câu hỏi cho tôi dồn dập như thế để làm gì? Ông muốn ám chỉ điều gì đây? (*Càng lúc càng hoảng loạn*) Tại sao?... Tại sao?...

Người đàn ông buông thõng hai tay, toàn thân tê cứng, đồng thời bàng hoàng với ý thức đột ngột về một điều gì to tát lắm đang xảy ra với ông. Con cơ nằm sững trên cái bàn gỗ. Cây nến đã tắt ngúm tự bao giờ. Sương khuya dường như dày đặc, lạnh lẽo hơn. Tiếng côn trùng dường như nghe càng da diết. Khu nghĩa trang đột nhiên bừng tỉnh dậy. Thình lình, chẳng biết người đàn ông có bị ảo giác hay không, nhưng rõ ràng là từ nhiều ngôi mộ chung quanh thoát ra những hình dạng mờ ảo, huyễn hoặc, bắt đầu di chuyển nhẹ nhàng, thanh thoát trong màn sương đêm. Những hình dạng đó nổi bật trên nền sương trắng, lướt vật vờ, im lặng, gần như theo nhịp điệu của tiếng côn trùng vẫn không ngưng rả rích.

Trời bỗng dưng trở gió mạnh. Từng luồng gió lốc xoáy khiến các hình dạng trong sương mù cũng xoay tròn thành một vòng lớn. Dần dần, vòng tròn của những hình nhân mờ ảo thu nhỏ lại, vây quanh người đàn ông. Mỗi bóng hình thay nhau tung ra về phía ông đang ngồi những trang giấy rời bay bay trong gió. Người đàn ông đứng bật dậy, đuổi bắt các tờ giấy. Ông chụp được tờ này, tờ khác lại vuột khỏi tay ông. Cứ thế, ông chạy loanh quanh, chụp bắt mãi những tờ giấy trắng. Gió thổi càng lúc càng mạnh. Các hình nhân quay tít trong sương mù, trong cơn gió lốc, trong tiếng côn trùng như cũng đang hối hả hoà theo điệu luân vũ trong bãi tha ma. Người đàn ông vẫn mải miết chạy vòng vòng đuổi bắt từng tờ giấy trắng bay chập chờn trong làn gió xoáy.

Màn từ từ hạ

VI KHUẨN TRONG VƯỜN ĐỊA ĐÀNG

Buổi trưa trôi qua lặng lờ ngoài cửa sổ. Nắng vàng lên hực hỡ sau cơn mưa ban sáng. Cô mệt mỏi tựa mình vào cái sofa êm ái. Cả Hạt Táo như chìm đắm vào sự bình yên đáng sợ trước một cơn bão lớn. "Hạt Táo" là tên mà cô đặt riêng cho chỗ cô và nhiều người Việt đang ở: Apple County. Cái tên bằng tiếng Việt này chỉ có cô và một ít bạn bè biết đến mà thôi. Cô cầm lấy cái remote control và bấm nút mở ti-vi lên. Trên màn ảnh bây giờ là một cuộc họp báo trực tiếp truyền hình đang cập nhật tình trạng đại dịch *Poena* ở địa phương.

Tim cô thoáng đập nhanh lên một chút khi thấy Adam đứng sau chiếc bục có máy vi âm. Sau lưng hắn là một số người khác, mặt mũi người nào người nấy thật nghiêm nghị lẫn lo âu. Có tiếng voice-over giới thiệu cuộc họp báo:

"Kính thưa quý vị, chúng tôi hân hạnh mời quý vị theo dõi bản tường trình của bác sĩ Adam Nguyễn về những diễn biến mới nhất của vi khuẩn *Poena* ở vùng chúng ta. Bác sĩ Adam có bằng tiến sĩ y khoa về thần kinh học của trường UCCA và hiện là trưởng khoa thần kinh của bệnh viện Valley Fountain tại Apple County. Xin mời bác sĩ."

Adam hắng giọng và bắt đầu cất tiếng. Gương mặt hắn vẫn dễ thương như ngày nào:

"Xin chào quý vị. Thay mặt cho khoa thần kinh của bệnh viện Valley Fountain, chúng tôi xin gởi đến quý vị những chi tiết mới nhất về tình hình *Poena* tại Apple County. Điều đầu tiên mà chúng tôi muốn đề cập là virus này đã biến chủng, ít nhất là trong địa phương của chúng ta. Kết luận này đã được bệnh viện của chúng tôi phối hợp với một số giáo sư, nhà nghiên cứu và chuyên viên y tế từ nhiều trường đại học ở địa phương và một số vùng lân cận kiểm chứng và đồng ý tường trình đến công chúng."

Có tiếng một phóng viên hỏi từ dưới cử toạ:

"Thưa bác sĩ, dựa vào những dữ kiện nào mà các chuyên gia kết luận là con virus này đã biến chủng?"

Như đã dự định sẽ có câu hỏi này, Adam trả lời ngay, thật khoan thai và chững chạc:

"Qua xét nghiệm những mẫu virus từ các trường hợp lây nhiễm mới nhất, chúng tôi—từ nhiều đơn vị nghiên cứu khác nhau—đã cùng tìm thấy là trong con virus đã có sự tái sắp xếp thứ tự của nhiều chuỗi phân tử DNA và RNA. Nói cách khác, sự nối tiếp của các chuỗi phân tử hoá học cấu tạo nên con *Poena* này đã biến đổi trong bộ gene của nó."

Một câu hỏi khác tiếp theo:

"Vậy thì, thưa bác sĩ, ảnh hưởng của sự biến chủng này đối với các ca bệnh là như thế nào ạ?"

Lần này, Adam không trả lời ngay mà thong thả hỏi lại cử toạ:

"Về vấn đề này, chúng tôi có một tin vui và một tin không vui. Quý vị muốn nghe tin nào trước?"

Trước khi cả cử toạ có dịp suy nghĩ để đồng thanh trả lời, một cô phóng viên vóc người nhỏ nhắn giơ tay đứng lên nói với bác sĩ và mọi người:

"Chào quý vị và bác sĩ! Gần như lúc nào ai cũng thích nghe tin không vui trước rồi mới nghe đến tin vui, chắc để cảm thấy vui hơn. Nhưng lần này, có thể nào chúng ta phá lệ, nghe tin vui trước được không ạ?"

Mọi người ồn ào bàn tán trong chốc lát rồi cùng vui vẻ đồng ý với cô phóng viên trẻ tuổi đó. Adam cười nhẹ, nói tiếp:

"Tin vui là như thế này: kể từ khi có ca nhiễm đầu tiên cho đến nay ở Apple County, chưa có trường hợp tử vong nào cả, như quý vị đã biết đó."

Cả cử toạ im lặng, có lẽ họ hơi thất vọng vì thấy tin vui chỉ là một điều đã biết rồi. Adam cũng đoán thấy như vậy, nhưng hắn vẫn điềm nhiên tiếp tục, không chờ ai hỏi nữa:

"Tin không vui là nhiều bệnh nhân chưa khỏi bệnh đã cho thấy một triệu chứng bất thường, chưa từng thấy ở bất cứ trường hợp nào khác trên thế giới liên quan đến *Poena*. Đó là một triệu chứng có liên quan đến ngôn ngữ ở người mắc bệnh."

Một người phát biểu ý kiến, tỏ ra khá hiểu biết về điều mình đang nói:

"Như vậy triệu chứng này có tương tự chứng bất lực về ngôn ngữ mà người ta thường thấy ở bệnh *aphasia* không, bác sĩ?"

Adam đáp:

"Chỉ một phần nhỏ thôi. Trước hết, vi khuẩn *Poena* chủng mới này vẫn tấn công vào phổi, tức là truyền nhiễm qua đường hô hấp là chính, gây ra những triệu chứng thường thấy như ho, sốt và đau cổ ở người bệnh. Tuy nhiên nó không tiếp tục phá hoại phổi mà di chuyển lên óc trái, nơi phát xuất của ngôn ngữ."

Cũng người vừa nói nêu thắc mắc tiếp:

"Vậy thì điểm khác nhau căn bản giữa bệnh này với chứng *aphasia* và các chứng rối loạn về ngôn ngữ khác là gì ạ?"

"Có hai điểm khác nhau rõ ràng nhất giữa căn bệnh mới khám phá này và các chứng rối loạn ngôn ngữ khác nói chung. Điểm thứ nhất là, trong các chứng rối loạn ngôn ngữ khác thường có hai biểu hiện chính: biểu hiện thứ nhất—về phương diện chủ động—là bệnh nhân gặp khó khăn trong việc tạo nên ngôn ngữ như phát âm, tìm chữ, sắp xếp cấu trúc câu, vân vân; còn biểu hiện thứ hai có tính chất thụ động, nghĩa là bệnh nhân khó tiếp nhận ngôn ngữ đầy đủ để hiểu những gì người khác đang nói với mình. Đối với chứng bệnh mới này, chúng tôi thấy người bệnh chỉ khó khăn khi tạo ngôn ngữ chứ không có dấu hiệu xấu nào trong việc tiếp nhận ngôn ngữ. Điểm thứ hai là căn bệnh mới này cho thấy ngôn ngữ của bệnh nhân không phải bị rối loạn, mà đúng hơn là bị mất dần đi một cách tiệm tiến và có hệ thống. Theo như chúng tôi thấy được, đây không phải là sự rối loạn về ngôn ngữ như những chứng bệnh khác, mà nên gọi nó là một chứng thoái hoá về ngôn ngữ thì đúng hơn."

"Bác sĩ có thể tóm tắt chứng bệnh mới về ngôn ngữ này ở các bệnh nhân không ạ?"

Adam liếc nhìn đồng hồ tay thật nhanh rồi trả lời:

"Chúng ta không còn nhiều thì giờ nữa, nên tôi sẽ cố gắng trình bày thật ngắn gọn. Bệnh trạng này tiến triển rất nhanh và đồng đều ở các bệnh nhân trong một thời gian ngắn nên chúng tôi có thể nhận nhìn ra khuôn mẫu chung của các triệu chứng. Đó là sự biến mất dần dần của mỗi từ loại dùng trong câu, cứ hai ba ngày lại mất đi một từ loại mới. Dựa vào kết quả quan sát và thí nghiệm, chúng tôi thấy hầu hết các bệnh nhân dần dần mất đi một số từ loại. Khởi đầu là các liên từ kết hợp như *và, nhưng, còn...* (nên các câu kết hợp bị rời rạc ra); sau đó là các liên từ phụ thuộc như *rằng, khi, nếu, cho nên, mặc dù, bởi vì...* (nên các câu phức hợp cũng bị ảnh hưởng); rồi đến các giới từ như *ở, vào, tại, trên, dưới, trong, ngoài, trước, sau...* (vì vậy nhiều nhóm chữ không có mối liên lạc với phần còn lại của câu). Sau đó là các từ loại khác như trạng từ, hình dung từ và động từ cũng lần lượt biến mất. Một điều mà tất cả các bệnh nhân còn dương tính cho thấy đến thời điểm này là họ còn dùng được danh từ và đại danh từ nhân xưng."

Adam ngừng nói. Không khí của phòng họp đột ngột trầm lắng hẳn, chỉ nghe tiếng sột soạt của giấy tờ và tiếng lách cách của một vài dụng cụ nào đó. Vài giây sau, bác sĩ Adam Nguyễn cất tiếng:

"Mời một vị hỏi câu cuối cùng trước khi chúng ta kết thúc buổi họp báo hôm nay."

Một người đàn bà trung niên ngồi ở cuối phòng đứng dậy, các máy quay hình lập tức hướng về người đó. Bà ta hỏi:

"Xin được hỏi hai câu thật nhanh, nếu bác sĩ cho phép. Câu thứ nhất là chứng thoái hoá ngôn ngữ—như chữ bác sĩ dùng—được biểu hiện qua việc nói hay viết, hay cả hai? Câu thứ hai là căn bệnh mới do *Poena* biến chủng này đã có tên chưa ạ? Xin cám ơn bác sĩ."

Adam cũng cố gắng trả lời thật nhanh:

"Phần lớn là qua khả năng nói. Tôi nói phần lớn là vì đa số các bệnh nhân rất yếu nên việc thử khả năng viết của họ rất hạn chế. Khi nói, tuy người bệnh không dùng được một số từ ngữ nào đó, họ vẫn để trống một thời gian nhất định cho những chữ bị mất trong câu nên người nghe có thể đoán được những khoảng trống đó có thể là những chữ nào, cộng với việc đoán cú pháp của một câu dựa vào trực giác của người nói một ngôn ngữ mẹ đẻ. Để trả lời câu hỏi thứ hai của bà, vì đây là một khám phá còn quá mới mẻ, chưa cá nhân hay tổ chức nào thấy có đủ yếu tố khoa học hoặc thẩm quyền để đặt tên cho chứng bệnh trong lúc này. Thay vào đó, những người trong chúng tôi từng cộng tác với nhau trong quá trình quan sát, thí nghiệm và ghi nhận các ca bệnh đã đồng ý với nhau tạm đặt tên cho *Poena* chủng mới là *Poena-ii*. Còn nhiều vấn đề trước mắt vẫn là những dấu hỏi lớn, chẳng hạn như sẽ có những biến chứng nào khác, triệu chứng mất ngôn ngữ có thể được phục hồi về sau, hay tính mạng của bệnh nhân có được bảo toàn về lâu về dài hay không, vân vân và vân vân."

Adam nói thêm mấy lời cuối để cám ơn và chào từ giã mọi người. Màn ảnh truyền hình chuyển qua một quảng cáo thương mại về một loại xà-phòng gội đầu. Khán giả thấy một đôi tình nhân dắt tay nhau đi trên một con đường mòn trong rừng, hai bên là những hàng cây xanh ngắt trong ánh nắng sớm. Người thanh niên chợt đứng lại, khẽ hôn lên mái tóc óng ả của người con gái, ý chừng như để thưởng thức mùi thơm của thứ dầu gội đầu mà cô gái dùng. Màn ảnh chuyển qua hình của chai dầu gội đầu mà nhãn hiệu là những nét phác hoạ một đôi tình nhân đi trong rừng, cùng một giọng đàn ông trầm trầm từ phía sau: "Tình yêu. Có thể nào nó bắt đầu từ mùi hương của một mái tóc hay chăng?"

Vẫn còn ngả người trên lưng sofa từ nãy đến giờ để xem tin tức, cô chợt nghe mình thở dài một tiếng. Những chuyện tưởng chừng như đơn giản là nắm tay nhau hay hôn lên tóc người khác bây giờ sao thấy xa vời quá. Thế giới bình yên ngày xưa mà ai cũng cầm bằng như chuyện đã đành, giờ đây bỗng đã trở thành một thế giới của hoài niệm, không biết bao giờ sẽ trở lại với loài người.

Cô chẳng nhớ gì đến những chi tiết rối rắm trong cuộc họp báo trên truyền hình vừa qua nữa. Cô chỉ còn nhớ một cái tên gợi biết bao nhiêu nỗi niềm: Adam.

....

Nếu ví von chuyện giữa Adam và cô như một cuốn phim thì có lẽ nên đặt tựa đề cho cuốn phim đó là *Unlove Story*, bởi vì chẳng có gì tình tứ xảy ra trong đó cả! Vai chính của cuốn phim đó tất nhiên là cô, còn vai phụ—rất mờ nhạt—hẳn là Adam. Cô gặp hắn lần đầu tiên trong phòng lab của một lớp neurolinguistics tại trường UCCA cách đây cả chục năm. Lúc đó, Adam mới là sinh viên năm thứ nhất, còn cô học năm cuối. Cô hơn hắn ba tuổi nên hắn chị chị em em với cô ngọt xớt.

Cảm tưởng đầu tiên của cô—một cách rất kẻ cả—về Adam là hắn lắc cấc quá. Cô đâm ra thấy thương hại cho cô gái nào là bồ của hắn. Ai mà chịu cho được những người cần phải trưởng thành như thế, nhất là khi đã là sinh viên đại học. Ấy vậy mà dần dần cô đâm ra thích hắn lúc nào không biết. Rồi từ thích đến yêu, cũng không biết lúc nào. Yêu là yêu cho... buồn (không phải cho vui!) vậy thôi, chứ cô biết lúc đó Adam đã có bồ. Thế là ngoài mặt cô vẫn gượng làm vui mỗi lần gặp Adam, tuy trong lòng cô đau lắm. Hết năm học đó, cô ra trường, đi làm cho một hãng bảo hiểm. Adam học tiếp, sau khi tốt nghiệp cử nhân thì chuyển lên trường y khoa, cũng tại UCCA, và cuối cùng trở thành bác sĩ về khoa thần kinh.

Cô phải mất đâu ba, bốn năm sau mới tạm nguôi ngoai về Adam. Thời gian đó, hắn đã vào trường y được một năm. Một hôm, hắn hẹn cô cùng đi ăn trưa. Lần đó, cô thấy lòng tương đối là bình lặng, thầm mừng trong bụng là mình đã hết yêu hắn rồi. Rồi bẳng đi nhiều năm nữa, khi Adam học xong y khoa, hắn mới lại text hỏi thăm cô. Trong lần gặp lại Adam để đi ăn tối, có cả Hannah—cô bồ của hắn nữa. Theo cô biết thì Hannah là bồ mới, không phải người hồi còn học chung đại học với Adam. Lần gặp này đã chứng tỏ thêm cho cô thấy là mình chẳng còn yêu Adam, chẳng còn quắt quay đau khổ thầm lặng như ngày xưa nữa. Lúc về, cô lầm lũi ra xe, chợt nhớ đến câu nói của một ai đó, đại khái là *"I only fell in love with the idea of you."* Cô thấy thật thấm thía. Có lẽ vậy, cô chỉ yêu hình ảnh của Adam mà thôi. Có lẽ cô đã phóng đại, tô mầu, thêm bớt đủ thứ vào cái hình ảnh ấy cho cuốn phim vô duyên của mình đỡ nhạt nhẽo. Sau lần cô gặp gỡ với Adam và cô bồ mới, hắn và cô có text qua text lại một hai lần gì đó rồi thôi, cũng đã mấy tháng trời. Cho đến buổi họp báo trên truyền hình vừa qua...

Hôm nay trời mưa rả rích từ sáng đến chiều. Cô nằm dài trên sofa, không muốn làm gì cả. Cô đã bắt đầu đem công việc ở hãng về nhà làm gần mười ngày nay, theo lệnh ở nhà và giữ khoảng cách tiếp xúc của thống đốc tiểu bang. Cô để cái laptop kế bên, để khi có khách hàng nào gọi vào là cô có thể trả lời ngay. Còn mấy bản tường trình chắc chút nữa làm cũng không sao. Cái máy truyền hình trước mặt cô đang tắt ngấm. Cô chẳng muốn biết thêm tin tức gì nữa. Mở ti-vi lên thì đài nào cũng nhan nhản tin đại dịch *Poena*. Những đài khác chiếu phim hoặc show gì đó thì lại thấy kỳ cục, vì trong đó toàn là cảnh của một thế giới xa lạ nào, chẳng ăn nhập gì đến thực tại cả.

Cơn mưa và bầu trời xám xịt bên ngoài làm lòng cô cũng buồn hiu và nhũn đi như một cái khăn ướt. Không dưng khuôn mặt đẹp trai và dễ mến của Adam hiện ra trong đầu cô. Và không dưng những cảm xúc tình yêu ngày trước cũng trở về, tràn trề trong lồng ngực của cô, tựa hồ như không có một không gian và thời gian nào chen vào ở giữa từ trước tới giờ vậy. Bất giác, cô với tay lấy chiếc cell phone bên cạnh, mở ra chỗ messages. Cô bấm tên Adam vào máy, thấy vẫn còn tin nhắn cuối cùng của hắn vào tháng 11 năm ngoái mà cô không xoá. Cô hồi hộp gõ chữ vào ô nhắn tin phía dưới:

"Hello, Adam. Khoẻ không em? (Cái này là hỏi thiệt tình đó nhe!). Mới thấy em trên ti-vi hôm qua nên hỏi thăm em. Rảnh trả lời cho tôi nghe."

Cô đặt chiếc phone xuống, thở mạnh. Cô nhắm nghiền mắt, tưởng tượng bên kia chiếc điện thoại của Adam kêu lên một tiếng nhỏ. Hắn sẽ cầm lên và đọc tin nhắn của cô. Chắc hắn sẽ mỉm cười một cái và lúi húi bấm chữ trả lời. Nhưng thời khắc cứ lặng lẽ trôi qua trong tiếng mưa vẫn đều đều gõ trên mái nhà bên trên cái cửa sổ ngó ra đằng sau nhà cô, mà vẫn chưa nghe động tĩnh gì cả. Cô ngủ thiếp đi trong những cảm xúc chơi vơi, vừa như cũ, vừa như mới, tràn ngập toàn thân mình.

Lúc chiếc điện thoại của cô vừa kêu lên một tiếng, cô đã vội choàng mắt dậy để mở ra xem. Đúng là Adam trả lời cho cô:

"Hello chị. Em lên ti-vi được là OK rồi. Chị cũng khoẻ chứ ạ? Cám ơn chị đã hỏi thăm."

Cô nghe như trái tim mình đang nhoẻn một nụ cười bên trong. Cô trả lời lại cho Adam ngay:

"Adam, em có thì giờ cho tôi gọi hỏi thêm về những chi tiết mà em nói trong cuộc họp báo không?"

Cô vừa để cái phone xuống, nó đã ròn rã reo vang lên. Trên màn ảnh nhỏ, tên và số điện thoại của Adam hiện ra. Cô nhắm mắt lại, đợi nghe tiếng reo thêm vài lần nữa rồi mới nhấc điện thoại lên:

"Chào bác sĩ! Cám ơn bác sĩ đã gọi tôi nhé!"

Tiếng Adam cười sảng khoái bên kia đầu dây:

"Ấy, ấy! Đối với đàn em thì chị phải gọi là 'chú sĩ' chứ ạ! Chị đang làm việc tại gia đó phải không? Em thì vẫn phải trực trong bệnh viện đây."

Cô cười theo:

"Vậy chú sĩ nói chuyện với tôi mà khi nào cần cúp vì bận việc cứ cho biết nhe. Tôi muốn hỏi là em có thêm tin tức gì mới sau cuộc họp báo hôm qua không?"

Adam đáp ngay:

"Có, chị à. Diễn tiến bệnh trạng của nhiều bệnh nhân quá nhanh nên em và các đồng nghiệp có thể cấp thời ghi nhận được những tình trạng mới về chứng thoái hoá ngôn ngữ. Tụi này vừa nhờ một số bệnh nhân còn đủ sức để viết, đánh máy hay bấm text trên phone để xem khả năng ngôn ngữ viết của họ ra sao. Kết quả tạm thời là như thế này: Rất kỳ lạ là họ vẫn có vẻ như đang viết hay gõ những chữ họ muốn diễn tả, nhưng họ không thể nào thực sự làm cho những chữ bị mất xuất hiện trên giấy hay màn ảnh."

Cô xin lỗi Adam để ngắt lời vì quá nôn nóng biết thêm chi tiết:

"Như vậy thì mình thấy được gì trong mỗi câu viết ra?"

"Trong mỗi câu viết tay hay đánh máy, vẫn có những khoảng trống nhất định của những chữ "vô hình" đó mới lạ, chị à. Mỗi chữ mất đi có một vệt dài, cách chữ hay vệt kế tiếp trên màn ảnh computer hay phone. Còn khi viết tay thì bệnh nhân gạch một vệt để biểu hiện mỗi chữ bị mất, cũng y như những chỗ ngừng lúc bệnh nhân đang nói vậy."

Cô thở hắt ra:

"Vậy là điều này sẽ ảnh hưởng đến công việc của những người cần viết tay hay sử dụng máy điện toán, phải không?"

Adam không đáp mà tiếp lời cô:

"Và cuối cùng sẽ ảnh hưởng rộng ra đến mọi hoạt động có liên quan đến hiện tượng này trong các lãnh vực giáo dục, nghệ thuật, kỹ thuật, thương mại, xã hội, kinh tế, you name it!"

Cô nói, giọng đăm chiêu:

"Ghê quá, Adam hở? Em làm ở bệnh viện, phải thật cẩn thận đó nhé!"

"Chị biết gì chưa? Apple County đã đủ các bộ thử nghiệm bệnh cho tất cả cư dân trong vùng. Mỗi người sẽ nhận được một bộ gởi đến tận nhà, với lời chỉ dẫn để tự thử nghiệm rồi gởi lại theo địa chỉ có ghi trên thư. Khi nhận được chị nhớ thử liền nhé."

Cô cố giấu tiếng thở dài qua phone, khẽ đáp:

"Ừ, Adam cũng vậy há. Thôi để cho em làm việc tiếp. Em giữ gìn sức khoẻ và cẩn thận nghe."

"Cám ơn chị. Chị cũng vậy nhe. Chào chị!"

Trời đã tạnh mưa lúc nào không biết. Một chút nắng vàng nhạt phủ nhẹ lên bãi cỏ đằng sau nhà. Cô có cảm tưởng như giữa Adam và mình không hề có một sự ngắt quãng nào, vì hai người đối đáp với nhau thật tự nhiên như hồi còn làm chung lab ở đại học. Trong cô bây giờ là một mớ cảm xúc hỗn độn, len lỏi trong những mảng trống mênh mông, cô không còn biết tên gọi của từng cảm xúc nữa. Cô mệt mỏi nhắm hờ hai mắt lại, rồi từ từ chìm dần vào một giấc ngủ khác. Giấc ngủ sâu đến nỗi cô nằm chiêm bao. Trong giấc mơ, cô thấy mình và Adam ngồi thật sát bên nhau trên một bãi biển chỉ có hai người. Trời vần vũ mây đen và biển đang động mạnh. Cô ngả người vào vai Adam, có thể ngửi thấy mùi thơm da thịt của hắn phảng phất toả ra, lẫn vào mùi mặn nồng của gió biển.

Cô nín thở khi đang từ từ mở cái email trong computer do Sở Y Tế Apple County gởi đến về kết quả thử nghiệm mà cô vừa gởi đi mấy ngày trước. Trong khi tay cô nhấn con chuột để mở mail ra, hai mắt cô nhắm nghiền lại. Một lúc sau cô mới he hé mở mắt ra và chợt nghe vỡ oà một niềm vui khi thấy chữ NEGATIVE trên màn ảnh. Cô đưa hai tay ôm lấy lồng ngực, thở phào nhẹ nhõm và mỉm cười một mình. Cô nghe giọng của chính mình lẩm bẩm: " 'Negative' không phải lúc nào cũng có 'negative meaning'!"

Ý nghĩ kế tiếp trong đầu cô là dành cho Adam. Cô cầm phone lên, bấm vài hàng gởi cho hắn:

"Hey, Adam. Em có kết quả thử nghiệm chưa?"

Chỉ trong tích tắc, cô đã nhận câu trả lời:

"Có rồi chị ạ. POSITIVE! Nếu chị hỏi lại 'Are you sure?' thì câu trả lời là 'I'm positive!' Ha ha!"

Cô nghe tim mình thắt lại. Tay cô vẫn đang cầm cái phone nhưng cô chưa biết phải viết gì. Cô thẫn thờ nhìn qua cửa sổ. Trời lại đang mưa lâm râm. Cô chỉ thích nắng và rất ghét trời mưa. Mưa, với cô, chỉ đẹp và thơ mộng trong âm nhạc, thơ ca, tiểu thuyết, hội hoạ hay phim ảnh. Mưa ở ngoài đời sao mà ướt át, lạnh lùng, buồn thảm. Adam, trái lại, rất thích mưa. Ngày xưa, có lần cô đã nói đùa với Adam: "Chị em mình nên viết chung một cuốn tiểu thuyết lấy nhan đề là 'Nắng Sớm Mưa Chiều', Adam há!" Hắn cũng không vừa, đối đáp lại ngay: "Đó mới là tập một thôi. Còn tập hai sẽ có tựa đề là 'Không Đội Trời Chung'!"

Tự dưng cô thấy một thôi thúc mãnh liệt là phải gặp Adam ngay, bằng bất cứ giá nào, cho dù lệnh cấm mọi người gặp nhau hay tụ tập vẫn còn đó. Chưa có ai thực sự bị bắt khi đi ra ngoài, tại sao mình không đi chứ? Nghĩ vậy, cô vội vàng bấm liên tiếp vào phone:

"Trời đất ơi! Adam thấy trong người ra sao? Vẫn bình thường hay có thay đổi gì không? Em có thì giờ nào cho tôi gặp em không?"

"Còn kết quả của chị thế nào? Hy vọng là negative. Nếu vậy thì chị không nên gặp em trong lúc này. Hiện giờ thì em chỉ cảm thấy hơi mệt thôi."

Cô suy nghĩ thật nhanh rồi gõ tiếp:

"Tôi cũng bị positive rồi, Adam ơi! Không sao đâu. Khi nào em rảnh?"

"OMG! Vậy chị có thấy triệu chứng gì không?"

"Chưa thấy gì hết."

"Thứ Sáu này em mới được ở nhà buổi sáng. Chị có thể đến. Chị sure là đến được chứ?"

"I'm positive, ha ha! Còn Hannah thì sao?"

"Em không biết."

"Ủa, sao lại không biết?"

"Tụi em broke up mấy tháng nay rồi."

"Sorry to hear that."

"I'm not sorry. But, sorry chị, bây giờ em phải xuống khu bệnh nhân ngay. Hẹn gặp chị thứ Sáu này. Chị muốn đến lúc mấy giờ?"

"10 giờ được không em?"

"Sure (positive!) :=). Cám ơn chị."

Vừa lúc đó, có khách hàng của hãng bảo hiểm gọi. Cô bấm nút trả lời, bận bịu với những lời đối đáp qua lại giữa khách hàng và mình. Buổi trưa trôi qua thong thả. Có tiếng gà gáy đâu đó trong xóm. Ở Mỹ này mà có người nuôi gà trong nhà, kể cũng ngộ thiệt. Chắc là người Mỹ gốc Mít.

....

Cả hai tuần rồi cô mới ngồi lại trong chiếc xe thân quen của mình với một cảm giác thật lạ. Cô cho xe nóng máy một chút rồi de ra khỏi garage, lái về hướng Sunrise Beach, nơi Adam ở. Đường phố tương đối vắng vẻ, lâu lâu mới có một chiếc xe khác chạy vụt qua. Cảnh tượng như trong một cuốn phim ma nào cô đã từng xem. Cô chạy qua một quán cà-phê bên đường mà cô thường ghé uống. Bàn ghế trước tiệm hoàn toàn trống trơn, khiến cô chợt nhớ tới mấy câu hát của một nhạc sĩ nổi tiếng *"Bàn im hơi bên ghế ngồi. Ngày đi, đêm tới. Còn chút hao gầy...".*

Đậu xe vào khu Guest Parking xong, cô thong thả đi lên tầng thứ ba của khu chung cư nơi Adam sống. Lâu lắm rồi cô mới có dịp trở lại nơi này. Ngày trước. cô đã một lần ghé thăm chỗ ở của Adam, để chỉ bẽ bàng thấy dấu vết của một người con gái nào cô chưa có dịp thấy mặt vương đầy trong thế giới của người đàn ông độc thân đó. Cô đưa tay nhấn chuông cửa. Adam mở cửa, cười với cô bằng một nụ cười yếu ớt. Mặt hắn xanh xao, tuy vẫn còn nét nồng nàn của một anh chàng bác sĩ đẹp trai. Adam ấp úng chìa tay ra nói:

"*[Động từ]* chị *[động từ]*!"

Cô sững sờ, nước mắt ứa ra thật nhanh, hối hả nói:

"Chúa ơi! Adam! Mới đó mà em đã như vậy sao? Em bắt đầu mất chữ hồi nào?"

"Hôm thứ Tư. Em *[trạng từ]* *[trạng từ]* *[động từ]* nhiều loại chữ *[trạng từ]*! *[Liên từ]* chị thế nào?"

Adam chỉ tay cho cô đến ngồi xuống cái sofa giữa phòng và hắn cũng ngồi xuống theo. Cô đưa hai tay ôm lấy mặt:

"Tôi chưa thấy gì hết. Hiện giờ Adam thấy trong người ra sao?"

"Mệt *[trạng từ]*, chị ơi! Bệnh viện *[trạng từ]* *[động từ]* em *[động từ]* *[trạng từ]*."

"Tại sao em không vào bệnh viện mà còn ở nhà?"

"Bệnh viện *[trạng từ]* *[động từ]* chỗ *[trạng từ]*! *[Trạng từ]* nhiều bác sĩ *[liên từ]* y tá *[giới từ]* bệnh viện *[trạng từ]* *[động từ]* Poena *[trạng từ]*!"

Bây giờ thì cô đang khóc thật sự, khóc thành tiếng, khóc như cả đời chưa bao giờ được khóc mùi mẫn như thế. Cái mùi cay cay quen thuộc trong mũi mỗi lần khóc càng làm cho cô thấy tủi thân, lại khóc nhiều hơn nữa. Thốt nhiên, cả người cô chếnh choáng một niềm hạnh phúc kỳ lạ, nhưng cô hiểu ra ngay. Đó là niềm hạnh phúc được khóc trước mặt người mà cô đã từng yêu say đắm. Bây giờ thì không còn gì để phải đóng trò với nhau nữa. Không còn gì để phải ngại ngần, xấu hổ hay rào trước đón sau gì nữa.

Adam ngồi cạnh cô, thỉnh thoảng lại nhắm mắt. Từ chỗ hai người ngồi có thể nhìn thấy biển qua khung cửa sổ trong gian phòng. Khung cửa tạo thành một bức tranh biển linh động và tuyệt đẹp, với đầy đủ những chi tiết cần thiết cho một bức tranh có bố cục hài hoà. Bầu trời xanh nhạt, điểm một vài cụm mây, và bên dưới là biển, cũng xanh ngời không kém, nổi bật dưới làn bọt sóng trắng ngần. Thế giới ngoài kia yên ả quá. Tưởng như ngay lúc này, thiên nhiên và con người không còn liên lạc với nhau nữa.

Lần đầu tiên từ khi hai người trở thành bạn của nhau, Adam cầm lấy tay cô. Lúc này, cô đã nguôi khóc đi một chút. Cô như muốn tan biến đi theo hơi nóng từ bàn tay của Adam truyền qua. Rõ ràng là hắn đang sốt cao. Hai má hắn đỏ bừng và đôi môi của hắn đỏ mọng hẳn lên. Cô sững người nhìn Adam đăm đăm, như đang ngắm một người vừa đạt tới vẻ đẹp cực độ của mình trong cuộc sống. Cô ngập ngừng nói:

"Em có thấy mệt khi phải nói chuyện không? Cảm giác của em như thế nào khi không thể dùng ngôn từ để diễn tả những gì mình muốn nói? Xin lỗi, tôi hỏi dài dòng như thế nhưng tất nhiên em sẽ không đáp lại được nhiều đâu, phải không?"

Adam lim dim hai mắt, cố diễn tả dòng tư tưởng của mình:

"Em [*động từ*] mệt mỏi [*liên từ*] bất lực, [*liên từ*] [*trạng từ*] [*động từ*] một cảm giác [*trạng từ*] tự do, [*động từ*] [*giới từ*] những ràng buộc [*giới từ*] chữ nghĩa."

Cô lấy bàn tay còn lại của mình để nắm bàn tay kia của Adam:

"Dường như chúng ta đang ở trong những giây phút chót của thế giới, Adam có cảm thấy như vậy không? Nếu em được làm một điều cuối cùng mà mình thích, em sẽ làm gì?"

Adam nhìn thẳng vào mắt cô bằng cặp mắt thăm thẳm như đại dương của mình:

"Một điều cuối cùng à? Em sẽ [*động từ*] một người khác vui."

Adam từ từ đứng lên, dìu cô qua phòng ngủ của hắn. Cô bước đi trong vòng tay của Adam như đang bước trên mây. Cả người cô như say rượu, một thứ rượu thật mạnh mà cũng thật dịu dàng. Phòng ngủ của Adam cũng có một cửa sổ khác nhìn ra biển. Một bức tranh biển tuyệt vời khác; có khác chăng là trong bức tranh này còn có thêm vài cây cọ ẻo lả đong đưa trong gió.

Adam nhẹ nhàng đặt cô nằm xuống giường. Cô nằm ngửa, ngó lên khuôn mặt tình tứ của hắn, không tin rằng mình đang có được những giây phút mộng mị này. Như thế này thì dẫu có đánh đổi bằng cái chết cô cũng cam lòng.

Adam ghé nằm xuống bên cô. Hơi thở của hắn dồn dập không kém gì hơi thở của cô. Cô nghiêng người qua ôm lấy Adam. Mùi thơm da thịt của hắn toát ra không khác gì mùi mà cô đã ngửi thấy trong giấc mơ hôm nào. Cả người cô run lên bần bật khi hai làn da thịt chạm vào nhau, không thể nào kiểm soát nổi.

Adam dịu dàng tìm môi cô, chờn vờn một lúc bên ngoài rồi bắt đầu hôn cô thật sâu. Hắn dịu dàng nói: "Anh [*động từ*] em!" Cô lịm người đi trong cảm giác lần đầu được nghe những âm thanh đó, cùng cảm giác lần thứ nhất được hôn trong đời. Toàn thân cô như mở rộng ra, từng ngõ ngách, từng lỗ chân lông, từng phân vuông da thịt hân hoan đón nhận hạnh phúc đầu tiên và cuối cùng. Trong một thoáng, cô thấy mình là Eva trong lúc hai thân thể trần truồng đang quyện vào nhau. Và chính cô—không phải Adam—mới là người vừa được nếm trái táo cấm ngọt ngào trong vườn địa đàng của hôm nay.

NHÂN ẢNH

Mưa trở thành bức màn giăng giăng bất tận. Cơn mưa lần trước chấm dứt từ bao giờ, và cơn mưa lần này bắt đầu khi nào, tôi không hề hay biết. Chỉ thấy mưa và mưa và mưa nhạt nhoà qua khung cửa chính nhìn ra vùng hồ nước mênh mông phía trước nhà. Mặt hồ bây giờ là một mảng trắng bạc, kéo dài đến vô cùng, mờ mờ ảo ảo sau làn mưa khốc liệt. Hàng liễu ven hồ ngả nghiêng theo từng đợt gió thổi thốc tháo, xuyên qua cơn mưa chưa có dấu hiệu khi nào sẽ ngớt.

Tôi ngồi nơi chiếc sofa quay ra cửa lớn, trên bàn là tách trà lạnh tanh, chỉ còn lại một lớp mỏng dưới đáy. Cơn sốt vẫn bừng bừng khắp thân thể. Hai thái dương tôi giật lên từng hồi. Tôi có thể hình dung phía bên trong đầu của mình là một bức vách tròn đang đón nhận những đợt đau nhức tống mạnh vào. Từng cơn đau dội ngược lại bên trong, làm căng hết những sợi dây thần kinh, không sao thoát ra khỏi vùng tổn thương tăm tối đó. Cả người tôi như đang trong một cơn say mềm, choáng váng và chập chờn.

Tôi từ từ từ đứng dậy, như thoát ra khỏi một lớp vỏ nào đó, bước tới vài bước rồi quay lại nhìn chính mình. Tôi vẫn còn ngồi ôm đầu trên sofa, quằn quại trong đau đớn. Tôi bỏ mặc tôi ngồi đó để quay vào bên trong, bây giờ đã thấy trong người nhẹ nhàng đôi chút. Tôi bỏ lại cả cơn đau và cơn say, lướt đi như không chạm đất, lần về phía cái cầu thang gỗ dẫn lên căn gác xép. Mùi ẩm mốc của nơi ít người lui tới tràn ngập căn gác tối. Tiếng mưa vỗ trên nóc nhà nghe rõ mồn một.

Tôi bắt đầu lục lọi những món đồ đã từ lâu không đụng tới, không biết mình đang tìm kiếm gì. Những cuốn sách cũ bay mùi ngai ngái. Vài tập nhật ký bám đầy bụi. Mấy cuốn album ảnh dày cộm, chất chứa biết bao nhiêu nhân vật trong đó, người còn, kẻ mất. Tôi thẫn thờ lật qua vài trang bất chợt, những quãng đời đã qua như từng phân đoạn trong một cuốn phim dài, lúc thì đen trắng, lúc thì nhiều màu sắc, hiển hiện như chưa bao giờ mất đi. Cơn mưa hiện tại vẫn còn rạt rào trên mái.

Đột nhiên, tôi quày quả đi xuống, cũng vội vã như lúc đi lên, sợ bỏ tôi ngồi lâu ở dưới nhà một mình trong phòng khách vắng vẻ, trong cơn mưa đầy thịnh nộ bên ngoài. Thấy mình vẫn còn ngồi đó, tôi thở phào nhẹ nhõm, yên tâm ngồi xuống, trở lại với mình. Đầu tôi đã bớt nhức nhối, nhưng cơn sốt vẫn còn đó, và cơn say không rõ nguyên nhân cũng vẫn còn đó, chắc đang làm hai má tôi bừng đỏ lắm. Cổ họng tôi khô khốc, mà tách trà đã vơi.

Mặt hồ ngoài kia bỗng biến thành vũng nước lụt ngày xưa trong cư xá sĩ quan thời thơ ấu của tôi. Mỗi lần mưa mùa đông dai dẳng hơn bình thường, bãi đất trống của cư xá hình chữ U trong cư xá lại bị ngập nước đến mấy tuần lễ, chẳng khác nào một cái hồ nhỏ. Hàng liễu ven hồ bây giờ cũng đã hoá thành những cây dương xanh mọc viền quanh vũng nước lụt. Tôi đã sống ở cư xá sĩ quan đó trong bao nhiêu năm rồi, tôi không buồn nhẩm tính. Chỉ biết thời gian đó trùng hợp với những tháng ngày cắp sách đến trường, cho đến tận ngày tôi theo gia đình di tản vào Sài Gòn khi cộng quân tràn đến. Những người bạn hàng xóm, những kỷ niệm trẻ con, những kỷ niệm của thời mới lớn, vui lẫn buồn, tất cả như đang cùng cơn mưa trở về.

Đúng lúc đó thì Thanh từ bên ngoài bước vào. Không, đúng hơn là từ trong cơn mưa bước ra. Hay đúng nhất là từ vũng nước lụt trong cư xá.

"Ủa, Thanh!"—tôi nghe giọng mình kêu lên thảng thốt—"Mấy chục năm rồi không gặp! Sao Thanh biết Tâm ở đây mà đến hay vậy?"

Thanh ngồi xuống bên cạnh tôi, cô đặt một tấm hình xuống cái bàn trước mặt hai người, cạnh tách trà nguội ngắt.

"Sao người Thanh không bị ướt mưa chút nào cả?"—tôi vẫn còn rất nhiều thắc mắc. "Thanh đến đây bằng gì? Mưa to thế này mà lái xe được sao?"

Tôi tò mò cầm tấm hình từ trên bàn lên, ngắm nghía một lúc. Lại tiếp tục thắc mắc:

"Làm thế nào mà Thanh có được cái hình này? Lâu nay Tâm vẫn giữ nó mà."—tôi lẩm bẩm.

Chợt tim tôi thắt lại thật mạnh. "Sao lại có cả Mạch trong tấm hình này được?" —tôi hối hả nói như trong mơ, không rõ là đang nói với Thanh hay với chính mình. "Tâm còn nhớ rõ là ba Tâm đã chụp cho hai đứa mình trong một lần đi chơi. Hôm ấy nhất định là không có Mạch."

Nhất định là như vậy. Tôi nhớ như in, như thể mới là ngày hôm qua, Ba đã chở Thanh và tôi đi chơi lần đầu tiên trên chiếc xe Jeep quân đội màu xanh olive của ông. Tôi cũng nhớ cảm giác thất vọng tràn trề của mình khi chiếc xe "mới" mà hôm ấy cả nhà đang đợi Ba lái về chỉ là một chiếc xe cũ mèm mà Ba đã mua lại từ một người quen, với tất cả niềm hãnh diện mà ông có được. Tuy vậy, Thanh và tôi, lúc đó đã mười bốn, mười lăm tuổi, vẫn thấy háo hức và phơi phới trong lòng khi lần đầu được đi chơi bằng "xe nhà", ước mơ của rất nhiều người ngày đó. Gương mặt ông toát ra niềm vui và vẻ tự hào, Ba lái xe chở hai đứa chúng tôi đi ra khỏi thành phố, băng qua chiếc cầu nối với vùng ngoại ô, trực chỉ Bãi Dương, kế bên khu Hòn Chồng nổi tiếng.

Hôm ấy là một ngày trong tuần, Ba xin nghỉ phép, tự thưởng cho mình một ngày thong thả để hưởng trọn chiếc xe cũ-người-mới-ta của mình, với hai cô bé hồn nhiên đi theo chung niềm vui. Sau khi ba người uống hết những ly nước dừa tươi thơm mát ở cái quán nhỏ trên bờ biển, Ba dắt hai đứa chúng tôi lững thững đi dọc theo bờ cát trắng mịn. Bãi Dương hôm ấy khá vắng người, chỉ có một vài đứa bé mình trần trùng trục, cười khúc khích đuổi nhau trên bãi biển. Hàng dương xanh mướt ngả nghiêng vật vờ theo từng làn gió nhẹ. Sóng biển rì rào, mặt biển xanh ngăn ngắt và nắng trưa chỉ vừa đủ làm cho không gian ấm áp.

Ba lấy chiếc máy hình Pentax cưng của ông ra, bảo chúng tôi đứng làm kiểu ở nhiều chỗ khác nhau để chụp những "pô" hình mà ông ưng ý. Hết một khoảng bãi biển dài, chúng tôi bước lần ngược lên phía đường cái, đi qua một khu trường học im lìm vì lúc đó là mùa hè. Ba cho chúng tôi biết đó là tiểu chủng viện Sao Biển, nơi những thanh niên công giáo trẻ chọn con đường học tập để trở thành sư huynh. Thanh và tôi không để ý đến những lời hướng dẫn của Ba cho lắm, vì hai đứa mải đứng ngắm ngôi trường vắng vẻ với dãy nhà lầu nằm yên ắng, sau những hàng dừa đang lặng lờ đong đưa trong gió, giống như một phong cảnh kỳ bí trong một cuốn phim ma quái nào đó.

Chính vào lúc đó mà Ba đã chụp một tấm hình từ sau lưng Thanh và tôi, với bối cảnh là ngôi chủng viện im vắng vào mùa hè. Chỉ có Thanh và tôi. Chắc chắn là như thế. Vậy thì tại sao lại có Mạch trong tấm hình này??? Mạch cũng đứng xoay lưng lại trong tấm ảnh, nhưng bộ quần áo quen thuộc mà hắn thường mặc vào thuở đó thì tôi không thể lẫn với ai khác được.

Lồng ngực tôi nặng nề, tâm trí tôi hoang mang, xen lẫn với sợ hãi. Cơn sốt vẫn còn đó, dường như còn cao hơn trước. Ngoài kia, cơn mưa đã ngớt. Tôi nhìn qua bên cạnh, Thanh đã đi tự lúc nào, không thấy nói lời từ giã. Đầu tôi cũng nặng như chì. Cuối cùng, tôi ngã vật xuống, bằn bặt thiếp đi trong làn không khí lạnh lẽo theo gió thổi từ mặt hồ ngoài kia vào. Tôi không còn hơi sức đâu để nhổm dậy ra đóng hai cánh cửa trước nhà lại nữa.

Nếu hôm nọ Thanh đột ngột ghé qua vào một ngày mưa, thì hôm nay ông Lãng đến chơi lúc nắng lên cao và có hẹn trước. Tôi nhớ là hình như mình có text cho ông, hỏi ông có đến cho tôi hỏi thăm một việc được không. Tôi phân trần rằng mình không được khoẻ lắm, chứ thực ra tôi phải đến nhà ông mới phải. Tôi cũng nhớ là ông đã mau mắn trả lời ngay, bảo rằng bây giờ đã về hưu nên cũng khá rảnh rỗi.

Tôi biết ông Lãng qua một người bạn. Tôi kém người bạn ấy năm tuổi, còn hắn ta cũng kém ông Lãng năm tuổi. Có lẽ vì thế mà tôi tự cho mình cũng suýt soát ngang hàng với ông ta. Trước khi về hưu, ông Lãng là bác sĩ phân tâm học, có phòng mạch riêng và dạy tại một trường đại học danh tiếng trong vùng. Biết ông mê uống trà, tôi đã pha sẵn một bình trà hoa lài, mùi hoa ông ưa thích. Bày biện ấm trà và hai cái tách sứ Nhật Bản bên cạnh một bình hoa cúc vàng, tôi ngồi tựa đầu trên chiếc sofa, đợi ông Lãng đến.

Dạo này dường như trí nhớ của tôi kém hẳn đi, vì tôi không thể nhớ ông Lãng đã đến lúc nào. Khi ngẩng đầu lên, tôi đã thấy thấy ông ngồi trên chiếc ghế bành đối diện với cái sofa nơi tôi đang chờ ông. Cũng dễ đến ba, bốn năm rồi tôi mới gặp lại ông Lãng thì phải, nhưng trông ông không khác đi bao nhiêu. Hay là ông không thể nào già hơn như vậy nữa.

"Cô Tâm đúng là trông không được khoẻ lắm,"—ông Lãng ân cần nói—"Cô có sao không?"

"Tôi cũng không rõ nữa. Tôi có đi bác sĩ mà cũng không tìm ra được bệnh gì. Bác sĩ bảo là tâm bệnh. Nhưng không phải vì vậy mà hôm nay tôi muốn gặp ông đâu nhé,"—tôi vội vàng nói cho ông Lãng khỏi hiểu lầm.

"Vậy thì tôi đến để làm gì đây?"

"Mời ông thưởng trà đã,"—tôi trịnh trọng nhấc bình trà, rót nhẹ làn nước vàng óng vào hai cái tách trên bàn.

Mùi hoa lài thoảng nhẹ, lãng đãng trong không gian lặng lờ của buổi sáng.

"Cám ơn cô đã nhớ là tôi thích loại trà này,"—khách vừa nhắp từng ngụm trà, vừa thốt lời cảm kích.

"Ngon thật!"—ông Lãng chắp lưỡi, hai mắt lim dim. Tách trà của ông đã cạn—"Nhưng kìa, cô Tâm vào đề đi chứ."

"Tôi muốn nhờ ông coi giùm cái này,"—tôi cũng nâng tách trà của mình lên, trong khi tay kia chìa tấm hình về phía cho ông Lãng—"Ông xem và cho tôi biết ông thấy những ai trong đó."

Ông Lãng hơi chồm tới, đỡ lấy cái hình. "Những ai hay những gì?"

"Chắc cả hai,"—tôi nhún vai đáp.

Ông Lãng tháo cặp kính ra, đưa mắt sát vào tấm hình, miệng lẩm bẩm:

"Mắt tôi đang ở tình trạng đeo kính không thấy rõ, mà tháo ra cũng không thấy hơn được chút nào."

Ông nhìn tấm hình thật lâu, trong khi tôi đang nín thở chờ đợi.

"Nhưng tại sao cô lại phải nhờ tôi xem mới được chứ?"—ông Lãng không vội trả lời mà còn trù trừ hỏi lại.

"Thì ông cứ nói xem ông thấy gì đi!"—giọng tôi có phần gay gắt.

"À, tôi thấy những ai và những gì đây nhé,"—ông Lãng không có vẻ gì tỏ ra phật lòng vì thái độ của tôi cả—"Tôi thấy một dãy nhà, có vẻ như là một ngôi trường thì phải, đằng trước có mấy cây dừa. Có hai cô bé đứng gần một cái cây nhỏ, cây gì thì tôi không biết. Hai cô quay lưng lại với người chụp hình, đang nhìn ngôi trường đó."

"Hai cô bé đứng gần một cái cây nhỏ?"—tôi vội hỏi lại—"Ông có chắc không?"

Ông Lãng đeo kính vào, nhìn lại tấm hình:

"Chắc chứ. Có điều tôi không biết đó là loại cây gì vì lá của nó không có gì đặc biệt. Cô Tâm là một trong hai cô bé đó, phải không?"

"Trời đất ơi!"—giọng tôi nghẹn ngào—"Không thể như vậy được! Tôi đứng giữa, bên phải của tôi là Thanh, còn bên trái là Mạch."

"Mạch nào?"—bây giờ giọng ông Lãng cũng như tắc lại—"Nếu cô là người đứng giữa thì bên trái của cô chỉ là một cái cây. Rõ ràng là như vậy."

Tôi không buồn cãi lại nữa, cứ nhìn sững vào cái áo quen thuộc của Mạch.

"Mạch là ai?"—ông Lãng lặp lại câu hỏi.

....

Mạch là anh của Thanh. Trong khu cư xá sĩ quan ngày xưa, nhà của ba mẹ Thanh và Mạch năm về phía bên trái của nhà chúng tôi. Ba của Thanh là thiếu tá quân nhu, còn ba tôi là trung uý quân y. Mẹ Thanh và mẹ tôi chơi thân với nhau vì ngày xưa là bạn cùng lớp, còn Thanh và tôi cũng trở thành đôi bạn tri kỷ từ hồi nào không hay. Mới đầu, Mạch chỉ là cái bóng mờ trong tình bạn giữa Thanh và tôi. Về sau, qua những trò chơi chung trong xóm có Mạch và nhiều đứa khác tham gia, tôi có để ý tới Mạch hơn một chút. Một chút thôi.

Các trò chơi tuổi nhỏ của chúng tôi trong cư xá thường không phân biệt trai gái, miễn tuổi tác của người chơi sàn sàn với nhau là được. Từ trò nhảy dây, u mọi, ô quan, bắn súng, nấu ăn, chơi cờ đại phú ông, cho đến trò năm mười là trò chơi chúng tôi chơi nhiều nhất. Thuở ấy, tôi mới vừa chớm lớn, đã bắt đầu để ý đến bề ngoài của mình, nhưng vẫn còn hồn nhiên lắm. Thanh và tôi cùng một tuổi, còn Mạch hơn chúng tôi hai tuổi. Hắn đã vỡ giọng, nói ồm ồm như một người đàn ông chính hiệu. Mép hắn lún phún râu, người hắn nở nang, vạm vỡ. Nhưng thật tình tôi không để ý gì đến hắn ngoài việc hắn gần như luôn luôn là kẻ thắng cuộc trong bất cứ trò chơi nào.

Chơi năm mười ở quanh xóm chán, nhiều lúc chúng tôi kéo nhau vào nhà đứa này hay đứa nọ để thay đổi không khí, nếu hôm đó cha mẹ của đứa đó đi vắng, tha hồ cho chúng tôi tìm nơi ẩn nấp. Tôi còn nhớ hôm đó, lũ chúng tôi khoảng 6, 7 đứa, chơi năm mười ở nhà Thanh và Mạch. Nhà nào trong cư xá sĩ quan đó cũng cất một kiểu như nhau, nhưng bên trong của mỗi nhà quả là một thế giới rất riêng tư, khác biệt. Cách bài trí trong nhà của Thanh khá lý tưởng cho trò chơi ú tim của chúng tôi, có nhiều ngõ ngách khuất lấp, tha hồ cho chúng tôi chọn lựa.

Thanh là người xui xẻo bị làm người đi tìm, sau khi chúng tôi đã tay trắng tay đen và oẳn tù tì với nhau cho đến kẻ bị thua cuối cùng. Thanh tiu nghỉu úp mặt vào tường, bắt đầu ê a đọc, "Năm, mười, mười lăm, hai mươi, hai lăm, ba mươi, ba lăm, bốn mươi..." Chúng tôi bắt đầu túa ra khắp nơi tìm chỗ trốn. Tôi cố tình chạy thật xa chỗ Thanh đứng, lang thang trong căn nhà mới mẻ này một lúc rồi mới tìm ra một cái hốc treo quần áo tương đối kín đáo. Tôi chui vào một vùng tối, nằm ép mình xuống, chung quanh là ngổn ngang những chồng áo quần và xách túi, va-li.

Tiếng đếm số của Thanh từ xa vẳng lại, "Chín lăm, một trăm!" Tôi nín thở, nhắm hờ mắt lại. Thanh đã bắt đầu đi tìm những kẻ đã yên vị ở đâu đó trong nhà. Mùi áo quần xen lẫn mùi long não hăng hăng thốc vào mũi tôi làm tôi khó chịu. Tôi phải cố gắng lắm mới không hắt hơi. Cùng lúc đó, tôi nghe tiếng con Bé đắc thắng la lớn, "Đạp lon!" cùng tiếng Thanh lầu bầu, "Trốn ở đâu mà hay quá vậy!"

Bầu không khí trong nhà trở lại im lặng nặng nề như trước. Chẳng bao lâu, tôi mới biết ra là mình không phải là kẻ duy nhất trốn trong cái hốc này. Kế bên tôi là một đứa nào đó, từ đầu đến giờ vẫn nằm yên đến nỗi tôi không hay biết, bây giờ mới bắt đầu cục cựa. Trong cái hốc tối thui, tôi không thể nhìn ra đó là đứa nào. Tôi chỉ nghe được hơi thở càng lúc càng dồn dập của nó. Hơi thở đó bay đến gần tôi hơn, cho đến lúc có một khối da thịt kề sát mặt tôi, dò dẫm một lát, cuối cùng, một mảng thịt mềm gí vào hai môi tôi, phía bên mảng thịt đó, tôi có thể cảm nhận được một làn lông tơ. Phải mất vài giây tôi mới biết rằng đó là hai môi của đứa nào đó đang áp chặt vào môi tôi. Tôi lả người đi vì cảm giác mới lạ đang ùa đến, tập trung vào một chỗ duy nhất trên mặt mình. Làn lông tơ trên mép của đứa đó cạ vào cái mép con gái trơn tru của tôi. Thình lình, cái lưỡi từ đôi môi kia thọc vào miệng tôi, chờn vờn, táo bạo. Trong khoảnh khắc lạ lùng đó, tôi không còn cảm nhận một ranh giới nào giữa khuôn mặt của tôi và khuôn mặt của đứa đó nữa, chỉ còn lại những mảng thịt nhỏ, mềm mại, ướt át đang hoà lẫn vào nhau, gấp gáp và háo hức.

Cuối cùng, như bừng tỉnh từ một giấc mơ có thật, tôi vùng dậy, tuôn chạy ra khỏi cái hốc tối. Căn nhà vẫn vắng lặng, không thấy ai nữa. Trò chơi đã chấm dứt từ lâu. Tôi đứng chần chừ trong chốc lát, nửa muốn chờ đứa nào đó trong hốc sẽ chạy ra cho tôi biết là ai, nửa ngần ngại không muốn đối diện nó. Rốt cuộc, tôi cũng biết được đó không ai khác hơn là...

"... Mạch?"—ông Lãng thong thả tiếp lời tôi.

"Đúng là Mạch."

"Cô có kể với ai về chuyện này không?

"Làm sao tôi dám kể."

"Chuyện đó có xảy ra thêm lần nào nữa không?

"Có. Cũng là một lần chơi năm mười khác."

"Vẫn ở nhà Mạch?"

"Không. Lần này là ở nhà tôi. Có điều..."—tôi ngập ngừng một chút.

"Tôi vẫn nghe cô đây"—ông Lãng quay đầu, vờ như đang ngó đăm đăm vào mặt hồ rực ánh nắng ngoài kia.

"Có điều... lần này tôi cố tình kiếm chỗ Mạch nấp."

"Để tìm lại cảm giác của lần trước?"

"Đúng vậy. Tôi hồi hộp chờ đợi giây phút khuôn mặt của hai đứa tan biến vào nhau. Không cần nhìn thấy. Không cần nghe ngóng. Tất cả cảm giác chỉ đọng lại trên hai làn môi nhạt nhoà, xoắn xuýt vào nhau, không còn biên giới, không còn kiềm chế, không còn sợ hãi... Và cảm giác kỳ diệu đó đã được lặp lại đúng như tôi mong mỏi."

"Như vậy, Mạch là một kỷ niệm đẹp với cô, phải không?"

"Nếu mọi sự dừng ở đó thì chắc có lẽ đã là như vậy."

"Nhưng...?"

"Lúc ấy là những ngày cuối cùng của miền Nam. Thành phố nơi tôi ở thường bị những trận pháo kích của cộng quân vào ban đêm. Ba của Thanh có làm một cái hầm trú ẩn khá lớn xây bằng mấy trăm cái bao cát phía bên hông nhà. Gia đình ông khá thân với gia đình tôi nên ba Thanh dặn ba tôi nhớ cho cả nhà tôi chạy qua bên nhà ông để tránh bom đạn trong những lần pháo kích. Buổi chiều hôm đó, tôi còn nhớ như mới hôm qua, hôm kia gì thôi, khi đợt pháo kích vừa mới bắt đầu từ xa xa, ba má tôi cùng mấy đứa con đã hối hả chạy sang nhà Thanh, quên cả khoá cánh cửa trước..."

"Đợt pháo khích hôm ấy có lớn không?"

"Lớn hơn bao giờ hết, và kéo dài cho đến gần sáng. Cả hai gia đình chúng tôi ngủ luôn trong căn hầm."

"Và Mạch nằm gần cô?"

"Chắc chắn là hắn cố ý như vậy. Tuy nhiên lúc đó tôi sợ pháo kích quá, vả chăng còn có cả gần cả chục người xúm xít trong căn hầm tối om om, tôi đâu có lòng dạ nào nghĩ đến chuyện gì khác, kể cả chuyện với Mạch..."

"Còn Mạch thì sao?"

"Tất nhiên là hắn nằm nghe ngóng tình hình trong bóng tối. Tuy chẳng ai chợp mắt được, mọi người đều nằm im thin thít, có thể nghe tiếng thở của nhau, hay tiếng húng hắng ho của một ai đó. Thỉnh thoảng, tiếng pháo kích lại rền vang ngoài kia làm ai nấy đều giật nảy mình. Âm thanh của bom đạn và sự im lặng nặng nề trong hầm xen kẽ với nhau qua từng đợt. Thình lình, một bàn tay của Mạch bắt đầu sờ soạng thân thể tôi, mới đầu còn có vẻ như dò xét, rồi càng về sau càng mạnh dạn dần lên. Không có những nụ hôn nóng bỏng như hai lần trước. Chỉ có những động tác táo bạo từ bàn tay của Mạch trên khắp cùng cơ thể làm tôi vô cùng khiếp hãi. Tôi nằm cứng người, quên cả thở, nhưng không dám la lên. Bàn tay của Mạch dần dà tìm đến phần thân thể nhạy cảm nhất của tôi. Cả người tôi bắt đầu run lên bần bật. Càng lúc Mạch càng áp sát cả người hắn vào người tôi. Chợt tôi rùng mình liên tiếp mấy cái, cảm nhận một phần da thịt cứng đờ của hắn cọ xát vào tôi. Cuối cùng, hắn cũng rùng mình lên như tôi. Rồi như có một cái gì đó vỡ oà ra bên dưới. Trong bóng đêm đen đặc, tôi có thể cảm thấy Mạch như đang nằm chết lịm một hồi lâu bên cạnh, bàn tay của hắn vẫn để yên trên người tôi."

"Cô không có phản ứng gì khác sao?"

"Tôi chỉ biết nằm yên và ứa nước mắt, xấu hổ vô cùng trong bóng tối, trong tiếng bom đạn ngoài xa xa, và giận mình khôn tả sao đã không la lên cầu cứu. Phần Mạch, cuối cùng, hắn nằm vật qua một bên. Mặc dù hắn có vẻ đang cố nén hơi thở xuống để những ai nằm gần không nghe tiếng hắn hổn hển, tôi vẫn biết hắn đang xúc động không kém gì tôi. Dĩ nhiên mỗi đứa xúc động theo một kiểu khác nhau, sau này tôi nghĩ vậy."

"Đó cũng là lần cuối cùng?"

"Không có lần nào khác nữa. Vài ngày sau, cộng quân tràn vào chiếm thành phố. Tất cả sĩ quan trong cư xá đều bỏ lại sau lưng căn nhà của mình. Nhà Thanh và Mạch, về sau này, vẫn còn ở gần nhà tôi ở một chỗ khác, nhưng tôi cố tình không thân với Thanh nữa, để khỏi phải thấy Mạch. Phải đến gần hai mươi mấy năm sau tôi và Thanh mới gặp lại nhau ở đây."

"Thanh đã gặp lại cô?"

"Mấy ngày trước Thanh đến đây, đưa cho tôi tấm ảnh này. Có điều tôi không hiểu tại sao tôi là người giữ tấm ảnh là tôi mà cô ấy lại có một bản khác."

"Hai cô đã bắt lại liên lạc với nhau bằng cách nào?"

"Tôi cũng không nhớ. Tôi không biết cô ấy làm sao mà tìm ra địa chỉ nhà tôi nữa. Xa nhau lâu quá rồi,"—tôi nhìn ông Lãng, nói giọng như khẩn cầu—"Tại sao tôi thấy Mạch đứng trong tấm hình mà ông lại không thấy? Ông có thể giải thích cho tôi không?"

"Cô nhìn lại hình một lần nữa đi. Cô vẫn thấy Mạch trong đó chứ?

"Mạch vẫn đứng đó!"—tôi nhìn tấm hình thật kỹ, quả quyết nói, nhưng đã muốn bật khóc.

"Tôi có một giả thuyết"—ông Lãng ngả người ra lưng ghế, hai mắt nhắm hờ lại, ra chiều suy nghĩ lung lắm— Tôi nghĩ việc cô nhìn cái cây ra một người như Mạch là một hiện tượng được biết đến qua cái tên *pareidolia.* Đó là hiện tượng nhìn một hình thù nào đó trong những tấm ảnh hay trong thiên nhiên thành một vật khác, hay một người, như trong trường hợp của cô."

"Trường hợp của tôi? Nếu vậy thì tại sao đó không là trường hợp của ông, khi ông nhìn một người trong hình thành ra một cái cây kia chứ?"

"Tôi nghĩ là hình ảnh của Thanh đã gợi cho cô hình ảnh của Mạch. Mạch là một ám ảnh của cô. Và sự ám ảnh đó đã thể hiện qua cảm nhận của cô trong tấm hình này."

"Phi lý quá!"—tôi đưa hai tay ôm lấy mặt, không muốn nghe, không muốn thấy, không muốn nghĩ gì nữa. Ông Lãng cũng ngưng nói. Buổi sáng bắt đầu mất đi mùi thơm nồng ban đầu. Tiếng chim ngoài kia dường như cũng không còn tíu tít như lúc bình minh nữa. Sau một hồi im lặng khá lâu, tôi bỏ hai tay ra khỏi mặt.

Ông Lãng không còn ngồi ở đó nữa. Tôi nhìn xuống bàn. Hai tách trà sao bây giờ vẫn còn đầy. Tôi nhớ là mình có rót thêm trà lần nào nữa đâu. Tấm hình nằm chơ vơ trên bàn.

Tôi ngó kỹ lần nữa. Giờ đây, đúng như ông Lãng nói, trong hình chỉ có Thanh và tôi đứng bên nhau, cạnh một cái cây, không rõ là cây gì...

VƯỜN XƯA AI GHÉ

Dạo này không hiểu sao hắn lại thấy người chết nhiều hơn là người sống. Chẳng hạn như hôm trước, hắn gặp ba hắn trong một hoàn cảnh chẳng vui chút nào, còn kinh hoàng là đằng khác. Hắn thấy mình đang ở trong nhà ông ngoại, không biết vì sao mà hắn phải cố trốn thoát ra khỏi nhà. Hắn chạy thục mạng về phía cánh cổng trước khoảng sân rộng trước nhà, theo sau là ba đuổi hắn sát nút. Ngặt một nỗi, cánh cổng đã bị khoá lại. Hắn đã cầm sẵn chìa khoá, định nhào đến cổng là phải mở khoá cho lẹ, không thôi ba sẽ túm hắn lại. Nhưng đã mấy lần mà hắn vẫn chưa làm được chuyện đó. Cứ mỗi lần hắn sắp sửa tra chìa khoá vào ổ, ba hắn lại trờ tới ngay đằng sau, khiến hắn lại vùng ra chạy tiếp. Cứ vậy, hai cha con chạy vòng vòng đuổi nhau trong khu vườn rộng lớn của ông ngoại. Hắn vẫn chưa hiểu tại sao ba lại muốn bắt hắn lại, không cho hắn thoát khỏi ngôi nhà đầy kỷ niệm đó.

Chuyện chưa đi tới đâu thì hắn lại thấy mình trở về căn nhà của Thành nằm bên cạnh quán cà-phê của gia đình Thành, đối diện rạp xi-nê Quốc Tuấn. Hắn bước vào, gặp ngay vợ chồng chị Thảo. Lạ lùng là chị vẫn trẻ đẹp như lần cuối hắn gặp chị cách đây gần bốn mươi năm, còn anh Chương chồng chị thì già khọm đi, rõ ràng ra một ông lão, nhìn thật ái ngại. Nói vài câu chào hỏi xong, hắn chợt gục vào lòng chị Thảo khóc nức nở, khóc như chưa bao giờ được khóc ngon lành như vậy. Chắc là vì hắn nhìn chị mà nhớ đến Thành. Rồi hắn thấy chị Hạ từ dưới bếp đi lên, cười với hắn. Chị Hạ cũng chẳng thay đổi bao nhiêu. Hắn nhìn là nhận ra chị ngay. Mấy chị em ngồi nói chuyện với nhau, nhắc tới vợ chồng chị Phượng. Hai chị cho biết là chị Phượng không còn ở chung trong căn nhà này nữa, nhưng nhà mới của chị cũng cách đây không xa.

Rồi cuối cùng hắn gặp Thành. Điều đầu tiên mà hắn để ý là Thành đang nắm một xấp tiền dầy cộm trong tay. Hắn chợt bật ra câu hỏi, *"Dạo này mày làm gì mà có vẻ khá vậy?"* Thành cười cười, *"Không làm gì hết!"* Hắn cau mày, nghĩ trong bụng, thằng này chứng nào vẫn tật nấy, không lo làm ăn gì cả, không biết kiếm tiền ở đâu ra mà xài, lại làm gì bậy bạ cũng nên. Rồi hắn và Thành lại gặp thêm một hai đứa bạn nào nữa, chính xác là mấy đứa hắn cũng không nhờ nổi. Chỉ biết là hắn chợt nhớ ra là Thành đã chết được gần hai năm rồi.

Quên nói rõ là hắn gặp ba hắn và Thành trong chiêm bao. Hai cuộc gặp gỡ diễn ra trong cùng một giấc mơ, kế tiếp nhau. Bây giờ nghĩ lại, hắn cho rằng như vậy cũng có lý. Vì sau khi hắn vượt biên qua Mỹ, ba hắn còn ở lại Việt Nam đến sáu năm trời. Trong thời gian đó, Thành hay tới chơi với ông, y như là hai người bạn. Có lẽ Thành nhìn ba hắn thì thấy cũng như là hắn vậy. Lúc má hắn mất, Thành là người ôm tấm ảnh của má đi trong tang lễ, như thay thế hắn đã mang tội bất hiếu không có mặt hôm đó. Cái ơn này của Thành, hắn mang mãi trong lòng, chắc phải đợi tới kiếp sau mới mong trả được.

Nói chuyện chiêm bao hay lúc tỉnh thức thì hắn thấy cũng không khác nhau là mấy. Một ngày của hắn từ sáng tới tối, từ đêm khuya đến sáng rỡ, tất cả như một mảng thời gian vô cùng liền lạc, không có sự phân chia gì rõ rệt. Hai mắt mở ra hay nhắm lại, đi, đứng, ngồi, nằm cũng chẳng có gì phải tách bạch cho mệt trí. Thế giới trong những giấc chiêm bao của hắn thường là thế giới trong thời thơ ấu hay thuở thanh niên của hắn ở quê nhà, trong thành phố biển ngày xưa. Nhiều lúc hắn đứng bên bờ biển ở đây, nhớ đến thành phố của mình, thấy chới với trong ý nghĩ rằng hai nơi cùng giáp với Thái Bình Dương, mà sao xa xôi quá đỗi. Nếu hắn nhảy xuống biển, lội miết, lội miết về hướng đông, thì không biết khi nào mới đến bến bờ bên đó.

Hắn yêu nơi chốn này mà hắn đã chọn làm chỗ trú ngụ cuối cùng. Một hòn đảo nằm chơi vơi giữa đại dương. Chung quanh là biển, một bên là núi, ở giữa là không gian bát ngát, xanh rờn với đủ loại thảo mộc của miền ôn đới. Hắn chọn một căn nhà nhỏ nằm lẻ loi giữa một vùng đất bạt ngàn, cuốc bộ tới nhà hàng xóm gần nhất cũng phải mất tới mười lăm phút. Đi vô phố thì gấp đôi thời gian đó. Hắn nghĩ chắc có ngày mình chết trong nhà thì không biết bao giờ người ta mới khám phá ra, cũng có thể là mấy năm trời sau mới biết được.

Phần lớn thời gian hắn dùng để đọc sách và làm vườn. Mấy chục cuốn sách quý nhất đem theo tới đây, hắn đều đã đọc hết nhẵn. Rồi hắn đọc chúng lại từ đầu, chưa bao giờ thấy chán. Mỗi lần đọc lại những chữ, những câu quen thuộc trên các trang giấy đã ngả vàng, hắn đều thấy những ý tưởng mới lạ, những hình ảnh không quen, những tâm sự mờ khuất của người viết mà hắn không cảm được trong những lần đọc trước. Lần nào hắn cũng mở một cuốn sách ra với tâm trạng háo hức như lần đầu.

Hắn không còn mua sách mới để đọc nữa. Ở tiệm sách nhỏ trong phố, hắn chỉ tìm loại sách dạy làm vườn. Còn tiểu thuyết, kịch, thơ hay truyện ngắn của các tác giả trẻ đương thời, hắn không sao nuốt nổi. Văn chương, tư tưởng của họ như từ một tinh cầu xa xôi nào lạc loài tới đây. Hay chính hắn mới là kẻ lạc loài cũng không biết chừng. Ngôn ngữ của họ dùng hết sức táo bạo, nhiều chữ dường như không còn mang những nghĩa thông thường nữa, và cách họ kết hợp chữ này với chữ kia cũng có tính sáng tạo một cách đầy thách thức.

Sách làm vườn thì còn giúp hắn chọn trồng các loại cây nào đơm bông theo mùa nào. Hắn cẩn thận nghiên cứu, mua đúng loại cây, trồng theo đúng cách, chăm sóc ra sao để mùa nào khu vườn quanh nhà hắn cũng không có hoa này thì cũng có hoa khác. Nghĩa là lúc nào hắn bước ra vườn cũng có thể thấy mùa xuân hay ít nhất cũng là mùa hè hay mùa thu. Còn mùa đông ở đây thì chỉ như là mùa thu mà lạnh hơn một chút. Vậy thôi.

Ở gần hàng rào ngoài ngõ, hắn sắm một cái xích đu nhỏ, đặt dưới tàng cây ngọc lan. Lúc hoa nở, hắn thích ngồi trên đu, hít hà mùi thơm nồng của loài hoa trắng kiêu sa mà thầm lặng đó. Người ta bảo trồng cây ngọc lan hay có ma. Hắn chỉ cười một mình khi nhớ tới chuyện đó. ngọc lan hay không ngọc lan, hắn vẫn chẳng thường thấy ma là gì.

Nhắc tới ma, chỉ mới vài hôm trước thôi, hắn lại gặp thêm một người... à không... một hồn ma nữa. Chẳng là đêm hôm ấy, một đêm rằm trăng sáng vằng vặc, hắn không sao ngủ được. Không biết đó là vì trăng quá sáng hay vì ban ngày hắn uống tới bốn ly cà-phê đậm đặc. Cũng có thể vì cả hai. Nằm trằn trọc, trăn trở một lúc, hắn chợt nghĩ, ủa tại sao mình phải đánh lừa mình làm chi vậy nhỉ. Không ngủ được là không ngủ được. Thì cứ ngồi dậy làm chuyện khác. Ai bảo ban ngày phải thức và ban đêm phải ngủ đâu. Vậy là hắn bật dậy, ngó qua cửa sổ, thấy đêm trăng sáng sao mà đẹp quá, ngủ thì cũng hoài.

Bất chợt, ánh mắt hắn dừng lại nơi cái xích đu dưới cây ngọc lan. Hình như có ai đang ngồi đu đưa trên đó. Hắn hồi hộp bước xuống giường, nhẹ nhàng đến mở cửa, bước ra ngoài, sợ làm kinh động người đang ngồi ngoài kia. Hắn đi càng tới gần, người đó cũng chẳng có vẻ gì là giật mình hay sợ hãi. Mà hắn cũng chẳng thấy sợ là gì. Người ngồi trên xích đu, thật ra là một tinh thể trong suốt có hình dạng người, nổi bật trong đêm trăng sáng, đủ cho hắn nhận ra là ai.

"Dì Minh!"—hắn kinh ngạc thốt lên—"Sao dì biết cháu ở đây mà đến vậy?"

Dì Minh mỉm cười, nụ cười chúm chím quen thuộc của hơn năm mươi năm trước mà hắn vẫn chưa quên. Có điều lạ là dì vẫn còn như đúng ba mươi hai tuổi giống ngày xưa, còn hắn thì bây giờ đã gấp đôi tuổi dì rồi. Hắn nghĩ mãi mà vẫn chưa hiểu tại sao lại có chuyện kỳ cục như vậy.

Dì Minh ngó hắn thật lâu rồi mới cất tiếng:

"Cháu trông vẫn như ngày nào. Nếu đi ngoài đường tình cờ gặp, chắc dì vẫn nhận ra cháu ngay."

Hắn nghĩ thầm, dì cũng vậy, ngó y như lúc trước khi dì chết, vẫn mang cái bụng bầu, bây giờ trông lớn hơn hồi trước nhiều. Hắn nhớ lại một hôm, vừa bước vào ngôi nhà ngang trong nhà ông ngoại, hắn thấy má và dì Minh đang đứng nói chuyện gần cái bàn ăn. Dì bèn lẹn vén áo lên, để lộ cái bụng lúp lúp. Má đưa tay xoa xoa lên bụng dì, cười vui rồi nói:

"Vậy là sắp có một đứa nữa há!"

Nhưng ít lâu sau thì dì Minh mất, trong một tai nạn thảm khốc mà hắn không đủ can đảm kể lại. Mà dẫu có viết ra nhất định cũng sẽ bị kiểm duyệt. Vì vậy mà tới giờ dì vẫn còn mang bầu, không biết bao giờ mới sinh, hắn thầm thắc mắc như vậy. Hắn nhìn dì Minh thật kỹ. Nét mặt dì thật thản nhiên, không tỏ một cảm xúc nào hắn có thể đọc được. Chợt nhớ ra một điều, hắn hấp tấp hỏi:

"Lâu nay dì có gặp dượng, ông ngoại, bà ngoại hay ba má cháu không?"

"Không dễ gì ai gặp ai đâu cháu à,"—dì Minh lắc đầu— "Dì chỉ gặp được bà ngoại thôi."

"Rồi bà ngoại nói gì với dì?"—hắn nôn nóng hỏi.

Dì Minh chậm rãi kể:

"Dì mừng quá, kêu lên, *Má, má. Con nè má!*' Nhưng ngay lúc đó, có một hồn ma trông rất dữ dằn chạy lại, nạt dì, *Không được kêu má con tên tuổi gì hết. Ở đây ai cũng phải gọi nhau là 'hồn' và xưng là 'tôi', nghe chưa?*' Bà ngoại không trả lời gì hết, bà chỉ ngó dì rồi bước đi thật nhanh. Dì muốn khóc quá nhưng lúc đó mới biết làm gì còn nước mắt để khóc với lóc nữa."

Hắn ngẩn người đứng nghe, cũng muốn khóc theo dì, vì ít nhất hắn biết mình cũng còn nước mắt. Dì Minh nói, giọng đều đều:

"Ngay cả bây giờ muốn gặp ai cũng không phải hoàn toàn theo ý dì. Dì chỉ gặp được cháu thôi, không hiểu vì sao. Dì muốn tìm thăm em Khanh lắm, xem nó sống ra sao, mà không gặp được. Vì vậy dì nhờ cháu nhắn lại với nó là dì hỏi thăm nó, nói là dì thương nó lắm."

"Dạ,"—hắn gượng cười đáp—"Cháu sẽ cố gắng. Cháu ở miền tây, Khanh ở miền đông, cách xa nhau ngàn dặm. Cháu không dùng bất cứ phương tiện liên lạc nào nên cũng chưa biết phải làm sao nữa."

Ngó qua hướng núi, hắn mới biết là mặt trăng vừa chìm khuất phía sau khối đá sừng sững, im lìm đó. Đêm trở nên đen thẫm, mịt mùng. Hắn quay lại phía xích đu thì thấy dì Minh đã đi đâu mất. Có thể dì đã chào từ biệt mà hắn không để ý.

Sáng hôm sau, hắn thức dậy sau giấc ngủ ngắn ngủi nhưng cũng thật say nồng vào cuối đêm. Hôm nay mình phải đi gặp vài người sống, chứ cái điệu này thì... Nghĩ vậy, hắn mặc quần áo vào và đi về hướng phố. Khi đi ngang nhà người hàng xóm, hắn thấy cô ta đang lúi húi cắt những nhánh hoa hồng trước nhà. Nhác thấy hắn, cô ta nói giọng reo vui:

"A, lâu rồi mới thấy ông Thục! Ông khoẻ luôn há?"

Hắn gật gù, đưa tay vẫy vẫy thay thế cho một câu trả lời. Buổi sáng hôm đó trời thật đẹp. Đất xông lên một mùi thơm quen thuộc. Nắng chói loà và cây cối dường như chưa bao giờ xanh tươi hơn thế. Hắn tiếp tục lầm lũi đi trên con đường đất màu đỏ nhạt. Cuối cùng rồi hắn cũng tới phố. Hắn thở phào khoan khoái khi thấy lại thế giới của những người sống, kẻ đi qua, người đi lại. Thỉnh thoảng, hắn gật đầu chào một người đang cười với hắn. Vài chiếc xe chạy vụt qua, nhắc hắn rằng người ta còn có những phương tiện khác để đi tới đi lui nữa.

Băng qua đường, hắn bước vào quán cà-phê duy nhất ở phố. Quán giờ này vắng teo, chỉ có mình hắn là khách. Cô chủ quán tên Solange, tươi tắn chào hắn:

"Chào ông Thục! Ba *shots esspresso* như mọi lần nhé?"

"Hôm nay cô cho tôi bốn *shots* đi, với lại một cái bánh *croissant* nữa."

"Nặng đô há. Ông có bị mất ngủ không đó?"—Solange vừa gật gù vừa vặn cái máy pha cà-phê kêu xè xè.

Vài người khách bước vào, vẫy tay chào hắn. Hắn chào đáp trả. Ở hòn đảo nhỏ này, không biết ai mới là điều lạ. Lắm lúc mọi người không cần chào nhau nữa. Ai mà lại đi chào người ở chung nhà, đi ra đi vào lúc nào cũng thấy nhau, chán chết.

Hắn hăm hở đón nhận tách cà-phê thơm phức và cái bánh còn nóng hôi hổi từ đôi tay nhỏ nhắn của cô chủ quán. Bữa ăn sáng làm hắn tỉnh cả người. Hắn nghe như máu nóng chạy rần rật khắp cơ thể, lên cả đầu, cả mặt. Hai má hắn chắc đang đỏ bừng, ấm áp. Solange đi ngang chỗ hắn ngồi, nói với hắn:

"Bây giờ trông ông có thần sắc lại rồi đó."

"Thật vậy sao?"—hắn ngạc nhiên hỏi.

"Hồi nãy ông mới bước vào, mặt ông tái xanh, giống như từ thế giới nào trở về vậy."

Bước ra khỏi quán, hắn ghé vào ngôi chợ nhỏ, mua một ít thực phẩm cho mấy tuần tới, rồi lững thững quay về. Đoạn đường về nhà hình như dài hơn lúc hắn đi. Có lẽ vì nắng đã chói chang hơn, và cái *croissant* làm hắn nặng nề hơn một chút chăng. Nhà cô hàng xóm trông như một con rắn nằm ngái ngủ dưới ánh nắng, không biết cô đang làm gì trong nhà. Hắn mừng thầm vì khỏi phải chào cô một lần nữa.

Mấy đêm tiếp liền đó, hắn cứ ngủ chập chờn. Chốc chốc lại mở bừng mắt ra, chồm dậy ngó qua cửa sổ xem có thấy dì Minh ngồi ngoài xích đu không. Đến vài ngày sau hắn mới vỡ lẽ ra là chắc dì chỉ thích đến lúc trời sáng trăng. Hắn bắt đầu ngủ nhiều hơn, tự nhủ cũng còn khá lâu nữa mới tới đêm rằm trở lại.

Từ lâu, hắn không còn dùng lịch nữa. Mặt trời là dấu hiệu một ngày mới, và mặt trăng giúp hắn tính tháng. Còn năm nào thì cũng như năm nào, hắn thấy không cần nhớ nữa. Năm càng mau hết thì mình càng mau chết thôi chứ có hay ho gì, hắn tự nói với mình như vậy.

Chưa bao giờ hắn chịu khó ngóng con trăng đến thế. Đêm đêm, hắn nhìn lên bầu trời đen huyền hoặc, bắt đầu từ lúc không có trăng, cho đến lúc trăng lưỡi liềm e ấp hiện ra. Hắn mừng còn hơn là gặp lại người yêu cũ. Và rồi hắn lại mất ngủ, cứ trông cho đến lúc trăng tròn vành vạnh, hy vọng được gặp lại dì Minh. Chẳng biết lần trước dì có giận hắn không, vì hắn không có một lời hứa nào rõ ràng về việc nhắn với Khanh giùm dì. Chứ lẽ nào dì đi mà không chào hắn một lời.

Đêm rằm lại đến, hai con mắt hắn ráo hoảnh, chẳng thấy buồn ngủ chút nào. Thậm chí hắn còn không vào giường, lỡ ngủ quên thì không được gặp dì Minh. Hắn mở toang cửa trước, bắc cái ghế, ngồi nhìn thẳng ra ngoài cổng, chỗ có cây ngọc lan và chiếc xích đu. Cứ vậy mà chờ.

Nhưng hình như hắn có ngủ gật, thiếp đi một chút. Vì lúc hắn chợt giật mình, mở choàng mắt ra, thì trăng đã sáng lắm rồi. Hắn nhìn ngay ra ngoài, quả nhiên thấy chiếc xích đu đang đong đưa theo một bóng hình mờ mờ trên đó. Hắn nhổm dậy, đi thật nhanh về hướng cổng. Đến gần gốc cây ngọc lan, hắn xúc động lên tiếng:

"Dì Minh!"

Nhưng hắn chợt khựng lại một chút, vì vừa nhận ra cái khối trong suốt đó không phải là dì Minh, nó nhỏ hơn nhiều, trông như một đứa bé. "Khối trong suốt nhỏ" đó trả lời, đúng là với giọng con nít:

"Em đây mà, anh Thục!"

"Em..., em... là ai?—hắn gần như không thở.

"Em không có tên. Em là con của me em."

"Me em là dì Minh phải không?"—hắn nghe giọng mình run rẩy.

"Chắc me em là dì Minh của anh,"—đứa bé nói với giọng tự tin.

"Vậy me em đâu?"

"Me em siêu thoát rồi, anh ạ. Vì vậy mà em mới đến đây được để chào từ biệt anh, cho me em và cho chính em, theo lời me em dặn."

"Từ biệt? Em sắp đi đâu?"

"Đi đầu thai,"—giọng đứa bé có pha lẫn một chút vui, một chút náo nức—"Em đã chờ dịp này từ hơn năm mươi năm nay. Với lại em muốn hỏi anh câu này. Cõi người ta như thế nào hở anh?"

Hắn đã định thần lại đôi chút, bắt đầu hiểu ra sự việc. Hắn nhìn thẳng vào đứa bé, dịu dàng trả lời:

"Cõi người ta... cõi này... hở em? Cõi này ra sao là do chính mình tạo nên nó. Chúc mừng em sắp đến nơi đây. Em phải sống rồi mới tự tìm ra cho mình câu trả lời. Chỉ mong là em sẽ không mất quá lâu để được khai ngộ, không như anh..."

Hắn bỏ lửng câu nói, hỏi lại đứa bé:

"Còn cõi của em thì sao?"

"Cho đến gần đây, em vẫn ở trong bụng me em, nên chỉ biết đại khái là cõi âm của em, như cái tên của nó đã nói, là âm bản của cõi dương, cũng chỉ là một chỗ để đến và đi như cõi dương của anh vậy."

"Em ăn nói như một người lớn,"—hắn buột miệng khen.

"Lớn hay nhỏ chỉ là một khái niệm,"—đứa bé điềm nhiên nói—"Đó là điểm khác nhau căn bản của hai cõi. Anh sẽ đến cõi của em, rồi sẽ quay về lại cõi của anh. Cứ thế... cứ thế..."

Lần này, hắn thấy rõ ràng cái khối trong suốt, đứa em họ của hắn, từ từ bay lên cao, như một trái bong bóng hân hoan trở về với cội nguồn. Giọng đứa bé vẫn vang vọng nhẹ nhàng trong không trung, chìm khuất theo bóng hình mờ ảo, *"Cứ thế… cứ thế… cứ thế… cứ thế…"*

Bất giác, hắn ngoảnh lại nhìn dãy núi, kịp thấy được mảng vàng cuối cùng của mặt trăng vừa chìm xuống bên kia. Sương đêm xuống đã dày đặc lắm rồi. Hắn co ro quay vào nhà, ngã mình xuống mặt nệm êm ái. Chưa bao giờ hắn ngủ ngon lành như đêm đó.

ĐỐI XỨNG

Bà đọc lại mẩu giấy nhỏ nằm trên bàn có tuồng chữ nhìn rất quen thuộc của bà chuyên viên tâm lý, đang nằm trên bàn:

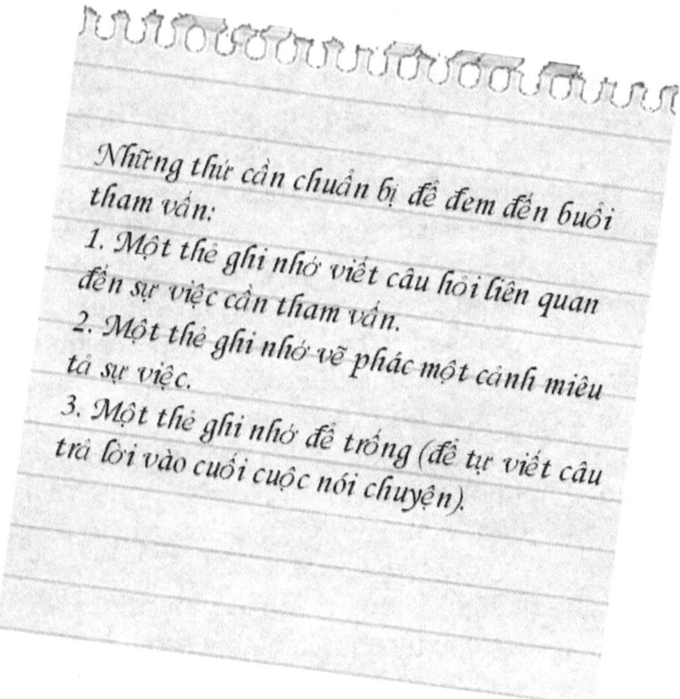

Vừa đưa ba tấm thẻ cho bà chuyên viên, bà vừa cười thầm trong bụng. Coi như bà đã và sẽ làm hết những gì mà một buổi tham vấn đòi hỏi rồi, thật ra có cần gì đến cuộc nói chuyện này đâu. Bà chuyên viên tâm lý đang ngồi trước mặt, im lặng và kiên nhẫn chờ đợi. Người đàn bà này có tất cả những nét bình thường của bao nhiêu người đàn bà khác. Bình thường đến mức tầm thường. Tầm thường đến mức mờ nhạt. Mờ nhạt đến mức trông bà ta giống một cái bóng hơn là một con người thật.

Điều đáng chú ý đối với bà hơn là văn phòng làm việc của bà chuyên viên tâm lý, không phải vì nó có nét gì khác lạ hay độc đáo, mà chính là vì nó giống văn phòng của bà một cách kỳ lạ. Văn phòng này cũng nằm ở tầng thứ năm của một toà nhà, toạ lạc ngay trong góc để có thể nhìn xuyên qua lớp kính trong suốt thấy hai phong cảnh khác nhau. Một bên là nhiều cao ốc trải dài ra từ gần đến xa, cái nọ che một phần cái kia, nổi bật trên một bức phông là dãy núi xa xa phủ đầy tuyết trắng. Bên kia là những cây thông xanh ngát, chập chùng như quyện lẫn vào nhau thành một tấm thảm đứng. Bên trong của văn phòng, cách bài trí không khác gì văn phòng của bà: vài tấm bằng tốt nghiệp treo trên một bức vách; vách bên kia có một bức tranh sơn dầu vẽ cảnh miền quê nước Ý và một cái gương hình chữ nhật treo ngang, viền gỗ vàng chạm trổ tinh vi. Ngay dưới cái gương là một chiếc sofa bằng da đối diện với một cái bàn gỗ nhỏ; kế bên sofa có một chiếc đèn chụp cao kiểu cổ điển, tất cả nằm trên một tấm thảm hình da beo. Cách bài trí làm cho người ta có cảm giác đây là một phòng khách ở nhà hơn là một văn phòng làm việc.

"Mời bà qua bên sofa để chúng ta bắt đầu nói chuyện,"—bà chuyên viên tâm lý nói.

Hai người đàn bà ngồi xuống trên sofa, giữ một khoảng cách vừa phải. Bà chuyên viên cầm trên tay ba chiếc thẻ ghi nhớ, nhìn thoáng vào chúng và rút ra một tấm đưa cho bà.

"Bà đọc câu hỏi đi,"—bà chuyên viên nói như ra lệnh.

Bà ngớ ra:

"Ủa, tôi tưởng câu hỏi là để bà đọc chứ ạ?"

"Bà đọc lớn câu hỏi đi,"—bà chuyên viên nhắc lại—"Bà cần nghe chính giọng của bà đặt vấn đề."

Bà khẽ cười mũi và hắng giọng đọc:

"Đó có phải là tình yêu không?"

Bà chuyên viên gật gù và đưa chiếc thẻ có bức tranh vẽ phác lên ngắm nghía. Nét vẽ thô cứng, vụng về của bà cho thấy một thanh niên, tay cầm một cái ly, đứng trong thang máy đang mở cửa.

"Bà nói thêm về bức vẽ này đi."

"Tôi vừa đi ăn trưa về, đứng chờ trước thang máy. Khi cửa mở, tôi thấy Julian đang đứng bên trong, tay cầm ly cà-phê, dợm bước ra. Khi tôi bước vào trong thang máy, Julian bảo là cậu ta mua cà-phê mang lên cho tôi nhưng thấy văn phòng tôi đóng cửa nên chờ một hồi lâu rồi đành đi xuống. Chúng tôi cùng đi trở lên văn phòng của tôi. Cả hai ngồi nói chuyện một lúc. Tôi cám ơn Julian lúc cậu ta từ giã ra về. Tôi nhìn ly cà-phê, thấy trên đó người pha cà-phê ghi bằng nét chữ nguệch ngoạc 'Bà', chắc là theo yêu cầu của Julian."

"Bà có nghĩ rằng sự việc này chính là nguyên nhân của tất cả sự việc mà bà muốn thảo luận với tôi không?"

Bà bối rối đan các ngón tay vào nhau:

"Lúc ngồi suy nghĩ phải vẽ cái gì, tự dưng hình ảnh này loé lên trong đầu tôi nên tôi vẽ lại như thế. Thật ra, tôi nghĩ điều đánh động mạnh hơn vào cảm xúc của tôi là một mẩu điện thư Julian gởi cho tôi ít lâu sau đó. Đây là copy của mẫu điện thư mà tôi chụp lại cho bà xem."

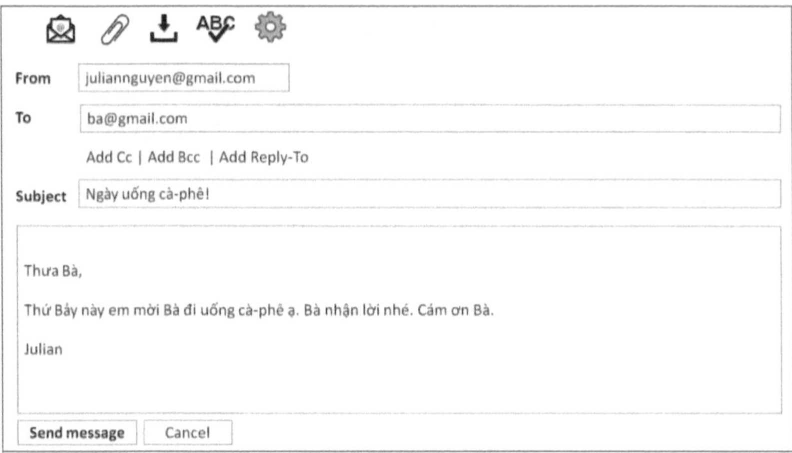

Bà chuyên viên vừa nheo mắt đọc bức điện thư, vừa hỏi:

"Bà quen cậu này ra sao mà đã thấy thân thiết trong giai đoạn này vậy? Mua cà-phê, viết điện thư cho bà, mời bà đi uống cà-phê nữa."

"Julian làm về điện toán trong công ty của tôi, ở tầng ba. Cậu ta thường lên tầng năm mỗi lần cả công ty họp. Chúng tôi tình cờ ngồi gần nhau vài lần trong phòng họp rồi dần dà trở thành quen biết."

"Bà nhận thấy ngôn ngữ của cậu này trong điện thư như thế nào?"

"Hồn nhiên, tự tin, nhưng lễ phép."

"Vì sao bà thấy xúc động khi đọc mẫu thư này?"

"Tôi tự đặt câu hỏi: Tại sao cuối tuần cậu ta không dành thì giờ để đi chơi với bạn bè hay bồ bịch mà lại muốn đi uống cà-phê với tôi?"

"Rồi bà có tự trả lời câu hỏi đó không?"

"Tôi nghĩ, chắc là cậu ta có cảm tình đặc biệt với mình, một người..."

"... đáng tuổi mẹ của cậu ấy, phải không?"—Bà chuyên viên không giấu được vẻ hóm hỉnh trên mặt.

"Tôi bắt đầu ôn lại những gì Julian nói hay làm từ những lần gặp gỡ trước, và tạm kết luận là cậu ta có một cảm tình nào đó vượt qua khỏi giới hạn thông thường giữa hai người đồng nghiệp vong niên."

Bằng một giọng đều đều, bà tiếp tục kể cho bà chuyên viên nghe về lần đi uống cà-phê đầu tiên giữa bà với Julian. Hôm ấy, bà ăn mặc cẩn thận, chải chuốt hơn thường ngày, mặc dầu bình thường bà vẫn có tiếng là ăn mặc hết sức chăm chút. Lúc lái xe trên xa lộ để đến chỗ hẹn, bà bỗng như chìm vào một cơn mê nhè nhẹ. Trong cơn mê đó, bà cảm thấy như Julian đã trở thành người yêu của mình. Người yêu! Bà nói to lên trong xe và tự cười lớn một mình. Ừ, cho là cậu ta có là người yêu của ta đi nữa thì lần này chắc ta sẽ không bao giờ đau khổ vì tình yêu như ba mươi mấy năm về trước. Bởi vì ta sẽ chẳng bao giờ muốn chiếm hữu Julian cả. Cho nên sẽ chẳng bao giờ ta đau khổ vì mất một điều gì chưa hề có. Tình yêu lần này, nếu xảy ra, sẽ hoàn toàn thoát ra khỏi vòng chiếm hữu hay xác thịt. Nó sẽ là một chút trang điểm thật nhẹ nhàng, thanh thoát cho mỗi ngày của bà. Nó sẽ là một điều bà không bao giờ sợ mất. Bà đến với buổi hẹn hò trong một tâm trạng vô cùng tự tin và phấn chấn. Tỉnh táo nữa. Không còn mê muội như thuở còn con gái mới lớn, vụng về và dại khờ ngày trước. Buổi gặp gỡ thật êm đềm, đáng nhớ. Quán để nhạc hòa tấu bán cổ điển. Không khí là của một thế giới phi thời gian, tách biệt với bên ngoài. Hai người nói với nhau những điều vu vơ, không quan trọng. Cà-phê hôm ấy, đối với bà, ngon một cách lạ thường.

"Từ đó đến giờ đã là bao lâu rồi?"—tiếng bà chuyên viên ngắt lời làm cho bà giật mình vùng ra khỏi miền ký ức.

"Tám năm rồi, bà ạ. Gần cả một thập kỷ. Đây là thập kỷ qua nhanh nhất trong cuộc đời tôi. Tóc tôi bạc đi thật nhanh, không hiểu vì đau khổ hay vì đã đến lúc tóc phải bạc như vậy."

"Tám năm nhìn lại, bà đã có thể trả lời câu hỏi của chính bà hay chưa? *Đó có phải là tình yêu không?*"

Bà đưa tay đón lấy cái thẻ ghi nhớ còn để trống mà bà chuyên viên chìa ra, ghi vội vài hàng chữ, không một chút đắn đo. "*Điều mà tôi gọi là tình yêu chính là kết quả của sự diễn dịch của riêng tôi đối với một thực tế mở rộng cho bất cứ một sự diễn dịch nào khả dĩ. Tôi cho rằng thực tế đó là biểu hiện của một tình yêu, và háo hức đáp lại bằng tình yêu của chính mình.*"

Bà để tờ giấy lại trên chiếc bàn trước mặt cái sofa, vội vã đi ra khỏi phòng, quên cả chào bà chuyên viên. Bà đi thật nhanh qua cánh cửa đang mở rộng, như muốn chạy trốn tất cả những gì đã xảy ra tám năm về trước.

....

Lần gặp gỡ này cũng bắt đầu với ba tấm thẻ ghi nhớ được bà chuẩn bị theo như lời hướng dẫn ban đầu của bà chuyên viên tâm lý. Hôm nay, người đàn bà này trông rõ ràng hơn lần trước một chút. Toàn cảnh văn phòng của bà ta, dãy cao ốc, đỉnh núi phủ tuyết và những rặng thông chợt chập chờn trở thành một bối cảnh mờ nhạt, khiến nổi bật lên người đàn bà đang ngồi trước mặt bà. Cũng lạ, bà ta mặc một bộ đồ màu hồng phấn y như màu của bộ đồ bà đang mặc. Điều đáng chú ý là chỉ bộ quần áo mới nổi hẳn lên, còn gương mặt của bà ta vẫn mờ nhạt như lần đầu tiên hai người gặp nhau. Mờ nhạt tới nỗi nó làm cho bà có một cảm giác gờn gợn sợ vì tựa như bà đang nhìn một người đàn bà không có đầu. Tuy vậy, bà cảm thấy thoải mái hơn với bà chuyên viên so với lần đầu tiên. Bà chợt cảm thấy một chút gần gũi người đàn bà ăn nói có phần lạnh lùng này.

Không chờ được yêu cầu, bà khẽ nâng tấm thẻ đầu tiên lên và đọc lớn câu hỏi của chính mình: *"Trực diện với thực tế có phải là cách hay nhất để quên đi một tình yêu không?"*

Bà chuyên viên đỡ lấy tấm thẻ từ tay bà, nhẩm đọc lại câu hỏi một lần nữa, rồi trầm ngâm hỏi:

"Bà bắt đầu muốn quên tình yêu đó từ lúc nào?"

"Phải một thời gian dài sau đó. Ban đầu, tôi lao vào cảm xúc hừng hực của tình yêu đang mỗi ngày càng gia tăng trong tôi. Tôi nghiệm ra rằng trái tim tôi chỉ ngủ quên trong bao nhiêu năm qua, chứ nó chẳng bao giờ quên yêu là gì cả. Tình yêu đó cũng mới mẻ, tinh khôi không kém gì tình yêu của tôi thời con gái, như tình yêu đầu đời của bất cứ ai vậy. Tất cả những cảm xúc về tình yêu trong tôi rộn ràng sống dậy như chưa bao giờ từng chết đi. Đây, giai đoạn đó có thể tóm tắt qua bức vẽ này."

Bà chuyên viên nhìn thật lâu bức vẽ hai người ngồi đối diện nhau với hai tách cà-phê trên bàn.

Lâu thật lâu, cuối cùng bà ta mới buông ra một câu bình phẩm:

"Bà nhìn quá trẻ trong bức vẽ này."

"Tôi cố ý vẽ như vậy đó. Ngồi với Julian, tôi thấy mình như chưa bao giờ lớn lên cả. Có lẽ vì ngày xưa tôi chưa hề toại nguyện với tình yêu. Đi song song với người đàn bà đang mỗi ngày một già đi là tôi, vẫn có một thiếu nữ mãi

mãi còn thanh xuân, luôn luôn khao khát tình yêu. Trái tim của cô ta hồ như muôn đời vẫn tươi mát. Nó chỉ tạm thời bị đông đá trong một thời gian dài vừa qua. Julian, rất đỗi vô tình, đã làm cho trái tim đó rã băng ra, nồng cháy trở lại như bao giờ."

"Bà có nghĩ rằng cậu ấy biết bà yêu mình hay không?"

"Julian vẫn thường nói với tôi là cậu ta thấy qua tôi hình ảnh người mẹ đã ruồng bỏ cậu. Tôi hỏi han rất ân cần về chuyện gia đình và nhiều chuyện cá nhân khác của cậu ta. Tôi nghĩ rằng cậu ta chỉ thấy là tôi có một cảm tình hết sức đặc biệt với cậu mà thôi. Tôi chưa bao giờ nói một lời nào suồng sã hay có ý ám chỉ này nọ gì với cậu ta cả. Trong giai đoạn thứ hai này, tôi liên tiếp mời Julian đi uống cà-phê với mình, hết lần này đến lần khác, với một ý nghĩ tuyệt vọng là chỉ để được gặp mặt và nói chuyện với cậu ta mà thôi. Lần nào cũng vậy, mỗi khi ra về, tôi đều mang một cảm giác ê chề lẫn hối hận. Mỗi lần như vậy, tôi đều thề thốt với chính mình là sẽ không có lần sau nào nữa. Vậy mà vẫn có một lần sau. Rồi một lần sau, một lần sau nữa. Tổng cộng, chỉ trong vòng mấy tháng mà tôi đã đi uống cà-phê với cậu ta không dưới mười lần."

"Rồi từ lúc nào bà quyết định phải quên tình yêu đó đi?"

"Từ lâu tôi vẫn nghe phong thanh là Julian đã có bạn gái. Tuy vậy, tôi chẳng bao giờ thấy cậu ta đi với cô nào cả. Hơn nữa, toi thấy giờ giấc của cậu ta rất rộng rãi, không phải loại giờ giấc của một chàng trai đang vướng víu vào chuyện ái tình. Hầu như ngày giờ nào tôi rủ cậu ta đi uống cà-phê, cậu ta cũng sẵn sàng. Lúc ngồi với tôi, cậu ta không bao giờ nhận một cú điện thoại nào của ai, cũng như không thấy ai nhắn tin để cậu ta phải bận bịu trả lời. Một hôm, đi uống cà-phê với Julian về, tôi nảy ra ý muốn cậu ta đưa tôi về xem căn chung cư của cậu đang ở. Tôi rất tò mò muốn bước vào thế giới riêng tư của người con trai mới lớn này. Julian chìu tôi, đưa tôi vào xem căn phòng studio giản dị của cậu ta. Tôi bước vào, cảm động nhìn chiếc giường nhỏ nằm giữa phòng còn tấm chăn đêm qua chưa xếp lại. Trên chiếc bàn bên cạnh có một vài món mà tôi nghĩ là của một người con gái nào đó để lại chứ không phải đồ của đàn ông con trai. Tuy vậy, không hiểu sao lúc đó tôi không mảy may thắc mắc về điều này. Julian chỉ cho tôi xem tấm thiệp Giáng Sinh dán trên tường mà tôi đã tặng cho cậu ta năm ngoái. Tôi thoáng xúc động, nhìn Julian không biết nói gì."

Bà ngừng lại một chút, khịt khịt mũi, ý chừng để ngăn không cho một giọt nước mắt nào đang chực rơi xuống, rồi kể tiếp:

"Một buổi chiều, tôi ghé vào khu thương xá nhỏ, nơi có tiệm cà-phê Julian và tôi thường lui tới, để vào một tiệm bánh gần đó mua một ít bánh ngọt. Vừa đứng chờ mua bánh, tôi vừa miên man nhớ lại những lần Julian và tôi đến đây. Lúc tôi cầm gói bánh quay trở ra, trước mặt tôi là Julian đang vui vẻ dắt tay một cô gái từ bãi đậu xe tiến vào. Tôi như chết đứng tại chỗ. Julian thấy tôi, vội vàng dắt cô gái lại giới thiệu. Tôi tay bắt mặt mừng mà trong lòng tê tái. Chào cả hai ra về, tôi là một con zombie lái xe như bay trên xa lộ. Về đến nhà, tôi lên giường nằm trùm chăn kín mít. Tưởng tượng ra cảnh Julian và cô gái quần quại ngủ với nhau trên chiếc giường trong căn phòng mà tôi có lần được thấy, tự dưng tôi mếu máo và hai hàng nước mắt chảy dài."

Sau đó, tôi bắt đầu xoá bỏ tất cả những gì có dính líu tới Julian. Tôi bỏ hết các bức điện thư của cậu ta, những tấm hình cậu ta chụp chung với tôi còn giữ trong máy điện toán. Tôi xé nát mấy tấm thiệp cậu ta gởi cho tôi. Duy chỉ có một cái nút mà tôi không thể nào bấm được, đó là cái nút *delete* trong đầu tôi. Bởi vì, nói cho ngay, hình bóng của Julian chưa thể xoá được trong trí nhớ của tôi vào thời điểm đó.

"Những ngày sau đó, bà đối xử ra sao với Julian mỗi lần gặp mặt cậu ấy?"

"Không có gì thay đổi trong cách tôi nói chuyện với cậu ta cả. Tuy vậy, tôi cắn răng quyết định lấy độc trị độc. Tôi nhờ Julian mời cô bạn gái cùng đi uống cà-phê với cậu ta và tôi. Tôi muốn đối diện với người yêu của Julian, đối diện với thực tế, để nhớ lại mình là ai, để hiểu mối quan hệ giữa mình và Julian như thế nào. Một lần rồi thôi. Rồi sẽ không còn lần nào nữa."

Hình như bà chuyên viên muốn đưa tay ra cầm lấy tay bà, nhưng lại rụt tay lại. Bà ta hỏi bằng một giọng không kém xúc động:

"Bà thấy giải pháp đó có tác dụng gì không?"

"Mỗi ngày tôi dửng dưng ra thêm một chút. Sau lần đi chung với Julian và cô bạn gái, tôi không còn rủ cậu ta đi uống cà-phê nữa, tuy mỗi lần gặp nhau trong sở, chúng tôi vẫn nói chuyện bình thường. Lúc đó, Julian cũng bận bịu với nhiều công việc nên chúng tôi ít gặp nhau trong sở. Bẵng đi thật lâu, bỗng cậu ta lại mời tôi đi uống cà-phê. Lúc này, tôi cảm thấy trong lòng mình đã khá nguội lạnh nên nghĩ rằng mình có thể gặp cậu ta mà không sợ lung lay gì trong lòng nữa. Gặp lại Julian trong tiệm cũ, tôi thấy cậu ta khá thay đổi. Cậu ta nói về mình nhiều hơn trước, có vẻ bề ngoài hơn là một chàng thanh niên nghiêng về nội tâm như lúc đầu tôi mới biết. Lần đó là lần chót tôi gặp Julian. Sau đó cậu ta đổi qua làm ở một công ty khác. Hơn bốn năm nay tôi không còn tin tức gì về cậu ta nữa."

Bà vừa cầm tấm thẻ trống lên, vừa nói:

"Chắc bây giờ tôi có thể viết câu trả lời cho câu hỏi của tôi hôm nay rồi, phải không?"

Không đợi bà chuyên viên trả lời, bà nắn nót viết: *"Chỉ cần không có một thực tế mới nào để diễn dịch nữa thì tình yêu sẽ dần mất đi. Tuy nhiên, ký ức phải cần một thời gian nữa mới bị xoá nhoà hẳn."*

Bà rời khỏi văn phòng, không vội vã như lần trước. Bà còn nhớ chào bà chuyên viên trước khi về nữa. Bà chỉ không nghe thấy bà chuyên viên nói gì để đáp lại.

Hôm nay là buổi tham vấn cuối cùng. Bà hăm hở bước vào văn phòng quen thuộc, nơi bà chuyên viên tâm lý đang ngồi đợi bà. Vẫn với bối cảnh mờ nhạt của nhà cửa, núi non, cây cối và gian phòng như cũ, hôm nay bà chuyên viên hầu như hiện nguyên hình, nét nào ra nét đó. Bà ta lại mặc quần áo cùng màu với bà một lần nữa. Gương mặt của bà ta sống động hơn lúc nào hết. Bà có cảm tưởng nhìn bà chuyên viên như nhìn chính mình trong một chiếc gương.

Bà chuyên viên hôm nay bặt thiệp, vồn vã một cách khác thường. Bà vui vẻ bảo:

"Sao? Câu hỏi của bà hôm nay là gì?"

Bà dường như cũng vui lây với sự thay đổi bất ngờ của bà chuyên viên, cười đáp lại:

"Hôm nay là buổi cuối cùng, tôi muốn làm khác đi một chút. Tôi chỉ mang theo hai cái thẻ thôi. Tôi không viết sẵn câu hỏi nào hết mà chỉ có một bức vẽ nữa và sẽ viết một câu kết luận vào cuối buổi nói chuyện này."

Hình như đây là lần đầu tiên hai người đàn bà cười với nhau. Hai người gần như cùng cười một lúc và cùng có những biểu cảm khá giống nhau. Bà phấn khởi nói tiếp:

"Tuy vậy, tôi có một thắc mắc trực tiếp mà không biết bà có giúp tôi giải đáp được chăng. Đó là trong suốt tám năm nay, tôi hầu như chưa hề nằm mơ thấy Julian bao giờ cả, mặc dầu tôi rất muốn như vậy."

"Bà nói hầu như nghĩa là thế nào?"

"Có một lần duy nhất tôi nằm mơ thấy một người mà tôi cho là Julian, nhưng đó chỉ là một cái bóng đen nên tôi không chắc lắm. Ngược lại, có một người mà tôi không bao giờ muốn gặp mặt nữa thì tôi lại thấy trong mơ khá thường xuyên. Đó là người chồng cũ của tôi. Phải gọi đó là những cơn ác mộng thì đúng hơn. Trong những cơn ác mộng đó, tôi và người chồng cũ thường cãi nhau những trận tơi bời không khác chi hồi chúng tôi còn chung sống với nhau."

Bà nhìn thật lâu vào mắt bà chuyên viên:

"Tôi muốn hỏi bà, tại sao người tôi yêu thương nhất thì tôi không bao giờ được nằm mơ thấy; còn người tôi căm ghét nhất, tôi lại phải gặp hoài trong mộng?"

Bà chuyên viên cũng nhìn thẳng lại vào mặt bà:

"Tôi không được đào tạo chuyên môn về những giấc mơ nên không có một câu trả lời chính xác cho bà. Tuy nhiên, tôi có thể nói cho bà nghe những suy nghĩ của riêng tôi về hiện tượng này. Theo tôi thấy, chiêm bao ban đêm là hình ảnh đối xứng với đời sống ban ngày của chúng ta, chỉ khác một điều một bên là âm, một bên là dương. Đôi lúc, các giấc mơ là những gì đối nghịch với thực tại, nhưng cũng có khi chúng chỉ là thực tại nối dài. Những gì bà mong muốn có được mà không thể có, hay những gì bà muốn dứt bỏ mà không dứt được, nhiều giấc mơ có thể lặp lại y như thế. Tôi biết bà là người Công giáo, nhưng cho phép tôi được nhắc đến một câu nói của đức Phật trong trường hợp này, vì nó nói lên bản chất của những giấc mơ của bà. Những giấc mơ là phản ảnh cuộc sống ban ngày của bà, cũng như của rất nhiều người khác. Câu đó là *'Ái biệt ly, oán tăng hội, cầu bất đắc.'*"

Lần đầu tiên, bà chuyên viên nắm lấy tay bà. Bà để yên tay mình nằm trong tay bà ta, không rụt lại. Bà nghe như có một luồng điện truyền nhanh từ tay bà ta qua tay bà. Trong một khoảnh khắc, bà tưởng chừng như hai người đã nhập lại thành một. Giọng nói của bà chuyên viên tiếp tục cất lên, vừa gần vừa xa:

"Tám năm qua rồi, bây giờ cuộc sống của bà ra sao?"

Bà chìa ra tấm thẻ có bức tranh vẽ phác, dịu dàng nói:

"Tôi bây giờ như thế này đây!"

Trong khi bà chuyên viên săm soi bức vẽ, bà nói tiếp, giọng mơ màng:

"Có một ngày, trong giai đoạn tôi còn yêu tuyệt vọng, tôi đi chơi xa cùng với các con. Đi chung với cả nhà mà tôi như sống trong một cõi riêng. Tôi còn nhớ đó là một buổi chiều sắp tàn ở một tiệm ăn ở một thành phố nhỏ và hẻo lánh, cách xa chỗ tôi ở hằng trăm dặm. Nắng chiều bao trùm hết không gian. Cả một vùng đất trời nhuốm một màu vàng vọt, bệnh hoạn. Tôi thẫn thờ nhìn người ta qua lại, sinh hoạt, nói cười và bỗng dưng cảm thấy lợm giọng, buồn nôn và kinh hãi, thấy cả trần gian nhung nhúc những con người trần truồng, trơ trọi và nhàm chán. Tất cả chỉ vì thế giới này thiếu vắng tình yêu. Tất cả chỉ vì tôi không có Julian."

Bà chợt để tay lên vai bà chuyên viên, trìu mến nói:

"Nhưng bà đừng lo cho tôi. Đó chỉ là những cảm xúc đã chết rồi. Bây giờ cà-phê đối với tôi chỉ là màn độc ẩm. Nhưng thật ra, nghĩ cho cùng, những lúc ngồi với Julian tôi đã độc ẩm từ lâu rồi. Tôi nghĩ ai trong chúng ta cũng có một vài phương pháp để thí nghiệm xem mình có còn yêu một người nào đó không. Đối với tôi, cũng lạ là giữa tôi và Julian, mọi chuyện dường như bắt đầu từ một ly cà-phê, nhưng nó lại không phải là một niềm ám ảnh về tình yêu của tôi, như ai đó đã nói *Hương gây mùi nhớ, trà khan giọng tình.*"

Giọng bà càng lúc càng trở nên xa vắng hơn:

"Những thí nghiệm của tôi, tuy vậy, không phải về hương vị mà lại có liên quan đến âm thanh. Khi ta đang yêu một người, cái tên người đó là tất cả những âm thanh êm ái nhất trên đời cộng lại. Khi đọc đến tên Julian của một người trùng tên nào khác, hoặc nghe ai vô tình nhắc đến tên cậu ta, tôi thấy như từng sợi thần kinh xúc cảm trong tôi biến thành những sợi dây đàn rung lên thánh thót. Mỗi lần thí nghiệm với cái tên oan nghiệt đó mà nghe trong lòng vẫn dâng lên dạt dào cảm xúc, tôi biết rằng mình vẫn còn yêu Julian. Nhưng dạo gần đây, những thí nghiệm mới nhất của tôi đã cho thấy các sợi dây đàn trong tôi không còn rung cảm nữa, hay quá lắm chúng cũng chỉ còn rung phơ phất.

Thí nghiệm thứ hai của tôi, cũng về âm thanh, có liên quan đến hai bài hát tiếng Pháp với tựa đề là *Le géant de papier* và *Pour toi c'est rien, pour moi c'est tout* mà tôi thường nghe trong thời điểm đó. Hai bài hát này ám ảnh tôi đến nỗi tôi nghĩ âm điệu và lời ca của chúng dường như chỉ dành cho tôi và những cảm xúc tuyệt vọng của tôi dành cho Julian. Suốt thời gian ấy, tôi không can đảm nghe lại hai bài hát đó vì mỗi lần nghe chúng, tôi thấy lòng mình bị vò xé dữ dội. Nhưng rồi cũng như cái tên của Julian, hai bài hát đó dần dần cũng trở thành dễ chịu đựng với tôi hơn. Cuối cùng, tôi đã có thể nghe chúng mà không còn cảm thấy phải tắt ngay đi nữa. Tôi đã có câu trả lời cho chính mình rồi. Ngay cả những tình yêu sâu thẳm nhất cũng không thoát khỏi định luật có sinh có diệt."

Bà cầm lên tấm thẻ cuối cùng, chậm rãi viết vào đó: *"Rốt cuộc rồi tình yêu nào cũng sẽ tan biến khỏi tâm tư, nhưng có lẽ nó sẽ còn ở lại mãi mãi trong trí tưởng."*

Bà đưa cái thẻ cho bà chuyên viên tâm lý. Hai người đàn bà ôm nhau từ giã trong im lặng. Cuối cùng, bà rời bà ta, quay ra cửa. Ngoài kia, bóng tối đã hoà lẫn với ánh đèn toả ra từ các tầng cao ốc. Bà chợt nhớ ra hôm nay là chiều cuối năm. Lúc bà đang loay hoay khoá cánh cửa văn phòng của mình, người lao công đi qua chào bà và hỏi:

"Hôm nay bà về muộn vậy? Cuối năm rồi..."

LỐI VỀ CỦA NƯỚC

Chẳng biết tôi có tưởng tượng hay không, nhưng hôm nay rõ ràng là mặt biển nhìn cao hơn bờ, dù hãy còn thấp thoáng từ xa lắm. Trời trưa nắng gắt, lối đi dẫn xuống bãi biển dường như cứ tiếp tục trải dài thêm theo từng bước chân của tôi. Chưa thấy nhà của ông Morpheus ở đâu cả. Hai bên đường là những cụm xương rồng tua tủa trông dữ tợn, nhưng lại lác đác điểm những bông hoa màu sắc rực rỡ. Gió biển khô khốc, nồng nồng trong mũi tôi. Tiếng sóng vỗ nghe chập chờn từ tít ngoài xa. Tôi cố nhìn xem có những dấu hiệu gì đặc biệt hai bên đường để khi quay về có thể lần theo ra lại đường cái. Toàn là xương rồng và xương rồng, không có lấy một cái cây cao hay một mỏm đá. Dưới chân tôi là cát trắng lẫn vào sỏi, khiến đường đi thấy gập ghềnh, không mời gọi.

Cuối cùng, biển đã hiện nguyên hình trước mắt tôi. Đúng là mặt biển cao hơn bờ thật, trông như đang sẵn sàng cuồn cuộn đổ lên bờ, cuốn hết thảy những gì làn nước hung bạo sẽ đi qua. Nhìn sang phía trái, tôi thở phào, nhác thấy một ngôi nhà hai tầng nằm chênh vênh, gác lên một ghềnh đá, một phần nhô ra mặt biển. Từ xa xa, tôi đã thấy những đợt sóng bạc đầu tới tấp quyện vào phần dưới trống hoác của ngôi nhà, nhô ra hai cây cột lớn chìm mất một phần dưới làn nước xanh rờn. Tiếng sóng bây giờ to lắm rồi, ì ầm trên bãi biển hoang sơ. Tôi đi chậm lại một chút, như ngần ngại không dám tiến gần đến ngôi nhà đó nữa. Trông thoáng chốc, tôi còn có cả ý định muốn quay trở lại, không muốn đến gặp gia chủ như đã định từ trước.

Phải đi hết những bậc thang gỗ cũ kỹ, rung lên ken két theo nhịp bước chân, cuối cùng tôi mới lên tới tầng một của ngôi nhà nằm sát biển. Đây là một ngôi nhà xây theo kiểu cổ, bên ngoài xông lên nồng nặc mùi gỗ cũ, ẩm ướt và mặn chát vị đại dương. Hình như chủ nhà đặc biệt thích loài chim cú hay sao mà trên cánh cửa và hai bên vách gỗ có treo đủ thứ hình tượng cú, đủ kiểu, đủ cỡ, con nào con nấy giương to những cặp mắt tròn xoe đăm đăm vào khách. Cả đến cái nút chuông cũng nằm trong một con cú, khiến tôi vừa đưa tay nhấn, vừa run run, hồi hộp. Tiếng chuông kính coong vừa vang lên thì cánh cửa cũng xịch mở, tuồng như gia chủ đã đứng chờ khách từ trước. Tôi giật nảy mình, lúng búng chào chủ nhà, lúc ấy đang nhìn thẳng vào tôi, đôi mắt cú vọ chẳng khác gì đôi mắt của những hình tượng bên ngoài.

Ông Morpheus mở rộng cửa ra, đứng sang một bên, đưa tay ra dấu mời tôi vào bên trong. Nhìn quanh quất khắp phòng khách, tôi choáng váng thấy thêm cơ man nào cú là cú nữa, trên vách, trên bàn, bên cửa sổ, có vài con còn được treo lủng lẳng từ trên trần xuống. Đang còn ngơ ngác ngó quanh, tôi chợt giật mình vì tiếng của ông Morpheus mời tôi ngồi xuống chiếc ghế nơi bàn làm việc của ông. Yên vị rồi, tôi ngước lên thì thấy ông ta đã ngồi thật ngay ngắn, đối diện tôi từ bao giờ. Hai mắt ông nhìn chằm chằm vào tôi. Thật lâu rồi mà tôi không hề thấy ông chớp mắt lần nào. Tôi bỗng có ý nghĩ chắc ông không bao giờ ngủ với cặp mắt ráo hoảnh như thế. Định thần một chút nữa, tôi mới thấy trước mặt mình là một con cú nhồi bông, chắc là cú thật, to bằng một con mèo. Hai mắt nó cũng nhìn tôi, trừng trừng không thua gì gia chủ. Cả người tôi sởn gai ốc.

"Ông đến đây vì những giấc mơ hay lặp lại, phải không?"—Ông Morpheus trầm giọng hỏi. Giọng của ông như bị bốn vách tường ẩm ướt dội lại, nghe như từ một thế giới khác.

Bấy giờ tôi mới hoàn toàn bị thu hút vào bầu không khí lạnh lẽo, ẩm thấp của ngôi nhà. Vị mặn của biển dường như thẩm thấu vào từng ngõ ngách của gian phòng khách âm u, như thể tôi cũng nếm được trên đầu lưỡi của mình. Chỉ có một cái cửa sổ nhìn ra biển ngoài kia đang động vọng. Chốc chốc, có thể thấy bọt nước trắng xoá tung lên từ những đợt sóng mạnh bạo vỗ vào bên dưới của ngôi nhà. Tiếng ầm ì của sóng biển là âm thanh duy nhất của nơi này.

Tôi chưa kịp trả lời thì ông ta đã tiếp luôn:

"Ông đặt tay lên đầu con cú này. Nhắm mắt lại và nghĩ đến một hình ảnh nào thường lặp lại trong những giấc mơ của ông."

Tôi làm theo mệnh lệnh đó như một cái máy. Khi bàn tay tôi chạm vào cái đầu phủ lông mềm mại của con cú, tôi rùng mình lên mấy lượt. Tôi nín thở, cố tập trung ý nghĩ như lời ông Morpheus dặn. Vài phút nặng nề trôi qua, ông mới cất tiếng trở lại:

"Được rồi. Ông bỏ tay ra đi."

Tôi thở ra một cái, như được hoàn hồn. Đến lúc này thì tôi có thể quả quyết rằng ông Morpheus không bao giờ chớp mắt. Có thể đó là một tật bẩm sinh của ông, hay là di chứng của một cơn bạo bệnh, tôi không thể biết. Nhưng rõ ràng là ông không hề khép đôi mắt lại.

Đến lượt ông đặt tay lên đầu con cú, mắt vẫn mở lớn chứ không nhắm lại như tôi. Tôi đoán là ông đang ghi nhận hình ảnh mà con cú thu lại từ ý nghĩ của tôi, theo bàn tay tôi truyền qua đầu nó.

"Nước, nước, nước và nước,"—giọng ông Morpheus cũng ướt át như lời tuyên bố của mình— "Ông bị ám ảnh vì nước nên thường nằm mơ thấy cảnh nước trùng trùng điệp điệp, lúc nào cũng chất chứa đầy hăm doạ. Trong giấc mơ của mình, ông ngập ngụa trong nỗi sợ hãi với một vùng nước bao quanh."

Ngừng một chốc, ông nói tiếp:

"Con cú của tôi cho biết rằng đó là ám ảnh từ một tiền kiếp của ông."

Tiền kiếp? Không hiểu sao bây giờ tôi thấy thật quen thuộc với không gian vốn kỳ lạ trong nhà ông Morpheus, đến nỗi cũng chẳng còn ngạc nhiên đối với những gì đang xảy ra hay đang được nói đến.

"Ngày trước,"—giọng ông Morpheus đều đều như muốn ru ngủ tôi, và tôi cũng chợt thấy mình đang choáng váng, ngất ngây một cách thật dễ chịu—"trong một cuộc đời của ông, lúc ấy ông chỉ trạc chín, mười tuổi, có lần ông theo mẹ ông ra bờ sông để bà giặt áo quần."

Ông ta chợt ngưng nói, ý chừng để tôi có đủ thì giờ để bắt đầu mường tượng ra khung cảnh đó. Lát sau, ông kể tiếp, giọng vẫn êm như ru:

"Ngày ấy, ông là một cậu bé hồn nhiên, thương mẹ, thích vui đùa như bao đứa bé cùng tuổi. Dòng sông hôm ấy tĩnh lặng, vắng vẻ, ngoài hai mẹ con ra không còn ai khác. Bà mẹ để mặc con tung tăng bên cạnh, bắt đầu cặm cụi giặt mớ quần áo đầy ắp trong cái giỏ lớn mang theo. Chạy quanh chán một hồi, cậu bé trở lại bên mẹ, tò mò nhìn vào mặt bà:

'Mẹ ơi, sao mẹ khóc?'—cậu bé ôm lấy vai mẹ, ngây thơ hỏi.

'Mẹ có khóc đâu con,'—bà mẹ lấy bàn tay đẫm nước giụi lên mắt—'Có con gì nó bay vào mắt mẹ đó, con ạ.'

'Thế lúc bố đánh mẹ, có con gì bay vào mắt mẹ đâu mà mẹ cũng khóc?'

'Bố không có đánh mẹ, bố chỉ phủi bụi trên áo mẹ thôi!'

'Con thấy áo bố cũng bẩn lắm, mà mẹ có bao giờ phủi bụi cho bố đâu!'

'Thôi, con đừng hỏi vớ vẩn nữa,'—bà mẹ gượng cười—'Con chạy chơi nữa đi, để mẹ giặt cho hết chỗ quần áo này rồi về kẻo tối.'

Khắp cả vùng sông nước chiều hôm ấy, chỉ nghe tiếng nước róc rách, tiếng gió thổi, tiếng chim gọi đàn, tiếng áo quần vò vào nhau kêu sột soạt từ bàn tay của bà mẹ và tiếng chân nhảy nhót của cậu bé. Bà miên man vò vò, vắt vắt, lòng nặng như mang một khối chì. Thốt nhiên, mọi tiếng động chung quanh dường như tắt hẳn, buổi chiều chìm vào một sự yên lặng khó hiểu, kể cả tiếng chân của cậu bé. Như có linh tính, bà mẹ đứng phắt dậy, gọi to:

'Con ơi, con đâu rồi?'

Mặt nước sông bỗng lặng lờ, bình thản một cách lạ lùng. Bà mẹ chạy lên, chạy xuống dọc theo bờ sông, hồn phách lên mây. Tiếng gọi khản gào của bà dần dần chìm tắt vào ánh nắng quái chiều hôm, giờ đây đã chuyển sang màu tím ngắt."

"Như vậy tôi đã chết đuối trong kiếp đó à?"—Tôi thẫn thờ hỏi, không cần câu trả lời. Nghĩ ngợi hồi lâu, tôi nhìn ông Morpheus, hóm hỉnh hỏi:

"Ông có thể cho tôi một cái "nút chiêm bao" để gắn vào đầu không? Mỗi tối đi ngủ, tôi chỉ cần vặn cái nút qua bên *off* là khỏi phải mộng mơ, khỏi thấy nước nôi gì cả."

Cặp mắt không bao giờ ngủ của ông ta nhìn xoáy vào tôi:

"Cái nút đó nó đã nằm sẵn trong đầu ông. Đó chính là quyết tâm của ông để hoá giải nỗi sợ từ tiền kiếp."

"Ông nói vậy là sao? Tôi không hiểu."

"Là ông hãy cố gần gụi nước thêm nữa trong cuộc sống hằng ngày của mình. Hãy tìm đến biển, thác, sông, hồ, bất cứ khi nào ông có cơ hội. Hãy sống gần nước, trên nước, trong nước, dưới nước... Hãy đối diện nỗi sợ, hãy hoà tan mình vào trong đó, hãy biến chính mình thành nỗi sợ, rồi ông sẽ không còn sợ nữa.

"Nhưng, thưa ông,"—tôi băn khoăn bày tỏ—"Lạ một điều là tôi không sợ nước lúc tỉnh thức. Tôi chỉ bị nước ám ảnh trong giấc mơ."

"Đó chính là cốt lõi của vấn đề,"—lần đầu tiên tôi thấy ông Morpheus nhếch miệng cười trong suốt buổi đàm đạo—"Có khi ta kề cận nỗi sợ mà không biết. Con người sống không phải chỉ trong một thế giới mà đến hai thế giới, thế giới tỉnh thức và thế giới mộng mơ. Chẳng có thế giới nào thật, mà cũng chẳng có thế giới nào ảo cả. Thật hay ảo, nói cho cùng, cũng chỉ là một nhận thức khách quan. Mai kia mốt nọ, khi rời chốn tồn sinh này, tất cả chúng ta sẽ nghiệm ra rõ điều đó."

"Như vậy là hai thế giới đó bổ sung cho nhau sao?"—tôi thấy mình đã lờ mờ hiểu những gì ông ta đang nói.

"Đúng thế,"—ông Morpheus lại mỉm cười—"Nhờ có thế giới mộng mơ, con người mới được an ủi là thế giới thức tỉnh là thật. Cũng vậy, dựa vào lúc tỉnh thức, chúng ta mới cho rằng lúc chiêm bao là không có thật. Có điều là hai thế giới đó không phải là phản chiếu của nhau như hình ảnh bên ngoài và bên trong của một tấm gương, mà thật sự là hai cảnh giới được ghép lại để trở thành một tổng thể duy nhất của đời sống mỗi con người."

Ông ta ngưng giây lát, như để tôi có thì giờ ngẫm nghĩ, đoạn nói thêm:

"Chẳng qua là nỗi sợ của ông nằm trong chiêm bao chứ không trong đời thường, có vậy thôi. Thành thử, nếu ông có thể vô hiệu hoá nó lúc ban ngày thì dần dần nó sẽ tan biến lúc ban đêm."

"Còn điều này nữa,"—tôi vội vàng nói, như sợ không bao giờ còn có thể gặp lại ông Morpheus—"Trong nhiều giấc chiêm bao, tôi hay bị lạc đường lắm, ông ạ. Tôi thường thấy tôi đi đến một nơi nào đó, rồi lúc ra về cứ đi loanh quanh từ ngõ này qua ngõ khác, không thể nào tìm ra lối cũ nữa. Vì sao vậy ông?"

Không trả lời ngay, ông Morpheus hỏi lại tôi:

"Ông đã xa quê hương bao lâu rồi?"

"Dễ cũng gần bốn mươi năm,"—tôi nhẩm tính.

"Ông có bao giờ về lại nơi chốn đó chưa?"

"Thưa chưa. Nhưng trong chiêm bao, tôi đã về lại không biết bao nhiêu lần. Lần nào tôi cũng nhủ thầm, 'À, bây giờ mới đúng là mình đã về thật, không phải nằm mơ như bao lần trước nữa.' Vậy mà cuối cùng tôi lại tỉnh dậy, thấy đó chỉ là một giấc mơ."

Giọng nói của ông Morpheus bây giờ hoàn toàn nghe như một điệu hát ru ngủ, khiến tôi cảm thấy mình đang trôi vật vờ trong một không gian nửa thực nửa hư:

"Chừng nào mà ông còn ấp ủ lòng hoài hương mà chưa quay trở lại, chừng ấy ông sẽ vẫn còn những giấc mộng bị mất lối về như thế."

Một đợt sóng mạnh vỗ vào chân ngôi nhà, vang rền, đánh thức cả hai người. Ông Morpheus như cũng giật mình, nói nhanh:

"Ông cũng nên về đi thôi, trời sắp tối rồi đó."

Không đợi tôi ưng thuận, chủ nhà đứng bật dậy, làm tôi cũng vội vã đứng lên theo, lí nhí nói lời cám ơn ông. Lúc bấy giờ, ông Morpheus bỗng như trở thành một cái bóng, thân hình mờ ảo, không thấy nói năng gì nữa. Tôi đi nhanh về phía cửa, ông lướt nhẹ theo tôi như một làn gió lạnh lẽo. Tôi vừa bước ra đến bên ngoài, cánh cửa sau lưng đã đóng sập lại. Tất cả bây giờ đều im lìm. Các con cú nhìn tôi bằng ánh mắt xua đuổi.

Bên dưới bậc thang dẫn lên ngôi nhà không còn là bãi cát trắng cháy nắng trưa như lúc tôi đến nữa, mà chỉ toàn nước là nước. Biển đã tràn vào bờ tự lúc nào! Tôi thấy hồn phi phách tán trước vùng nước trắng xoá, mênh mông đó. Buổi chiều cũng đã ụp xuống trên làn nước, phản chiếu những đám mây cuối cùng trong ngày. Nước tràn đến tận thềm nhà, các bậc thang dẫn lên ngôi nhà đã hoàn toàn chìm mất. Tôi nhắm mắt đặt chân xuống làn nước, tự nhủ nếu không liều như thế thì sẽ không bao giờ ra lại được đường cái, nơi tôi đã đậu xe lúc mới đến.

Hai chân tôi như được một sức mạnh nào nâng lên, khiến tôi vẫn có thể đi trên mặt nước. Phải đi một lúc thật lâu, tôi mới dám mở mắt ra. Hai bên tôi, trước mặt tôi, sau lưng tôi, chỉ là nước và nước. Nước thầm lặng, tràn trề, bao la, nhưng vẫn với thái độ đe doạ cố hữu, y như trong những giấc mơ của tôi. Nỗi sợ hãi quen thuộc trong những lần chiêm bao dâng tràn trề trong tôi, chẳng kém gì khối nước khổng lồ đang vây quanh. Bây giờ tôi biết đi hướng nào? Bên phải dẫn về đâu? Bên trái dẫn về đâu? Những bụi cây xương rồng đã chìm sâu trong lòng biển. Không còn bờ bãi gì nữa. Mốc không gian duy nhất mà tôi có thể căn cứ vào là dãy núi cao sừng sững trước mắt. Tôi đã đậu xe trên con đường nằm giữa chân núi và vùng biển. Nhưng dãy núi dài hun hút, tôi làm sao nhớ được đã đậu xe ở khoảng nào. Hơn nữa, từ chỗ vùng nước tôi đang cố vượt qua đến chỗ dãy núi thấy vẫn còn xa thăm thẳm, đi biết bao giờ mới đến.

Tôi đi, đi mãi, như trong một giấc mơ quen thuộc, trên mặt nước bập bềnh, giữa làn nước chập chờn vây quanh. Thần trí tôi nửa tỉnh nửa mê. Nỗi sợ hãi giờ đây đã trở nên tê dại. Trời dần dần tối. Mưa bắt đầu rơi, lúc đầu còn nhẹ hạt, về sau càng lúc càng lớn. Lúc này thì nước đã thật sự nuốt chửng tôi vào lòng, trên, dưới, tả, hữu, tứ bề là nước. Trời đất tối sầm. Ngẩng nhìn lên, tôi giật mình thấy dãy núi đã biến mất dạng trong vùng biển trời đen thẳm.

Ngay giây phút đó, trong cơn tuyệt vọng, tôi chợt hiểu ra là mình sẽ không thể nào, không bao giờ, trở lại được chỗ chân núi đã đậu xe từ buổi sáng.